नवी पहाट

I0649867

ओशो

अनुवाद
प्रज्ञा ओक

मेहता पब्लिशिंग हाऊस

NAVI PAHAT by OSHO

Published by Mehta Publishing House, Pune

Originaly published in English as *The New Dawn, chapter 1 to 11*

Copyright © 1987, 2000 OSHO International Foundation,
www.osho.com/copyrights.

Marathi translation Copyright © 2000

Photos: Courtesy OSHO International Foundation

The material in this book is a Marathi translation of a series of original English OSHO Talks '*The New Dawn, #1-11*' given to a live audience. All of Osho's talks have been published in full as books, and are also available as original audio recordings. Audio recordings and the complete text archive can be found via the online OSHO Library at www.osho.com/library

OSHO is a registered trademark of OSHO International Foundation, used under license, www.osho.com/trademarks

Translated into Marathi Language by Pradnya Oak

नवी पहाट / वैचारिक

अनुवाद : प्रज्ञा ओक
१७३३ 'महेश रेसिडेन्सी,' सदाशिव पेठ, पुणे ३०.

मराठी अनुवादाचे व प्रकाशनाचे हक्क मेहता पब्लिशिंग हाऊस, पुणे.

प्रकाशक : सुनील अनिल मेहता, मेहता पब्लिशिंग हाऊस,
१९४१, सदाशिव पेठ, माडीवाले कॉलनी, पुणे - ४११ ०३०.

मुखपृष्ठ : मनोहर दांडेकर

प्रकाशनकाल : फेब्रुवारी, २००१ / ऑक्टोबर, २००५ / जुलै, २०११ /
पुनर्मुद्रण : ऑगस्ट, २०१६

P Book ISBN 9788177666175

E Books available on : play.google.com/store/books
m.dailyhunt.in/Ebooks/marathi

प्रस्तावना

एखाद्या साक्षात्कारी व्यक्तीच्या सान्निध्यात, स्व-शोधार्थ निघालेल्या आजूबाजूच्या माणसांच्या समूहात एखाद्याचा मूळ दृष्टिकोन संपूर्ण बदलून जातो आणि हा बदल फक्त एका वाक्यातही सांगता येतो. तो म्हणजे : 'बाहेरून' 'आत'!

जीवनातल्या 'महत्त्वाच्या' म्हणून मानल्या गेलेल्या सर्वसाधारण गोष्टी म्हणजेच, सत्तास्पर्धा, प्रतिष्ठेसाठी धडपड, पैसा, इ. इथल्या निवांत-ठिकाणी या सगळ्या भौतिक गोष्टींविषयीचं महत्त्व कुठल्या कुठं निघून जातं. असं नाही, की या गोष्टींचं महत्त्व दाबून टाकायला पाहिजे म्हणून! पण इथं, या ठिकाणी प्रगाढ शांतिपूर्ण आणि स्तब्धतेच्या वातावरणात ज्या वेळेला एखादा कोणी ध्यानधारणेच्या मार्गानं 'स्वत:मध्ये' आत आत जातो, तेव्हा मात्र या साऱ्या भौतिक गोष्टी आपोआपच फोल वाटायला लागतात. हास्यास्पद वाटायला लागतात.

एकोणीसशे सत्त्याऐंशी सालात जून आणि जुलै हे दोन महिने, ज्या वेळी जगात राष्ट्राराष्ट्रांमध्ये क्षुल्लक कुरबुरी चालू होत्या, स्पर्धा चाललेल्या होत्या, निरर्थक वादविवाद चालले होते, त्या वेळी ओशो श्री रजनीश त्यांच्या घराशेजारीच असलेल्या, बागेनं वेढलेल्या छोट्या सभागृहात बसून जगभरातून आलेल्या लोकांच्या प्रश्नांना उत्तरं देत होते. साधेपणानं, प्रेमळपणानं! प्रत्येक प्रश्न कौशल्यानं निकालात काढला जात असे. ज्या मनोभूमिकेतून तो विचारला जायचा, ती भूमिका उघडी पाडली जायची आणि प्रश्नकर्त्याला त्या प्रश्नातलं आवश्यक तेवढं गूढ समजावून देऊन मोकळं केलं जायचं. या पद्धतीविषयी ओशो म्हणतात :

'खरं पाहता, प्रश्न जाणून घ्यायची कोणालाच गरज नसते, तशीच उत्तरही जाणून घ्यायची गरज नसते. गरज असते, ती फक्त स्वत:ला जाणून घेण्याची! आणि स्वत:चा साक्षात्कार, स्वत:ची ओळख ही अशा वेळी पुरेपूर होते, की ज्या वेळी कोणतेही प्रश्न नसतात, तशी कोणतीही उत्तरंही नसतात– जसं काही निरभ्र आकाश!

'मी तुम्हांला प्रश्न करण्याची मुभा देतो, कारण तशी ती दिली नाही, तर तुमच्या मनांतले प्रश्न तुमच्या आत आत मुरत जातील, घोटाळत राहतील आणि नंतर

तुम्हांला वेडं बनवतील. म्हणूनच तुमच्या प्रश्नांना मृत करण्यासाठी मी उत्तरं देत राहतो.'

या पुस्तकामध्ये उद्धृत केलेल्या सगळ्या कथा या खऱ्या घडलेल्या कथा आहेत. जास्त जाणीवपूर्ण जीवन जगण्यासाठी प्रयत्न करणाऱ्या, सहनशील असलेल्या, तसंच, स्वच्छ प्रतिक्रिया देणाऱ्या, जागृत माणसांच्या जीवनांतले पेचप्रसंग असलेल्या या कथा आहेत. यांतले प्रश्न आयुष्यातल्या असंख्य अनुभवांना स्पर्श करणारे आहेत. अगदी एखाद्या स्त्रीच्या 'वेड्या उत्साहापासून' ते 'साक्षात्काराच्या भाषेपर्यंत', पत्रकारितेच्या भूमिकेपासून ते नातेसंबंधांतल्या गुंतागुंतीपर्यंत या प्रश्नांचा विस्तार आहे; आणि ओशोंनी म्हटलंय्... जेव्हा एका माणसाच्या प्रश्नाचं ते उत्तर देत असतात, तेव्हा ते सर्वांसाठी असतं. कदाचित इतरांसाठी तो प्रश्न आज नसेल; पण उद्या असेल...

ओशो नव्या पहाटेविषयी, नवीन उदयाविषयी बोलतात. आपल्याला या वर्तमानात आणून पोचवणारा भूतकाळ पूर्णपणे तोडून टाकून, नंतर येणाऱ्या नव्या दिवसांविषयी बोलतात. संपूर्ण जग सध्या जैविक आणि अण्वस्त्र-संहाराच्या काठावर उभं आहे. याच वेळी प्रेममय, ताजातवाना, खेळकर, सभ्य अशा नवीन मानवाचा या पृथ्वीवर उदय होतो आहे. प्रत्येकाच्या मनात जाणतेपणानं किंवा अजाणतेपणानं निर्माण होत असलेल्या इच्छांची पूर्तता करण्याची पात्रता या नवीन मानवाजवळ आहे.

सध्याच्या काळात संपूर्ण जग खरोखरच गाढ अंधारात नाहीये का? प्रत्येक वर्तमानपत्रात, प्रत्येक मासिकात जगाच्या या बदलाचं समर्थन करणारं लेखन होत आहे; आणि एक प्रकारचा थोडा निराशेचा सूरही आहे.

या जैविक संतुलनाची होत असलेली घसरण थांबवण्यासाठी काय आवश्यक आहे, एवढंच फक्त शास्त्रज्ञ सांगू शकतात. पण राजकारणी माणसांना यावर ठोस मत देण्याविषयी मात्र ते दडपण आणू शकत नाहीत... आत्ताचा हा अंधकार आणि निराशा कधी नव्हे एवढ्या प्रचंड प्रमाणात सध्या आहे.

सर्वज्ञात अशा एका गोष्टीची आठवण ओशो करून देतात, ती म्हणजे : पहाटेपूर्वीची रात्र ही जास्त अंधारी असते.

ते म्हणतात,

'अतिशय विलक्षण धोक्याचा क्षण जवळ येतो आहे. घाबरण्याचं कारण नाही... तुम्ही त्याला अडवू शकत नाही. किंवा तो अडवण्यासाठी तुम्ही काही करू शकणार नाही. पण तुम्ही जर एखाद्या विशिष्ट मार्गात असलात, तर तुमचं अस्तित्व मात्र तो क्षण अडवू शकतो. पहाटेच्या सूर्योदयाचे काही किरणही दिसायला लागले आहेत. क्षितिजावर त्याचं अस्तित्व जाणवतंय्. पण बाहेरच्या जगात त्यांचा शोध करू

नका... आपल्या अंतरंगातल्या सर्व जगात हा सूर्योदय होण्याची वाट पाहायला हवी... तिथंच तो होणार आहे. त्यामुळं 'आतमध्ये' पाहायला हवं...'

या अंधकारमय युगात, आमचे 'आत' जाण्याचे सगळे मार्ग हरवून गेलेले असताना ओशोंसारखा माणूस आम्हांला आठवण करून द्यायला आमच्यासमोर आहे, हे आमचं फार मोठं सुदैव आहे.

ओशोंच्या भोवताली या उजळलेल्या प्रकाशात छोट्या छोट्या ज्योती क्षणिक चमकून जात आहेत. या पुस्तकांच्या पानांमधून तुम्ही त्या कदाचित पकडू शकता. तुम्हांला सुद्धा तुमच्या पहाटेपूर्वीची एखादी झुळूक मिळू शकेल.

— मा शिवम्सुवर्णा

मनोगत

माझं 'साप्ताहिक सकाळ'मधलं 'जीवनभाष्य' सदर चालू असताना ओशोंच्या संत कबीरांवरच्या आणि बुद्धांवरच्या विचारांचे माझे चार-पाच लेख प्रसिद्ध झाले होते... ते वाचल्यानंतर श्री. सुनील मेहतांनी माझ्याशी संपर्क साधला. 'द न्यू डॉन' या इंग्रजी पुस्तकाचा अनुवाद मी करावा, असं ठरलं.

सुरुवातीला पुस्तक थोडंसं चाळल्यानंतर लक्षात आलं, ते म्हणजे, ओशोंचं स्वत:चं असं खास इंग्रजी!– वरवर पाहता काही वेळा सोप्या वाटणाऱ्या शब्दांचा खोलवरचा सूक्ष्म गर्भितार्थ आणि थेट विचार! यामध्ये शिष्यांनी स्वत:च्या जीवनातल्या काही मानसिक आणि व्यावहारिक अडचणींबद्दल ओशोंना प्रश्न विचारलेत... जास्त करून मानसिक उलथापालथीबद्दल प्रश्न केलेत... आणि ओशोंनी त्याचं शंकानिरसन केलंय्... गुरु-शिष्यांच्या या संवादांतून त्यांच्या विचारांची उत्तुंग आणि क्रांतिकारक झेप जाणवते.

अनुवाद करताना, प्रत्येक प्रकरण वाचताना अनेक वेळा जाणवलं, की ओशोंचं बोलणं म्हणजे प्रतिभावंत कवीची कविता आहे; आणि म्हणूनच सुरुवातीपासून मनाशी पक्क ठरवलं होतं, की मराठी अनुवाद करताना तो सहज आणि सोप्या भाषेत करायला हवा. भाषा ओघवती व्हायला हवी...

एकेका शिष्याच्या प्रश्नाला उत्तर देताना ओशोंनी आम जनतेसाठी उत्तरं दिलेली आहेत. त्यामुळं अतिशय साध्या विषयापासून ते अत्यंत गंभीर विषयांपर्यंत यात संवाद आहेत... आणि म्हणूनच 'सर्वसाधारण वाचकांपासून' ते त्यांच्या अनुयायांपर्यंत, त्यांच्या अभ्यासकांपर्यंतचा वाचकवर्ग डोळ्यांसमोर ठेवून, त्याप्रमाणे– 'वाचताक्षणी पट्कन उमगेल', अशी भाषा वापरणं गरजेचं वाटलं. त्यामुळं काही वेळा क्लिष्ट विषयांचा भावार्थ तेवढा घेऊन वाचकांपर्यंत पोचवलाय्–

हे अनुवादाचं काम करताना पूर्णपणे 'त्रयस्था'ची भूमिका घेतलीय्. कारण त्यांच्या बाबतीत माझी पाटी कोरीच होती. त्यामुळं ही त्रयस्थाची भूमिका घेणं सोपं झालं. ते गरजेचंही होतं.

आवर्जून काही गोष्टींचा उल्लेख करायलाच हवा. मेहता पब्लिशिंगचे श्री. सुनील

मेहता यांनी माझ्या या पहिल्याच कामाला संपूर्ण सहकार्य दिलं. ओशोंचे विचार मराठी वाचकांसाठी योग्य तऱ्हेनं पोचवण्यासाठी मी ज्या काही सूचना केल्या, त्यांचा सुनील मेहतांनी मोठ्या मनानं स्वीकार केला आणि अतिशय सुरळीतपणानं हे अनुवादाचं काम पार पडलं...

कोणतंही दडपण नसलेल्या या वातावरणात मी या कामाचा पुरेपूर आनंद घेऊ शकले. नेहमीप्रमाणेच माझ्या लिखाणाचे पहिले वाचक असतात श्री. दिलीप ओक. त्यांनीही काही मोलाच्या गोष्टी सांगून हक्काची मदत केली.

आमचे स्नेही; अध्यात्मातील एक व्यासंगी श्री. जी. एन्. केळकर, तसंच, 'ऑब्झर्व्हर ऑफ बिझिनेस अॅन्ड पॉलिटिक्स'चे पुण्यातले विशेष प्रतिनिधी, ज्येष्ठ पत्रकार डॉ. किरण ठाकूर या दोघांनीही वेळोवेळी माझ्या शंकाचं निरसन करून मोलाचं सहकार्य केलं. त्यांचे आभार मानावे तितके कमीच.

हे अनुवादाचं काम करताना ओशोंच्या क्रांतिकारक विचारांनी मी सुद्धा समृद्ध झाले आणि एक विलक्षण आनंद हे काम करताना मी घेतला!

आध्यात्मिक जगाची ओळख करून देणारी एक छोटीशी फट माझ्यासाठी उघडली... अर्थातच त्याचं सर्व श्रेय श्री. सुनील मेहतांना! माझ्याविषयी फारशी माहिती नसताना पुरेपूर विश्वास टाकून त्यांनी मला उत्तम सहकार्य दिलं!

धन्यवाद.

– प्रज्ञा ओक

अनुक्रमणिका

सत्र : एक

जशी नदी सागरात विरून जाते, मागं काहीही मागमूस न ठेवता जशी दोन अस्तित्वं एकमेकांत मिसळून जातात, दोन ज्योती एकमेकींत मिळून जाऊन एकदम त्यांची एकच ज्योत बनून जाते. या सगळ्या क्रियांमधे असं दिसतं की, एकमेकांमधे एकरूप होताना दोघांपैकी कुणाचंही कसलंही नुकसान न होता दोघांनाही एकमेकांकडील मौल्यवान असं काहीतरी लाभून फायदाच होत असतो.

आयुष्य म्हणजे खरोखर एक कोडंच!

प्रिय ओशो

तुम्ही ज्या क्षणी सभागृहात प्रवेश केलात, त्या सुंदर क्षणांचं योग्य त्या शब्दांत वर्णन करायला मला शब्द सापडत नाहीत. तुमच्यापुढं नतमस्तक झालेले माझे प्रिय मित्र पाहून, तसंच, त्यांचा तुमच्याप्रती असलेला पराकोटीचा आदर आणि प्रेम पाहून मी हेलावून गेले. आणि ज्या क्षणी तुमची नजर माझ्याकडं गेली, तेव्हा तर... एखादा सोनेरी प्रकाशानं भरलेला प्याला मी प्राशन करतेय्, असं वाटलं... हे जे काही तुमच्या-आमच्यांत घडून गेलं, त्यालाच 'पवित्र संवाद' म्हणता येईल का?

मनीषा... हे विश्व, त्यातले संबंध... हे खरोखरच गूढ आहेत. त्यात मिसळून जाणं, विरघळून जाणं यालाच पवित्र भेट, पवित्र संवाद म्हणता येईल. आणि आध्यात्मिक जीवनातलं ते एक गूढ रहस्य आहे. 'कम्यूनियन' चा खरा अर्थ समजावून घेण्यापूर्वी, त्यातली सुंदरता व सुगंध अनुभवण्यापूर्वी आपल्याला दुसरा एक शब्द समजावून घ्यावा लागेल. तो म्हणजे communication!... संपर्क... एकमेकांशी संपर्कात असणं... एकमेकांच्या माहितीत असणं. आपल्या सर्वांनाच या शब्दाचा अर्थ माहितेय्. जेव्हा दोन व्यक्ती एकमेकींना भेटतात, त्या भेटीमधे विरघळून जाणं किंवा विरून जाणं होत नसतं, ठरावीक अंतर राखून त्या व्यक्ती संपर्कात असतात, त्या वेळेला त्याला communication म्हणता येईल.

ते बोलत असताना दिसतात; पण त्यांपैकी कोणीही 'आतून' ऐकत नसतं. जवळजवळ निद्रामय अवस्थेत तो संवाद चाललेला असतो. कदाचित त्यांच्या संवादातलं ते बोलणं हे विषयाला धरून असेलही किंवा योग्यही असेल; पण 'आतून' ते वेगळंच असतं. जेव्हा त्यांतला एकजण बोलत असतो, तेव्हा दुसरा 'ऐकत' असल्याचा देखावा करत असतो. पण खरं पाहता, त्या पहिल्या माणसाचं बोलणं थांबल्यानंतर आपण काय बोलायचं, याची तो तयारी करत असतो. तो मनानं शांत नसतो किंवा समोरच्या माणसाचं बोलणं तो समरसतेनं ऐकून

घेत नसतो, समोरच्या माणसाला तो स्वत:च्या हृदयापर्यंत पोहोचूच देत नसतो.

ज्या वेळी दोन व्यक्तींची भेट घडत असते, ती भेट फार वरवरची असते. पण, खरं म्हणजे, त्या भेटीमधे दोनांऐवजी चार माणसं असतात. त्यांपैकी दोन माणसं खरी, प्रत्यक्षातली असतात, आणि दुसरी दोन म्हणजे त्या प्रत्यक्ष माणसांचे मुखवटे असतात. प्रत्यक्षात ते जसे नाहीत, तसे असल्याचा मुखवटा धारण केलेला असतो. आपण, खरं पाहता, किती चांगले आहोत, हे दाखवण्याचा दोघांचाही अट्टहास असतो– त्याचं ते प्रदर्शन करत असतात, देखावा करीत असतात. खरी माणसं त्या मुखवट्यामागे लपलेली असतात. आणि ही खरी माणसं तुम्हांला कधीच भेटू शकत नाहीत. त्यांच्यापर्यंत तुम्ही पोहोचू शकत नाही. फार फार तर त्यांच्या वरवरच्या मुखवट्यापर्यंत तुम्ही संपर्क साधू शकता.

– आणि मूळ व्यक्तिमत्त्वच तुमच्या समोर खोट्या स्वरूपात येत असल्यानं त्यांची आश्वासनं, त्यांचं बोलणं, त्यांचे वायदे हे सारं सारं खोटंच असतं. ते वरवर बोलत असतात एक गोष्ट आणि आचरण मात्र पूर्णपणे त्याच्या विरुद्ध करत राहतात. त्यांच्या बोलण्यातला अर्थ वरवर पाहता जो दिसतो, त्यापेक्षा कितीतरी वेगळा असतो. बोलणाऱ्या दोन माणसांकडं तुम्ही कधी लक्षपूर्वक पाहिलंत, तर तुमच्या ध्यानात येईल की, या दोघांपैकी कुणाचंच दुसऱ्याच्या बोलण्याकडं लक्ष नाहीये, कुणीच कुणाचं मनापासून ऐकत नाहीये. पण त्यांनी आव मात्र असा आणलेला आहे की, ते नुसतं ऐकत आहेत असं नाही, तर एकमेकांना समजावून घेऊन ते प्रतिसादही देत आहेत, आणि त्यांचा प्रतिसाद तरी कसा आहे? तर समोरच्या माणसाच्या बोलण्यातला शेवटचा शब्द पकडायचा आणि स्वत:चं बोलणं सुरू करायचं. हे बोलणं कदाचित सुसंगतही असतं; कारण तुमच्या बोलण्यातलाच शेवटचा शब्द त्यानं पकडलेला असतो.

मी एक गोष्ट ऐकलीय्. एक म्हातारा माणूस एकदा रेल्वेतून प्रवास करत असतो. डब्यात समोर बसलेला एक तरुण त्याला विचारतो,

'किती वाजलेत? मला सांगू शकाल?...'

खरं म्हणजे, त्या म्हाताऱ्या माणसाजवळ घड्याळ असतं, पण तो जरा विचारात पडलेला दिसतो म्हणून त्या तरुणाच्या मनात येतं...

'काय विचित्र माणूस आहे! मी तर फक्त वेळ विचारली... त्यावर विचार करण्यासारखं काय आहे? –पण कदाचित म्हातारा असल्यामुळं बहिरापण असेल.'

म्हणून तो तरुण जोरात ओरडून परत विचारतो,

'किती वाजले?'

तो म्हातारा माणूस म्हणतो, 'हे बघ. तू समजतोस, तसा मी बहिरा नाही. मला चांगलं ऐकायला आलंय, तुला 'किती वाजले' हे माझ्याकडून जाणून घ्यायचं आहे... पण वेळ सांगावी, का नाही, याचा मी विचार करतोय्. कारण आत्तापर्यंतच्या

अनुभवावरून माझं मत पक्कं झालंय् की, आयुष्य हे एक कोडं आहे...'

तो तरुण उत्तरतो,

'हे पहा... मी तुम्हांला फक्त वेळ विचारली... तुमच्याजवळ घड्याळ असल्यामुळं तुम्ही फक्त मला वेळ सांगायची! त्यात कोडं कसलं? यात कोणताही अवघड प्रश्न नाही किंवा कुठलं कोडंही नाही.'

म्हातारा म्हणतो,

'हे बघ. तुला नाही समजायचं ते! एकदा का मी तुला वेळ सांगितली की, त्यातून अनेक गोष्टींची सुरुवात होणार... त्यानंतर मी तुला विचारणार की, तू कुठं चालला आहेस?... तू सांगणार की, यापुढच्या स्टेशनवर!... मग मी सांगणार... 'अरे वाऽ!... हा तर योगायोगच!' कारण मी पण पुढच्याच स्टेशनवर उतरणार आहे. – खरं म्हणजे, मी तिथंच राहतो... तेव्हा तू पण माझ्याबरोबर घरी येऊन एक कप कॉफी घेऊ शकशील का?... पण मला आहे एक तरुण मुलगी! ती फार सुंदर आहे. अर्थातच तुम्ही दोघं मग प्रेमात पडणार!... पण ज्या माणसाजवळ साधं घड्याळसुद्धा नाही, त्याच्याशी माझ्या मुलीनं लग्न केलेलं मला मुळीच आवडणार नाही.' म्हातारा थांबून म्हणतो.... 'हा सगळा विचार माझ्या मनात चालला होता... आणि मग मी मनात म्हणत होतो की, आता हा तरुण आपल्याला अडचणीत टाकणार!'

खरंच! आयुष्य हे एक कोडंच आहे, आणि तरीही माणसं एकमेकांशी बोलत राहतात.

एका वेड्याच्या इस्पितळात दोन प्रोफेसरांची भरती झाली होती. सुपरिंटेंडेंटच्या मनात आलं:

या दोघांना एकाच कोठडीत ठेवलं, तर काय होईल? दोघंही बुद्धिमान होते, प्रसिद्ध लेखक होते...

त्याप्रमाणे त्यानं त्या दोघांना एकाच कोठडीत ठेवण्याची व्यवस्था केली.

त्या खोलीत एक छोटीशी खिडकी होती, त्यातून तो सुपरिंटेंडेंट त्यांना पाहू शकत होता... पण ते त्याला पाहू शकणार नव्हते...

आत गेल्यानंतर तात्काळ ते दोघं कोणत्यातरी गहन चर्चेमधे बुडून गेले. त्या सुपरिंटेंडेंट्ला आश्चर्याचा धक्काच बसला... कारण एक बोलत होता 'पृथ्वी'च्या संदर्भात आणि दुसरा बोलत होता 'आकाशा'च्या संदर्भात. दोघांच्या विषयाचा एकमेकांशी कोणताही संबंध नसताना त्यांचं बोलणं मात्र अगदी सुसंगतरीत्या चाललं होतं. त्यांच्या बोलण्यातलं सुसंगत सूत्र पकडणं खरोखरच अशक्य होतं. दोघंही कधीही एकत्र येऊ न शकणाऱ्या समांतर रेषांवर होते, पण पळत मात्र होते बरोबरीनं!

अखेर त्यानं त्यांच्या कोठडीचं दार उघडलं; कारण उत्सुकता त्याला गप्प बसू

देत नव्हती... तो त्यांना म्हणाला,

'मला आश्चर्य वाटतंय्... दोघांचेही बोलण्याचे विषय वेगवेगळे असताना तुम्ही सतत बोलत कसे काय राहिलात?'

दोघंही म्हणाले,

'त्याची काळजी नको. कारण संभाषणातलं कौशल्य आम्ही चांगलंच जाणतो. तो बोलतो, तेव्हा मी थांबतो. नंतर तो थांबल्यानंतर मी बोलणं सुरू करतो... मग माझं होईपर्यंत तो थांबतो... हेच ते संभाषणकौशल्य!...'

सुपरिंटेंडेंट् म्हणाला,

'पण दोघांचेही विषय वेगवेगळे असताना, ते विषय एकमेकांशी संबंधित नसतानाही हे कसं घडतं?'

ते दोघंही हसून उत्तरतात,

'इथं कोण कुणाशी संबंधित आहे? संपूर्ण जगामधे प्रत्येक माणूस एकमेकांशी संबंधित असल्याचं ढोंग करत जगत असतो. नाहीतर दुसरा थांबेपर्यंत वाट पाहत राहतो... त्याला जे म्हणायचं असतं, ते तो बोलून टाकतो आणि थांबतो. त्याला दुसऱ्याशी काहीही घेणं-देणं नसतं! तुम्ही कोणत्याही दोन बोलणाऱ्या माणसांचं निरीक्षण केलंत, तर तुम्हांला समजून येईल की, ते दोन प्रोफेसर म्हणतात, ते खरंय्.'

पॅडी आणि मिक एकदा रस्त्यात एकमेकांना भेटले. पॅडीनं मिकला विचारलं,

'तू एवढ्यात मूलीगनला पाहिलं आहेस का?'

'होय.' मिक म्हणाला, 'पण मी पाहिलं आहेही आणि पाहिलं नाहीही.'

पॅडी म्हणाला,

'म्हणजे? याचा अर्थ काय?'

'सांगतो'... मिक म्हणाला. 'मी एका व्यक्तीला पाहिलं खरं! तो मीच आहे, अशी त्याची समजूत होती, पण आम्ही एकमेकांच्या सन्मुख आल्यानंतर जाणवलं की, आम्ही दोघं एकमेकांना जे समजत होतो, ते नव्हतोच!'

ही गोष्ट दिसायला अगदी वेडेपणाची आहे; पण प्रत्यक्षात खरोखर तुम्ही एखाद्या माणसाला भेटत असता, त्या वेळी तुम्ही 'खरे' तुम्ही नसता आणि तो 'खरा' तो नसतो. दोघांनी मुखवटा घेतलेला असतो, आणि त्यांमागे त्यांच्यांतले 'खरे' दोघे लपलेले असतात. त्यामुळे त्यांच्या संभाषणामधे 'सत्यता' कधीच येऊ शकत नाही. ते संभाषण ढोंगीपणाचंच ठरत असतं. म्हणूनच सर्वसामान्यपणे communication म्हणून आपण ज्याला समजतो, ते याच खोटेपणावर चालत असतं. पण 'पवित्र संभाषण' हे ज्याला म्हणता येईल, communion हा शब्द वापरतो; ते केव्हा? तर खोटी व्यक्तिमत्त्वं जेव्हा त्या भेटीमधून लयाला जाऊन फक्त 'खरीखुरी' दोन माणसं एकमेकांच्या संमुख होतील, अगदी आत्म्यापासून त्या

दोघांची भेट घडेल- आणि चार व्यक्तिमत्त्वांऐवजी दोन 'सत्यनिष्ठ अस्तित्वं' फक्त उरतील, त्या वेळी ते 'पवित्र संभाषण' म्हणून गणलं जाईल.

communion ... म्हणजे शांत भेट! शांतिपूर्ण अवस्थेतलं संभाषण.

जशी नदी शांतपणे, सहजगत्या सागरात विलीन होते, मागे काहीही न ठेवता जशी दोन अस्तित्वं एकमेकांत अदृश्य होतात, जशा दोन ज्योती एकमेकींत एकरूप होऊन त्याची एकच ज्योत बनत जाते. यात कुणा एकाचं काहीही नुकसान न होता आणखीन मौल्यवान असं काहीतरी त्या एकरूपतेतून प्राप्त होत असतं.

मनीषा, तू म्हणतेस,

'तुम्ही या सभागृहात प्रवेश केलात, त्या वेळच्या रोमहर्षक क्षणांचं वर्णन करायचा मी प्रयत्न करत होते; पण वर्णन करायला मला शब्द सापडले नाहीत.'

मनीषा, जे खरोखरच अद्वितीय असतं, सुंदर असतं, जिवंत असतं, बुद्धीच्या पलीकडचं असतं, पवित्र असतं, त्याच्या दर्शनानं शब्द नेहमीच अबोल होतात, वर्णन करायला अपुरे पडतात. आणि हेच लक्षात ठेव की, शब्द जिथं अपुरे पडतात, ते क्षण पवित्र असतात. विलोभनीय असतात... ज्या भावना व्यक्त करता येत नाहीत, त्या गोष्टींना अनन्यसाधारण महत्त्व असतं; पण ज्या गोष्टी तुम्ही सहजपणानं व्यक्त करू शकता, ते शब्दांत मांडू शकता, भाषेत मांडू शकता, तेव्हा समजावं, ती गोष्ट सामान्य आहे. बुद्धीच्या आकलनातली आहे.

म्हणूनच बुद्धीच्या मर्यादेतल्या गोष्टी ह्या सांसारिक असतात, ऐहिक असतात... पण बुद्धीच्या पलीकडे असलेल्या गोष्टी पवित्र असतात; आणि म्हणूनच त्या व्यक्त करणं सोपं नसतं. त्या शब्दांत मांडता येत नाहीत. विशिष्ट भाषेत वर्णन करता येत नाहीत.

म्हणून असे क्षण ज्या वेळी तुझ्या आयुष्यात येतील, तेव्हा समज, तू धन्य झालीस! सगळ्याच्या पलीकडे असलेल्या 'पवित्र' अशा वातावरणातून फुलांचा वर्षाव तुझ्यावर होतोय् असं समजायला हरकत नाही.

तू म्हणतेस... माझे प्रिय मित्र तुमच्यापुढं नतमस्तक झालेले पाहून, त्यांचा तुमच्याप्रती असलेला अतीव आदर आणि प्रेम पाहून मी मनापासून हेलावून गेले, आणि ज्या क्षणी तुम्ही माझ्यावर कटाक्ष टाकलात, त्या क्षणी तर एखादा सोनेरी प्रकाशाचा प्याला प्राशन केल्यासारखी माझी भावना झाली. तुमच्या आणि माझ्या, तसंच, तुमच्या सर्व भक्तांमधली ही 'पवित्र भेट' समजायची का?

: होय, असंच समजावं लागेल. जिथं प्रेमाच्या महापुरात सगळे अहंकार वाहून जातात, जिथे मनाची कोती मनोवृत्ती यामधे फार फार मागं पडते, तुम्ही निरभ्र आणि अनंत अशा आकाशात तेजस्वी सूर्याच्या साक्षीनं एखाद्या गरुडासारखे डौलानं विहार करायला लागता, जिथं शारीर बंधनं संपतात, जिथं तुम्ही स्वत: एक पूर्णपणे मुक्त आणि चैतन्यमयी अस्तित्व म्हणून प्रकट होता, तिथं ही 'पवित्र भेट'च असणार,

हे निश्चित. आणि अशा अवस्थेतली अनेक मंडळी या ठिकाणी जर एकत्र आली, तर निश्चितच ब्रह्माचं हे रहस्य, त्याचं वैभव, त्याची विशालता, त्या क्षणाची पवित्रता हे आणखीन दृढ होण्याला मदत होईल.

होय, मनीषा, यालाच मी 'पवित्र भेट' समजतो. मी फार काळ तिथं असणार नाही. एखाद्या विशिष्ट क्षणीच तुम्ही माझ्या संपर्कात या आणि बघा, तुम्हांलाही जाणवेल, आपलं अस्तित्व विरून गेलंय्. या शांतीमधे, काहीच नसल्याच्या ठिकाणी, विचाररहित अवस्थेत जिथं मीही नाही आणि तुम्हीही नाही, तर फक्त प्रगाढ शांतिपूर्ण अवस्था आहे, ती म्हणजे 'पवित्र भेट'! हाच तो परमानंदाचा ठेवा, उच्चतम आशीर्वाद! पवित्र अशा ठिकाणी जाण्याचा हाच तो दरवाजा– जो बाहेरच्या डोळ्यांना कधीच दिसू शकणारा नसेल; पण 'आतल्या' नजरेला निश्चित दिसू शकेल.

या दरवाज्यातून जे आतमधे प्रवेश करतात, ते कोणी हिंदू नसतात, ख्रिश्चन नसतात, कोणी बौद्ध नसतात. ते फक्त चैतन्यस्वरूप, एक निष्पाप अस्तित्व असतात. कधीही परिचित नसलेला सुगंध त्यांच्या आसपास पसरलेला असतो, सभोवतालचा अंधार एका वेगळ्याच प्रकाशानं नाहीसा होत असतो आणि त्याबरोबरच आवाजरहित स्वर्गीय संगीत, आणि पदन्यासरहित नृत्याची भावना मनात उचंबळत असते. अध्यात्मातलं हे एक मोठं गूढ रहस्य आहे.

□

प्रिय ओशो

बरेच जर्मन्स समजतात की, मार्टिन ल्यूथर हा फार मोठा बंड करणारा, प्रस्थापित पोपच्या सत्तेविरुद्ध आवाज उठवणारा होता. पोपची निरंकुश सत्ता उलथवून टाकून त्यानं बायबलची लॅटिन भाषेतील आवृत्ती सिद्ध केली आणि सर्वसामान्य जनतेसाठी ती खुली केली. शिवाय एका 'नन्'बरोबर त्यानं लग्नही केलं. पण नंतर मात्र त्यानं काही स्वार्थी हेतू बाळगले... अर्थात या सगळ्या घटनांना 'सुधारणा' म्हणून समजलं गेलं. तुम्ही सांगू शकाल... खऱ्याखुऱ्या बंड करणाऱ्या आणि खऱ्याखुऱ्या सुधारणावादी व्यक्तींमधला फरक काय आहे, तो? बंड करणारा माणूस सुधारणावादी बनू शकतो?

प्रेमनिर्वाणो, एखाद्या विशिष्ट कारणासाठी आत्तापर्यंत मी कधीही मार्टिन ल्यूथरवर बोललेलो नाहीये. तो बंड करणारा कधीही नव्हता, तसा तो धार्मिकही कधी नव्हता. तो शुद्ध राजकारणी माणूस होता. त्यानं पोपच्या सत्तेला खाली खेचण्याचा प्रयत्न केला, तो सत्तेला विरोध म्हणून नव्हे, तर ती सत्ता स्वत:ला हवी होती, म्हणून! तो त्या बाबतीत मत्सरी होता. म्हणूनच ती सत्ता तो मिळवू शकला, त्यानं पोपचे अनुयायी आणि स्वत:चे अनुयायी यांच्यात तेढ निर्माण केली. दुफळी निर्माण केली... सत्तेबाबत त्याचे हेतू फारच मोठे होते, म्हणूनच ही दुफळी निर्माण झाल्यानंतर त्यानं काही स्वार्थी गोष्टींमधे आपलं लक्ष घातलं. बंड करणाऱ्याला हे कधीही शक्य नाही. बंड करणारा, क्रांती करणारा हा फक्त क्रांती करणाराच असतो. त्याच्या दृष्टीनं सत्तेला काहीही महत्त्व नसतं. उलट, सत्ताधारी माणसांनाच त्याचा विरोध असतो. कारण सत्तेचं विकेंद्रीकरण व्हावं, हे त्याच तत्त्वज्ञान असतं. कोणत्याही विशिष्ट व्यक्तीच्या हातांत सत्ता जाऊ नये, ही त्याची इच्छा असते. मग ती सत्ता कोणतीही असो, राजकीय असो किंवा आर्थिक असो किंवा धार्मिक! तिचं विकेंद्रीकरणच व्हायला हवं. प्रत्येकाला त्याचा लाभ व्हायला हवा. प्रत्येकाची स्वत:ची अशी विशिष्ट सत्ता हवी. एखाद्या विशिष्ट माणसाच्या अमलाखाली कुणीच राहता कामा नये.

मार्टिन ल्यूथर हा एक धूर्त राजकारणी होता. त्याच्या धूर्तपणामुळं आणि कुशाग्र बुद्धीमुळं तो ख्रिश्चनांमधे तेढ निर्माण करू शकला आणि आपण फार मोठा क्रांतिकारक असल्याचा आव आणला. मत्सरी माणूस नेहमीच हजारो मार्ग शोधत असतो, ते लपवण्यासाठी! त्याच्या संपूर्ण मनाचा कल हा फक्त पोप होण्याकडं होता. पण ते कधीही शक्य नसल्यानं दुसऱ्या कोणत्याही विशिष्ट माणसाच्या हातांत ती सत्ता असणं त्याला मान्य नव्हतं. त्याचे अनुयायी काही आकास्मितपणे प्रॉटेस्टंट समजले गेले नाहीत. तर तो स्वत:च मूलत: पोपच्या सत्तेच्या विरोधात होता. आणि हा विरोध पोपच्या सत्तेचं विकेंद्रीकरण व्हावं, या उदात्त हेतूनं नव्हता. तर 'त्याला' ती सत्ता दिली जावी, म्हणून होता. म्हणून पोपला आपण अजिबात मानत नाही, हे दर्शवण्यासाठी तो एका 'नन्'बरोबर विवाहबद्ध झाला आणि त्यानं बायबलचं सामान्यजनांसाठी भाषांतरही केलं.

पोपचा या दोन्ही गोष्टींना विरोध होता. त्यांच्या म्हणण्याप्रमाणे मठवासी हा ब्रह्मचारीच असला पाहिजे; आणि दुसरं, सर्वसामान्यांनी उपयोग करण्यासाठी 'बायबल'चं प्रचलित भाषेत भाषांतर होऊ नये! त्याची कारणं स्पष्ट होती. केवळ पोपच नव्हे, तर सगळ्या जगातल्या धार्मिक माणसांचं हेच मत होतं की, त्यांच्या धर्माच्या पवित्र धर्मग्रंथांचं, प्रचलित बोली भाषेत मुळीच भाषांतर होऊ नये. कारण असं करण्यामागे भीती अशी की, या ग्रंथांमधल्या गोष्टी सर्वसामान्यांपर्यंत पोचल्या, तर त्यांना फार मोठा धक्का बसेल. कारण खरोखरच या ग्रंथांमधे पवित्र असं काही नाहीच.

खरंतर, त्यात अपवित्र असं बरंच आहे. हे पवित्र ग्रंथ-उत्तम साहित्यमूल्य असलेले म्हणून कधीच मान्यता पावलेले नसून, त्यांची रचना, त्यांची प्रकृती ही पूर्णपणे ऐहिक, सांसारिक आहे. अतिसामान्य आहे. म्हणूनच हे सगळे धार्मिक लोक सामान्यांना न कळणाऱ्या भाषेतच ते राहू देण्याचा प्रयत्न करीत असतात.

एखादा माणूस संस्कृत सूत्रांचं पठन करताना तुम्ही जर कधी ऐकलंत, तर असं वाटतं की, केवढा तरी यांमधे अर्थ भरलेला असेल. –कारण खरोखरच जुन्या भाषेमधे एक प्रकारचा नाद आहे, आणि तो आवश्यकही होता, कारण लेखनकला ही फार नंतर सुरू झाली. त्यामुळं स्मरणात ठेवणं हे त्या वेळच्या लोकांना आवश्यक होतं. आणि काव्य, किंवा पद्य म्हणूया हवं तर, ते लक्षात ठेवणं केव्हाही सोपं. गद्यापेक्षा केव्हाही सोपं. लॅटिन, ग्रीक, संस्कृत, अरेबिक, पर्शियन, चिनी या सगळ्या जुन्या भाषांमधे गेयता आहे, नाद आहे, संगीत आहे. म्हणूनच त्यांचा अर्थ कळला नाही, तरीही त्या श्रेष्ठ वाटतात. कोणतातरी खूप मोठा अर्थ या नादमय, संगीतमय भाषेत, शब्दांत लपलेला आहे, असं वाटत राहतं.

पण खरोखरच या धार्मिक लिखाणांचे अनुवाद हे पूर्णत: निष्प्रभ झाले आहेत. कारण खरंच त्यांत काहीच नाही. ते इतके सामान्य आहेत की, एखाद्याला लाज

वाटेल की, हा आहे माझा पवित्र धर्मग्रंथ? बरेचसे धार्मिक ग्रंथ हे बीभत्स, आणि अश्लीलतेनं भरलेले आहेत. पवित्र बायबलची पाच हजार पानं ही पूर्णपणे अश्लीलतेनं व्यापलेली आहेत. म्हणूनच बायबल सामान्य भाषेत आणायला पोप घाबरले. कारण लोकांना हे माहीत होणं आणि त्यांनी ते उपयोगात आणणं हे धोकादायक होतं. आणि ब्रह्मचर्य हे तर सगळ्याच धर्माचं मूळ सूत्र होतं- फक्त ख्रिश्चनांचंच होतं, असं नाही.

मार्टिन ल्यूथर पोप होऊ शकत नव्हता, म्हणून तो अतिशय नाराज होता. शिवाय पोप होणं त्याच्या हातांतही नव्हतं. कारण पोपची निवड ही तिथल्या पदाधिकाऱ्यांकडूनच होत असते. त्यांची 'पोप' निवडीची एक विशिष्ट पद्धत असते. पोपच्या मृत्यूनंतर एकूण दोनशे उच्चपदस्थ धर्मगुरू (कार्डिनल) व्हॅटिगन इथं जमतात. एका विशिष्ट जागी दोनशे लहान लहान खोल्या बांधलेल्या असतात. त्या ठिकाणी हे अधिकारी चोवीस तास बसून कडक उपवास, प्रार्थना करून मन:पूर्वक देवाचा कौल मागतात. भविष्यकाळात पोप होण्यायोग्य कोण असेल? पूर्ण चोवीस तास हे धर्मगुरू अशा तऱ्हेचं अनुष्ठान करून नंतर प्रत्येकजण त्या दोनशेपैकी एकाचं नाव लिहून काढतात. सर्वांची नावं लिहिलेल्या त्या चिठ्ठ्या गोळा केल्या जातात. सर्वांत जास्त चिठ्ठ्या ज्या नावाच्या असतील, त्याची पोप म्हणून निवड होते.

ही सगळी प्रक्रिया खूपच विचित्र आणि गुंतागुंतीची असते. तुम्ही कोणाचाही प्रचार करू शकत नाही, किंवा तुम्ही कुणाकडं मतही मागू शकत नाही. सगळं काही विलक्षण गुप्ततेनं आणि निर्बंध घालून चाललेलं असतं. तुम्ही कोणाला निवडणार, याविषयी विचारविनिमय चालू असताना एकमेकांना तुम्ही भेटू शकत नाही. स्वत:च्या लहानशा खोलीत बंदिस्त होऊन हा निर्णय करायचा असतो. उपवास आणि प्रार्थनेनं तुम्ही तुमचं योग्य असं मत देऊ शकता, असा विश्वास बाळगला जातो. ते राजकीय विचारांनी न ठरता केवळ तुमच्या आतल्या मनानं, शुद्ध विचारांनी ठरवलं जातं की, कोण होऊ शकेल या धर्माचा योग्य नेता? कारण तोच जीझसचा प्रतिनिधी असणार आहे. मार्टिन ल्यूथरला काहीच आशा नसल्यानं तो फक्त निषेध व्यक्त करू शकत होता; आणि म्हणूनच लोकांचा पाठिंबा मिळविण्यासाठी त्यानं दोन मुद्द्यांवर जास्त भर दिला. हेच ते शुद्ध राजकारण! अनेक धर्मगुरू, अनेक पुरोहित, अनेक धर्म अधिकारी मनापासून लग्न करण्याविषयी उत्सुक होते. पण परंपरेविरुद्ध जाण्याचं धैर्य त्यांच्यात नव्हतं. मार्टिन ल्यूथरनं विवाह करताक्षणी अनेक धर्मगुरू, तसंच पुरोहितांनी त्याचं अनुकरण केलं. अर्थात हे अनुकरण करण्यामागं मार्टिन ल्यूथरचं मत त्यांना योग्य वाटलं, असं नाही; तर त्यानं त्यांना ती संधी मिळवून दिल्यामुळं ते लग्न करूनही ख्रिश्चन राहू शकले म्हणून! आत्तापर्यंतच्या दबावामुळं, निर्बंधांमुळं ते कंटाळून गेले होते.

तसंच 'बायबल'चं सामान्य, प्रचलित भाषेत भाषांतर करण्याच्या त्याच्या प्रयत्नामुळंही त्याला लोकांचा पाठिंबा मिळू शकला. कारण बायबलमधे काय आहे, याची उत्सुकता सामान्यांना होतीच. त्यामुळं बायबलचं भाषांतर हा त्यांच्या दृष्टीनं चमत्कारच होता.

संपूर्ण ख्रिश्चनांचा मुख्य धर्मगुरू म्हणून मार्टिन ल्यूथर हा कधीच होऊ शकत नव्हता; पण तो प्रॉटेस्टंट चर्चचा मुख्य झाला आणि मुख्य प्रवाहापासून वेगळ्या अशा पंथाचा दुसरा पोप म्हणून नियुक्त झाला. मार्टिन ल्यूथरला धार्मिक माणूस म्हणून मी कधीच विचारात घेतलं नाही. कारण धार्मिक माणसांत मी त्याची गणना कधीच करत नाही. शिवाय तो कधीही क्रांतिकारक म्हणून नव्हताच... तो फक्त एक धूर्त, मत्सरी माणूस होता, म्हणूनच चर्चपासून वेगळं होऊन त्यानं दुसरा संप्रदाय निर्माण केला, आणि तत्परतेनं काही धूर्त कामांमधे स्वत:ला गुंतवून घेतलं. नवीन पंथाचा धर्म निर्माण करण्यासाठी त्याला पैशाची, सत्तेची जशी गरज होती, तशीच एखाद्या चर्चची सुद्धा होती. त्यानं ते करून दाखवलं.–

इतिहासानं लिहिलं: 'सुधारणा'! अतिशय सामान्य पद्धतीनं याला 'सुधारणा' म्हणताही येईल; पण त्यात बढाई मारण्यासारखं काहीच नाही. एखाद्या जोगिणीबरोबर लग्न करणं यात फार मोठं ते काय? ही काय फार मोठी सुधारणा आहे का? हजारो लोक लग्न करतात. तसंच लॅटिन बायबलचं भाषांतर करणं हे तरी काय फार मोठं काम आहे का? ते हिब्रूमधून ग्रीक भाषेत झालेलं आहे, ग्रीकमधून लॅटिनमधे झालेलं आहे... यात प्रश्न तो कोणता? ते आधीच अनेक भाषांमधून झालेलं आहे. आता ते इंग्रजी आणि जर्मन भाषेतून सुद्धा होऊ शकेल. होय... ती कदाचित सुधारणा म्हणून गणली जाईल. पण मी त्याला फारशी किंमत देत नाही.

एकदा माझ्या जुन्या प्रोफेसरांचं प्रशस्तिपत्र घेऊन एकजण माझ्याकडं आला. प्रोफेसरांनी प्रशस्तिपत्रकात लिहिलं होतं: 'हा माणूस क्रांतिकारक आहे. तुम्हांला हा नक्कीच आवडेल. त्याला तुम्हांला भेटायची खूप इच्छा आहे; म्हणून मी तुमच्याकडं त्याला पाठवलंय्.'

मी त्याला विचारलं,

'क्रांतिकारक असं तू काय केलंस? किंवा क्रांतिकारक असे तुझे कोणते विचार आहेत?'

'मी एका विधवेशी विवाह केलाय्'... तो उत्तरला.

'काय?... यात कोणती क्रांती? प्रत्येक विधवेला लग्नाचा अधिकार असायलाच हवा! त्यात तू काय वेगळी क्रांती केलीस... आणखी काय काय केलंस?' मी विचारलं.

'नाही... एवढं एकच क्रांतिकारक काम मी आजपर्यंत केलंय्.'

असाच एका ठिकाणी एक माणूस मला भेटला. खूप मोठा क्रांतिकारक-

समाजकार्यकर्ता म्हणून तो ओळखला जात होता. तो सामूहिक विवाह आयोजित करीत असे. साधारणत: एक पुरुष एका स्त्रीबरोबर विवाह करतो. इथं डझन पुरुष डझन स्त्रियांशी विवाहबद्ध होणार आणि खर्च वाचणार. एक पुरोहित सर्वांची लग्नं एकदम लावणार. डझनवेळा लावण्याऐवजी एकदाच ती लावणार.

मी विचारलं,

'यात कोणती क्रांती?'

पण या साध्या-सामान्य गोष्टी क्रांतिकारक म्हणून गणल्या जातात. तसंच, मार्टिन ल्यूथरनं जे काही केलं, ते सुद्धा सामान्यच होतं. त्यामुळं मानवी जाणिवांत फार मोठा फरक पडला, असं नाही. किंवा त्यामुळं प्रॉटेस्टंट ख्रिश्चनांची फार मोठी उन्नती झाली, असंही नाही किंवा ते कॅथॉलिकपेक्षा वरचढ झाले, असंही नाही. तसंच माणुसकीमधे काही सुधारणा झाली, असंही नाही. यामधे फक्त मार्टिन ल्यूथरच्या पोप होण्यामधल्या अहंकाराची फलश्रुती झाली, एवढंच! आणि तो स्वत:ला येशूचा खराखूरा वारस समजू लागला, इतकंच!

अशा सुधारणांमधे (गोष्टींमधे) मला काहीही स्वारस्य नाही. खरं सांगायचं, तर हे लोक मूर्खच आहेत. पण अशा गोष्टींनाच लोकं सुधारणा समजतात! समाज-सुधारणा!

सुधारणा-क्रांती हा फार मोठा शब्द आहे. तुमच्या मूळ जीवनात, आयुष्याच्या मुळामधे काही बदल व्हायला पाहिजेत. सुधारणा म्हणजे तसं काही फार मोठं नाही. पण तरीही अजूनही चांगल्या जीवनपद्धतीसाठी त्या पद्धतशीरपणे अमलात यायला हव्यात.

मार्टिन ल्यूथरनं काय केलं? त्यानं जर्मन भाषेत 'बायबल'चं भाषंतर केलं आणि स्वत:ला मुख्य समजताना तो म्हणू लागला की, जीझसचा मीच खरा अनुयायी आहे! कारण मुख्य धर्मगुरू होण्याची त्याला काहीच आशा नव्हती. तो अतिशय हट्टी आणि अहंकारी असल्यानं कुणालाच नको होता. तो 'साधारण' धर्मगुरूही नव्हता, तेव्हा मुख्य धर्मगुरू होण्याचा प्रश्नच नव्हता.

केवळ महत्त्वाकांक्षा! त्याचसाठी त्यानं लोकांच्या भल्यासाठी आपण काही करतोय्, असा प्रचार करून जनतेचं मत आपल्याकडं वळवलं. उघडच जोगिणींना ते आवडलंच! कारण अनेक जोगिणी विवाहासाठी धडपडत होत्या, अनेक भिक्षू विवाहासाठी आतुर होते. पण ते कुणाला सांगू शकत नव्हते. ज्यांना स्वत:चं असं धैर्य नव्हतं, जे स्वत:चा निर्णय स्वत: घेऊ शकत नव्हते, अशीच भेकड माणसं त्याच्या मागोमाग त्याचे अनुयायी म्हणून आली.

तसंच भाषांतराचं! अनेक माणसांना बायबलचं भाषांतर हवंच होतं. त्यानं फार मोठा फरक पडला नाही. एका मुख्य धर्मगुरूच्या जागी (पोप) दोन मुख्य धर्मगुरू झाले. तसंच एकाच्या ऐवजी दोन ख्रिस्ती धर्म झाले. त्यात निराळेपणा असा

काहीच नाही.

पॅडी एकदा रस्त्यात रेंगाळत होता. अर्धवट झोपेत असा तो चाललेला असताना मिक् त्याला विचारतो,

'काय, रे, इतक्या सुंदर सकाळी तू अर्धवट झोपेत काय आहेस. काय झालंय तुला?'

पॅडी उत्तरला,

'काल मध्यरात्री मी अचानक जागा झालो.'

'का, रे?'

'मांजरामुळं! त्यामुळं पुढची संपूर्ण रात्र त्याची वाट पाहण्यात गेली. कारण, ते आत आलं, की मी त्याला बाहेर फेकणार होतो.'

सुधारणा, क्रांती, बंद करणं – या शब्दांचा खरा अर्थ, त्याचं सौंदर्य ज्यांनी नाश केलंय्, त्यांनी वापरूच नये.

□

प्रिय ओशो

वाढत जाणं आणि बदलत जाणं या दोन्हींबद्दल मला विलक्षण प्रेम आहे. कारण माझा असा विश्वास आहे की, हे वाढणं प्रचंड कष्टांतून, धडपडीतून, तीव्र धडपडीतून येत असतं. म्हणून जेव्हा मला यातना होतात, तेव्हा मी आनंदात असतो; कारण या यातना माझ्या वाढण्यासाठी, उन्नतीसाठी उपयोगात असणार आहेत, हे मला माहीत असतं; कारण माझा अनुभव खरोखर तसा आहे की, खूप कष्टांतून गेल्याशिवाय सुरळीत काही प्राप्त होत नाही. तसं माझ्या बाबतीत घडलेलं आहे. एक शोधक म्हणून हे जेव्हा मी मानतो, आणि माझ्या जुन्या खूप संवेदनशील दु:खापेक्षा हे किती वेगळं आहे, हे जाणतो तेव्हा त्याचं स्पष्टीकरण देऊ शकाल?

आविर्भवा, मला वाटतं, तुझ्या दृष्टीनं याला निश्चित असं काही महत्त्व आहे. कष्टावस्था, संकटमय अवस्था ही वाट्याला आलेले दु:खभोग आणि व्यथांपेक्षा वेगळी असू शकते. (Misery......suffering) किंवा तशी असणारही नाही. पण त्यात फरक असण्याची शक्यता नाकारता येत नाही. 'मिझरी' ही मनाची अशी एक अवस्था असते की, सगळीकडं जणू अंधारी रात्रच आहे. कुठंही आशेचा किरण दिसत नाही... सगळ्या आशा संपलेल्या आहेत अशा अवस्थेत तुम्ही स्वत:ला आतल्या आत मिटून घेतलंय्. याला ही अवस्था म्हणता येईल. कष्टावस्था – मिझरी!

तुम्हांला मरण हवंय्; पण ते तुम्हांला मिळू शकत नाही. तुम्ही जगूही शकत नाही; आणि मरूही शकत नाही. या दोन्ही अवस्थांमधून तुम्ही पुरते भरडून निघता. अशा तऱ्हेच्या संकटांमधून उन्नती, वाढ ही कधीही शक्य नाही. उलट, वाढीच्या सगळ्या शक्यतांनाच सुरुंग लावला जातो. रात्री लांब लांब होत जातात आणि प्रकाश आणखीन दूर जातो. सुरळीत होण्याऐवजी अडचणीच होऊ शकतात.

पण 'भोगां'च्या बाबतीत वेगळ्या प्रकारच्या दु:खाबद्दल असं म्हणता येईल की, 'मिझरी' ही पूर्णपणे नकारात्मक गोष्ट आहे आणि दु:खभोगामधे (suffering) सकारात्मक बरंच काही आहे. तुमच्याजवळ उत्कट इच्छा आहे, आशा आहे, पण तुम्हांला रस्ता सापडत नाहीये.

तुम्ही शोधताय्, पण प्रत्येक वेळेला पराभूत होत आहात. उत्तम प्रयत्नांनी यातून बाहेर पडण्याचा तुम्ही प्रयत्न करताय्, तुम्ही या अडचणीशी झगडताय्, तुम्ही फक्त 'नशीब' म्हणून समजत नाही. आणि म्हणून रात्र संपून नवीन पहाट येण्याची बरीचशी तिथं शक्यता आहे. नवी सुरुवात, नवी जाणीव निर्माण होण्याची निश्चितच शक्यता आहे.

पण या सर्व संकटांच्या गोष्टी 'नशीब' म्हणून तुम्ही जेव्हा मानता, तेव्हा त्या मिझरी म्हणून म्हणता येतील. 'नशीब' म्हणून न मानता केवळ जन्म होताना ज्या वेदना होतात... म्हणजे जन्म होताना ज्या दुःखातून तुम्हांला जावं लागतं, त्याच्यापुढं काही निश्चित भविष्य असतं. या वेदना तुम्हांला त्या भविष्यापर्यंत नेत असतात... वेदनांनंतरच्या मार्गाकडं नेत असतात त्या मानणं म्हणजेच सफरिंगमधे, भविष्यात निर्माण होणाऱ्या सरळ मार्गाची शक्यता निश्चित आहे. –

आणि अविर्भवा– जसं मी तुला ओळखतो, तुझं जे आत्तापर्यंत मी निरीक्षण केलंय्, त्यात मला काहीतरी विशेष असं जाणवलंय्. तू क्षणात रडू शकतेस, अगदी मोठाले अश्रू ढाळून रडतेस आणि क्षणात सगळे ढग मावळून जाऊन तू सुंदर हसायला लागतेस. अश्रू गायब झालेले दिसतात. माझ्या खोलीतून येऊन खुर्चीवर मी बसणं किंवा खुर्चीवरून उठून खोलीत जाणं - या एवढ्या क्षणांमधे हे सगळं घडून गेलेलं असतं. अविर्भवा या वेळेत बऱ्याच मार्गांवरून चालू शकते. मी तिचं निरीक्षण करत जातो आणि ती बदलत-बदलत जात असते.

कुठल्याही क्षणी, अक्षरशः न सांगता येणाऱ्या कोणत्याही क्षणात अनेक मोसम येतात आणि जातात. आणि या सर्वांमधे... हसण्या-रडण्यामधे ती पूर्णपणे निष्पाप अशी दिसते - एखाद्या लहान मुलासारखी अगदी शुद्ध! तिचे अश्रू हे दुःखातले वाटतच नाहीत. तिचं निरीक्षण बरोबरच वाटतं. कारण तिच्या डोळ्यांतलं पाणी हे तिला पुढच्या हसण्याकडं नेत असतं. अतिशय सहजपणे, चटकन असा हा बदल घडतो. प्रत्येकाच्या बाबतीत असे क्षण येत असतात. पण तुम्ही मंडळी जुन्या पद्धतीनं, हातानं बदलायला बघता. पण तिच्याजवळ आपोआप बदलणारी यंत्रणा आहे. फक्त एक क्षण! तिच्यासाठी फक्त एखादा विनोद!

हिमी गोल्डबर्ग एकदा महामार्गावर गाडी घेऊन चालला होता. वाहतुकीच्या पोलिसानं त्याला हटकलं. विचारलं... कारण मागच्या सीटवर पंधरा पेंग्विन्स बसलेले होते.

'काय, रे... हे पेंग्विन्स इथं काय करतायृत?'

हिमी उत्तरला,

'गाडीतून चक्कर मारण्यासाठी ते धडपडत होते म्हणून मी त्यांना घेऊन चाललोय्. प्राणिसंग्रहालयात मी त्यांच्याशी बोलत असतो.'

'असं का?' पोलिस म्हणाला. 'या वेळी तुला सूट देतो... ठीकाय्. जा.'

दुसऱ्या आठवड्यात तेच दृश्य! फक्त या वेळी सर्व पेंग्विन्सनी गॉगल्स घातलेले...

पोलिसानं विचारलं,

'काय, रे. तू म्हणाला होतास, मी यांच्याशी प्राणिसंग्रहालयात बोलतो, म्हणून!'

'हो, तर!' हिमी म्हणाला. 'ते गेल्या आठवड्यात... पण आत्ता आम्ही चाललोय् समुद्रकिनाऱ्यावर.'

□□□

सत्र : दोन

लोक काय म्हणतात, याचा अजिबात विचार करू नका. तुम्ही जर सदसद्‌विवेकशील असाल, तर तुमचं वागणं योग्य आहे, असं समजायला हरकत नाही. योग्य असण्याचं माझ्या दृष्टीनं हेच मोजमाप आहे. परमानन्दाचा अनुभव घेणं आणि अतीव शुद्धता तुमच्याजवळ असणं हेच खऱ्याखुऱ्या बुद्धीचं आणि शुद्धतेचं परिमाण आहे.

शहाणपणा हा त्रासदायकच!

प्रिय ओशो

गेले काही महिने मी बागेमधे शांतपणानं खूप कष्टपूर्वक शारीरिक श्रम करतोय्. मला काम करणं खूप आवडतं. कारण त्यातून खोलवर मी तुमच्यापाशी जोडला जातो. तुमची सर्जनशीलता- निर्मिती आणि तुमची परमकृपा माझ्यामधे चांगल्या विचारांच्या रूपानं वाहतेय्.

पण का, कुणास ठाऊक, गेले काही आठवडे या चांगल्या वातावरणापासून आपण दूर फेकले जातोय्, असं वाटतं. तसंच, काही जुनी भुतं परत वळून येत आहेत, असं दिसतं. उतावीळपणा, ईर्षा, राग, गंभीरपणा या सर्व विकारांसह मी तुमच्यापासून दूर जाण्याचं दु:ख अनुभवतोय् की ज्या तुमच्या इच्छेनं मी त्याच्या खूप जवळ होतो! हे सर्व लिहिताना मला अश्रू आवरत नाहीत. काय चुकलं? मी इथून लवकर निघून जाणार आहे. पण अशा तऱ्हेच्या दडपणाखाली जाणं मला बरं वाटत नाही. प्रिय ओशो, माझं काय चुकलं, हे कृपा करून दाखवाल का? मला मदत करा... तरच, खूप आनंदात, हृदयात तुमचं अस्तित्व ठेवून, शांतपणे मी इथून जाऊ शकेन...

प्रेमदा, आपल्या जाणिवांचा; सदसदविवेकाचा विस्तार ज्या वेळी होत असतो, त्या काळात अनेक चढउतार पार करावे लागतात. एखादा कठीण पर्वतावरचा प्रवास! त्यामधे अवघड काहीच नाही. फक्त मार्ग कुठून जातोय्, हे माहीत नसल्यानं, त्या मार्गाला तुम्ही परिचित नसल्यामुळं तसं वाटतं खरं. काही वेळा पुढची चढण चढण्यापूर्वी एखादा उतार पार करावा लागतो. शिखराकडे जाण्यासाठी दऱ्याखोऱ्या पार कराव्या लागतात. येणारं प्रत्येक शिखर हे एखाद्या तीर्थस्थानाची सुरुवात असते, कारण त्यापेक्षा उंच शिखर पुढं असतं. पण ते पुढं येणारं उंच शिखर चढण्यापूर्वी पुन्हा खाली उतरावं लागतं. हे केवळ नैसर्गिक आहे, ही जाणीव तुमच्या मनात एकदा घट्ट बसली की, मग सोपं आहे. मग येणारी दु:खं, हालअपेष्टा, निराशेचे ढग आपोआप विरघळून जातात.

खरं तर, तुम्ही योग्य असेच वागलेले असता, तेव्हा पहिली गोष्ट लक्षात ठेवायची, ती म्हणजे, अडचणींच्या काळामधे काळजी न करणं! पुढं येणाऱ्या भरभराटीच्या काळावर लक्ष ठेवून प्रवास केलात, तर तो सुखाचा होईल. या दऱ्या- खोऱ्या त्या उंच पर्वताचाच भाग आहेत. तेव्हा त्यांना वगळून तुम्ही पर्वताचा विचारच करू शकत नाही. आणि जेव्हा ही गोष्ट तुमच्या मनात खोलवर रुजेल, तेव्हा हा उतारावरचा प्रवास तुम्ही नाचून गाऊन आनंदानं कराल. –कारण तुम्हांला खात्री असेल की, पुढं

शिखर आपली वाट पाहत आहे. या पवित्र स्थानांना तोटाच नाहीये. ते इतकं सोपं आहे की, जशी प्रत्येक दिवसानंतर रात्र आणि रात्रीनंतर दिवस उगवतो, अगदी तसं!

म्हणून तुमच्या मनाला ही शिकवण पाहिजे, की दिवसा जसे आपण आनंदित असतो, तसे रात्रीही असायला हवे. त्या रात्रीलाही तिची स्वत:ची सुंदरता आहे. शिखर जसं वैभवशाली आहे, तसा दऱ्यांनाही त्यांचा थाट आहे. पण तुम्हांला जेव्हा फक्त शिखरावरच राहण्याची सवय होते, तेव्हा तुम्ही चिकित्सक बनता आणि कुठलीही जाणीव चिकित्सेनं सुरू झाली की, त्रासच त्रास! तेव्हा कोणतीही चिकित्सा न करता समोर येईल, ते आनंदानं भोगणं यालाच नैसर्गिक वाढ म्हणता येईल.

रात्र जसजशी अंधारी होत जाते, तसतशी ती पहाटेच्या जवळ जवळ जात असते. म्हणून रात्रीच्या अंधारातल्या तारकांचा आनंद लुटायला शिका; कारण त्या दिवसभर दिसू शकत नाहीत. आत्तापर्यंत काय होतं, पुढं काय होणार आहे आणि आत्ता काय आहे, यांत तुलना करू नका.

आत्ता जे आहे, त्यात आनंदीच असायला हवं.

आता तुम्ही माझ्यापासून दूर चालला आहात... नवीन अनुभवातून तुम्ही जाणार आहात. तुम्ही माझ्यापासून दूर चालला असलात, तरी मी तुमच्यापासून दूर चाललो नाहीये. तुमच्या आनंदाच्या क्षणी, तसंच, दु:खाच्या क्षणीही मी तुमच्याजवळ असेन. दु:ख, अश्रू यांशिवाय जीवन अळणी आहे. या सगळ्या अनुभवांनीच आयुष्य समृद्ध होत असतं. प्रकृतीच्या जितक्या जास्त जास्त बाजू तुमच्या लक्षात येतील, आणि तरीही तुम्ही तुमचं स्वत्व टिकवून धरू शकाल, तर आयुष्य प्रत्येक क्षणी समृद्धतेकडे वाटचाल करीत राहील. आयुष्याच्या जितक्या विविध अवस्थांतून जाणं होतं, तितकं तितकं ते जास्त समृद्ध होत जातं.

कशापासून तरी दूर जाण्याचा अर्थ असा आहे की, परत येणं. तुम्ही पुढं गेलाच नाहीत, तर परत कसे येऊ शकाल? परत येण्याची क्रिया कुठंतरी जाण्याशिवाय कशी पूर्ण होणार? म्हणून आयुष्याकडे तुम्ही नेहमी तर्कशुद्ध प्रक्रियेनं पाहा... इथं रात्र ही दिवसाला घेऊन येते, इथं मृत्यू हा नवीन जीवाला घेऊन येतो, इथं दु:ख हे दुसऱ्या आनंदाला जन्म देत असतं. इथं एकाकीपण हे नवीन आनंद आणत असतं. प्रत्येक गोष्ट एकमेकांना जोडलेली आहे. एकाच ऐंद्रिय पोकळीचा एक भाग. प्रत्येक गोष्ट वेगवेगळी करून आपण प्रश्‍न निर्माण करत असतो. प्रत्येक गोष्टीचं विभाजन न करण्याची कला शिकायला हवी. फक्त सावध असायला हवं. जे जसं आयुष्य आहे, तसं लक्षपूर्वक पूर्ण आनंदानं भोगायला हवं. इथं तुम्ही माझ्याबरोबर आहात. पुढं जर्मनीतसुद्धा तुम्ही माझ्याबरोबरच असाल, कारण माझं तुमच्याबरोबर असणं हे शारीरिक नाहीये. हे एकप्रकारचे प्रेमसंबंध आहेत की, ज्यांमधे वेळेचं किंवा जागेचं अंतर नाही. जिथं जिथं तुम्ही असाल, तिथं तिथं तुम्ही

मला पाहू शकाल, जाणू शकाल. कुठल्याही परिस्थितीत असा, मी तिथं असेन. एक लक्षात ठेवा, आयुष्यानं जे तुम्हांला दिलंय्, त्याचा आनंदानं स्वीकार करा. जरी अंधकार असेल, तरीही आनंद माना. आणि अंधारातल्या तारकांच्याखाली आनंदानं नाचा. लक्षात असू द्या की, प्रत्येक रात्रीच्या गर्भातच नवीन उषःकाल असतो. तसंच प्रत्येक दिवसानंतर रात्रीचा अंधकार असतो. जेव्हा पानगळीच्या दिवसांत झाडं उघडी-बोडकी होतात, सगळी पानं गळून पडतात, तेव्हा लक्षपूर्वक जुन्या वाळलेल्या पानाकडं पाहिलंत, तर दिसेल की, पानं वाऱ्याबरोबर गिरक्या घेत नाचतायत्. आणि ती उघडी झाडंही मोकळ्या आकाशाच्या पार्श्वभूमीवर वेगळ्याच तऱ्हेनं सुंदर दिसतायत्. त्यांचं ते उघडं भकासपण कायम राहणारं नसतं. जुन्या पानांचं गळणं हे फक्त नवीन येणाऱ्या पानांना जागा करून देणारं असतं. नवीन फुलांना फुलण्यासाठी असतं.

जे-जे अस्तित्वात आहे, ते सारं काही प्रत्येक क्षणी नवीन नवीन होत असतं, बदलत असतं. तुम्ही त्या प्रवाहात शांतपणे मार्गक्रमणा करायला पाहिजे. त्यात अडथळा आणणं म्हणजे दुःखाला आमंत्रणं. जेव्हा रात्र असते, तेव्हा तुम्ही दिवसासाठी रडता; जेव्हा दिवस असतो, तेव्हा रात्रीसाठी रडता. हे जे सतत रडणं आहे, ते आयुष्याला दुःखी करत राहणं आहे. जसं आयुष्य समोर आलंय्, तसं ते मोठ्या मनानं, आनंदानं स्वीकारलंत, तर तुम्ही त्याचं नंदनवन करू शकता. हे चांगलं का वाईट, याचा न्यायनिवाडा करीत बसू नका. तुमचं मोठं मन हे निश्चितच प्रत्येक गोष्ट चांगल्या अनुभवात, सुंदर अनुभवात परिणत करण्यासाठी कामी येऊ शकेल, तसंच, ते तुमची जाणीव दृढ करू शकेल, तुमच्या प्रेमाला वेगळ्या उंचीवर नेऊ शकेल. आणि एखाद्या सुंदर, सुगंधित फुलात तुमचं रूपांतर करील.

संपूर्ण स्वीकार! आहे तसं पूर्णपणे स्वीकारण्याची कला तुम्ही शिका. गौतम बुद्धांनी हेच तत्त्वज्ञान सांगितलंय्. निसर्गाची सत्यता मान्य करा. त्याच्या विरुद्ध जाण्याची कल्पनाही करू नका. आत्ता जे आहे, त्याच्या विरुद्ध जाऊ नका. फक्त नदीच्या प्रवाहाबरोबर राहा.

दोन भटके प्रवासी (ट्रॅम्प्स) एका झाडाखाली बसलेले असताना एक विचारतो,

'जीम, तुला माहितेय्... हा ट्रॅम्पिंगचा व्यवसाय आयुष्यभर करत राहणं, इकडेतिकडं भटकणं, कुणालाही आपण नको असणं, आपल्या माणसांच्या तिरस्कारयुक्त नजरा... हे, हे आयुष्य मला काही वेळा बरं नाही वाटत!'

जिम म्हणतो,

'मग तू स्वत;साठी दुसरं काम कां नाही बघत?'

'काय? दुसरं काम?... कसं शक्य आहे? आणि काय सांगू जगाला? मी पराभूत आहे, म्हणून?' पहिला उत्तरतो.

स्वतःला पराभूत कधीही समजू नका. आहे तसं स्वीकारणं यात फार मोठं यश

लपलेलं आहे. तुम्ही पराभूत होणारच नाही. या वृत्तीमुळं जगातली कोणतीही शक्ती तुम्हांला पराभूत करू शकणार नाही. कारण पराभवाच्या छायेत सुद्धा तुम्ही आनंदानं नाचता. येणारी प्रत्येक संधी एखाद्या सुंदर निर्मितीमधे उपयोगात आणा! अशा तऱ्हेची वृत्ती तुम्ही कायम बाळगा, अशी भ्रामक आणि फसवी शक्यता मी वर्तवणार नाही. तुम्ही जर मृत असाल, तरच ते शक्य आहे. तुम्ही जर जिवंत आहात, तर वातावरण नक्कीच बदलणारं असणार आहे, ऋतू बदलणारे असतील आणि मग या ऋतूंकडून हिवाळा, उन्हाळा, पावसाळा या अवस्थांमधून तुम्ही शिकायला पाहिजे. या वातावरणातून, या वेगवेगळ्या ऋतूंमधून आनंदानं प्रवास करूनच तुम्हांला कळेल की, जे म्हणून काही अस्तित्वात आहे, ते तुमच्या विरुद्ध नाहीये. तेव्हा ते जे काही देईल, ते कदाचित कडू असेल; पण ते औषधी असेल. सुरुवातीला त्याची चव गोड नसेल; पण शेवटी मात्र जाणवेल की, आपल्या मनोवृत्तीनं जे दिलं नाही, ते या प्रकृतीनं मात्र दिलं!

तेव्हा जे काही घडतंय्, ते चांगलंच आहे... असं समजून सहजपणानं घ्या. हे सुद्धा कायम राहणारं नाहीये, तर बदलत जाणारं आहे. पण 'तुम्ही' ते 'प्रयत्नपूर्वक' बदलू नका. नैसर्गिकरीत्या त्याला बदलू दे. यालाच मी विश्वास म्हणतो. प्रकृती ही तुमच्यापेक्षा शहाणी आहे आणि तुमच्या वाढीसाठी तुम्हांला आवश्यक असणाऱ्या गोष्टीच ती तुम्हांला पुरवत असते, हे लक्षात ठेवा.

□

प्रिय ओशो

मळभ जाऊन सगळीकडे आता पांढरे स्वच्छ ढग पसरलेले आहेत. मी त्याच्याशी संपूर्ण तादात्म्य पावल्यानंतर सगळं काही बदलून गेलंय्. अस्तित्वात असलेल्या गोष्टींसकट जीवन हे एक साहस आहे, हे जाणवतंय. तर अशा प्रकारचं हे जीवन, की ज्याला विशिष्ट राष्ट्रीयत्व नाही, विशिष्ट घर नाही, समाज नाही. अशा अवस्थेतलं सुंदर आणि समृद्ध जीवन! अगदी गाभ्यातलं असं हे जीवन आहे! बाहेरचं जग हे एखादं वाईट स्वप्न वाटावं, असं आहे. जिथं जिथं मी जाते, तिथं तिथं प्रश्नच दिसतात. जिथं जिथं जाते, तिथं प्रत्येक घरात प्रत्येक जण म्हणत असतो, 'हे माझं घर आहे'... सगळेजण तोंडावरचा मुखवटा बाजूला करायला घाबरतात. पण मी मात्र आनंदी आहे... धन्यवाद, ओशो! मला अशी निर्माण केल्याबद्दल धन्यवाद. तुमची भक्त म्हणून, सध्याच्या या अवस्थेमधे माझं व्यक्तिमत्त्व हे तुमच्यासारखंच झालेलं आहे. जिथं जिथं मी जाते, तिथं तिथं तुम्ही असल्याची मला जाणीव होते. तुम्ही किंवा शिव किंवा कृष्ण! हेच माझं खरं कुटुंब. हे सगळं बरोबर चाललंय् ना, ओशो?

शान्ती विकल्प, तुझ्या संदर्भात सगळं काही आलबेल आहे, हेच मी प्रेमदाला सांगत होतो. त्यालाही काहीतरी चुकतंय्, असंच वाटत होतं. फक्त एकाच... अजूनही तुझ्या मनाच्या एका कोपऱ्यात कुठंतरी प्रश्नचिन्ह आहे. नाहीतर तुझ्या लिहिण्याच्या शेवटी प्रश्न आलाच नसता. शेवटचा तुझा प्रश्न... 'सगळं काही बरोबर आहे ना'... हा प्रश्न सोडल्यास बाकी तू लिहिलेलं सगळं व्यवस्थित आहे. शेवटचं ते वाक्य, तो प्रश्न मात्र बरोबर नाही. पण ही पहिलीच वेळ असल्यानं मी समजू शकतो. हे सगळं इतकं विशाल आहे, इतकं प्रचंड आहे, तुझ्या आकलनाच्या एवढं आवाक्याबाहेर आहे की, तुझ्या बाबतीत 'हे' प्रत्यक्षात घडतंय्, हे तुला स्वत:लाच खरं वाटत नाहीये. केवळ काही जुन्या सवयीमुळं जेव्हा तू इतरांकडं पाहतेस, तेव्हा तू तुलना करायला लागतेस आणि मग तुझ्या मनात प्रश्न निर्माण होतात. हे सर्वांच्या बाबतीत घडत नाहीये, फक्त माझ्या बाबतीतच घडतंय्. तर मग हे बरोबर चाललंय्, की नाही? मी वेडी झालेय् कां? खरं पाहता, तू वेगळ्या अर्थानं खरंच वेडी झाली आहेस, म्हणूनच तू बरोबर आहेस. पूर्णपणे बरोबर आहेस. वेडेपणाशिवाय मी दूसरं काहीही शिकवत नाही. कारण इथं अस्तित्व हेच एक वेडेपण आहे. शहाणपण हे एक आजारपण आहे. इथं प्रक्षुब्ध असणं हा सुंदर वेडेपणा आहे. मनाच्या पल्याडची अवस्था, म्हणजे ईश्वराचा कृपाप्रसाद आणि

शुद्ध आनंद एका गुह्यतम सत्याकडं नेणारा एकमेव मार्ग आहे. निसर्गातल्या झाडांकडं पाहा, पक्ष्यांकडं पाहा, ताऱ्यांकडं पाहा, विशाल सागराकडं, भव्य पर्वतांकडं पाहा!... हे सगळेजण शहाणे आहेत, असं तुम्हांला वाटतं? ते जर शहाणे असते, तर त्यांनी मंदिरात जाऊन प्रार्थना केल्या असत्या, ते कुठला तरी पवित्र धर्मग्रंथ वाचत बसले असते, एखादं फालतू स्तोत्र ऐकत बसले असते. पण या प्रचंड जगातली सगळी वेडी माणसं कुठल्याही धर्माची, किंवा कुठल्याही तत्त्वज्ञानाची मुळीच पत्रास ठेवीत नाहीत. ती फक्त आपल्याच मस्तीत स्वतःचं गाणं गात असतात, आनंदविभोर होऊन नृत्य करीत राहतात.

तुम्ही कधी विचार करता का? की, हे पक्षी जेव्हा आपापसांत किलबिलाट करत असतात, तेव्हा काय बरोबर आहे आणि काय चूक आहे याचा विचार करतात, म्हणून! वसंत ऋतू येतो, झाडं फुलांनी लगडली जातात याची ते कधीतरी बढाई मारतात का? आहे ती परिस्थिती संपूर्णपणे मान्य करणं, सहजपणानं तिला सामोरं जाणं यांमधे कोणतेच 'प्रश्न' उद्भवत नाहीत. हाच त्यांचा सुंदर वेडेपणा!

वेडेपणा हा फार फार मनोरंजक आहे. प्रचंड चित्तवेधक आहे. शहाणपणा हा खरोखरच त्रासदायक आहे, कंटाळवाणा आहे. दुर्दैवानं काहीएक क्षण जरी एखाद्या शहाण्या माणसाच्या सहवासात राहिलात की, लगेच तो तुम्हांला मूर्ख बनवायच्या मागे लागतो.

मला एक गोष्ट माहितेय्. भारत या खण्डप्राय देशाची भारत आणि पाकिस्तान अशी फाळणी झाली, तेव्हा सीमारेषेवर कुठंतरी एक वेड्यांचं सुधारगृह होतं. त्या 'मॅडहाऊस'मधे कोणालाच फारशी रुची नव्हती, फिकीर नव्हती. ते पाकिस्तानमधे गेलं काय, किंवा भारतात राहिलं काय, कोणालाच त्यात रस नव्हता. पण तरीही कुठल्यातरी भागात ते जायलाच हवं होतं. त्या इमारतीच्या अधिकाऱ्यांनी सगळ्या वेड्या लोकांना एकत्र बोलावलं आणि विचारलं,

'तुम्हांला कुठल्या बाजूला जायचंय्?... भारतात, का पाकिस्तानात? तुमची इच्छा काय आहे?'

त्या सगळ्या वेड्यांनी उत्तर दिलं, 'छे छे... आम्ही इथंच खूप आनंदात आहोत. आम्हांला कुठंही जायचं नाही.'

तो अधिकारी वारंवार त्यांना समजावत होत की, 'तुम्हांला इथून कुठंच जावं लागणार नाही. फक्त एवढंच कळायला हवं, तुम्ही कुठल्या बाजूला जाऊ इच्छिता'?

ते वेडे म्हणाले,

'काय, हो? तुम्हांला वेड लागलंय् का?... एका बाजूला तुम्ही विचारताय्, कुठल्या बाजूला जायचंय् आणि तरीही दुसऱ्या बाजूला म्हणताय्... तुम्हाला कुठेच जावं लागणार नाही म्हणून! आम्ही परत एकदा सांगतो, आम्ही कुठंही जाणार नाही. इथंच आम्ही आनंदात आहोत.'

तो अधिकारी त्यांना समजावण्याचे प्रयत्न करत होता, पण नंतर नंतर तोही चक्रावून गेला... कारण ते वेडे जे म्हणत होते, ते पूर्णपणे बरोबर होतं... त्यांना कुठंच जायला लागणार नव्हतं, तर प्रश्न कोणता होता? ते आनंदात होतेच.

शेवटी निर्णय झालाच. कारण त्यांची समजूत पटत नव्हती आणि त्यांना स्पष्टीकरण देणं अवघड होतं. ते आपले आनंदात नाचत गात होते... केवढा हा मूर्खपणा...!

अधिकाऱ्यानं निर्णय घेतला की, ही इमारत दोन भागांत वेगळी करायची... मधे भिंत घालून. मध्यावर भिंत घातली गेली... पलीकडचे लोक पाकिस्तानी ठरले आणि अलीकडचे लोक भारतीय ठरले.

मी असं ऐकलंय् की, ते वेडे अजूनही त्या भिंतीवर चढून एकमेकांशी गप्पा मारतात आणि म्हणतात की, 'आपण होतो, तिथंच आहोच. पण लोकांच्या दृष्टीनं तुम्ही पाकिस्तानात गेलात आणि आम्ही भारतात आहोत, म्हणजे याचाच अर्थ की, सगळं जग वेडं आहे. आपलं नशीब चांगलं, म्हणून आपण आतच राहिलो आहोत. बाहेर नाही आहोत, हे किती छान आहे! कारण बाहेरच्या सगळ्याच गोष्टी मूर्खपणाच्या आहेत.'

असं म्हणतात की, ते अजूनही त्या भिंतीवरून एकमेकांना भेटतात, गप्पा मारतात, हसतात, मजा करतात. म्हणजे हा अनुभव खरोखर मनोरंजकच म्हणायचा! म्हणजेच सगळं काही जिथल्या तिथंच असतं, प्रत्येक जण स्वतःच्याच घरात असतो, फक्त मधे एखाद्या भिंतीची भर पडते, इतकंच. ते वेडे लोक खरोखरच बाहेरच्या जगापेक्षा शहाणेच म्हटले पाहिजेत. दोन राष्ट्रांच्या विभाजनासाठी आम्ही मात्र उगाच सीमारेषा आखत असतो, नवीन राष्ट्रं तयार करत रहातो आणि भांडत बसतो. आणि तरीही आम्ही असतो तिथंच असतो!

तू सुरुवातीला प्रश्न केलास, त्याचं उत्तर म्हणजे तू पूर्णपणे बरोबर आहेस. जगातल्या तथाकथित शहाण्या माणसांचं अजिबात ऐकू नकोस आणि तुलनाही करू नकोस. नाहीतर तुझ्या मनातले प्रश्न कधीच संपणार नाहीत. ते सारखेच निर्माण होतील. फक्त शेवटचं वाक्य वगळता बाकी सगळं तू जे काही लिहिलं आहेस, ते एखाद्या खऱ्या संन्यासिनीला शोभेल, असंच आहे. फक्त शेवटी विचारलेला 'प्रश्न' गाळून टाक. मला नाही वाटत, ते फार अवघड असेल.

दोन आयरिश माणसं एका मोटारीतून प्रवास करत पबकडे चालली होती. मोटारीच्या मागच्या भागात त्यांनी एक बॉम्ब ठेवला होता. काहीतरी दुष्टकाम करण्यासाठी तो ठेवलेला होता... एकानं दुसऱ्याला विचारलं,

'काय, रे, आपण पोचण्यापूर्वी बॉम्ब फुटला, तर?'

दुसरा म्हणाला,

'काळजी करू नकोस. मी दुसरा एक माझ्या बुटामधे ठेवलाय्!'

आजूबाजूच्या मूर्ख वातावरणाची मजा चाखायला घ्या. अर्थातच ते 'तुम्हांला' वेडे समजतील. पण स्पष्टीकरण द्यायची काही गरज नाही. वेडं असणं यांत काहीही चूक नाही. कारण नावं ठेवणाऱ्या इतर माणसांच्या दृष्टीनं तुम्ही वेगळे असता, म्हणून ते तुम्हांला वेडे ठरवतात. त्यांनी आत्तापर्यंत सॉक्रेटिसला वेडं ठरवलंय्, जीझसला वेडं ठरवलंय, मन्सूरला ठरवलंय् आणि सर्मादला ठरवलंय्. आणि हीच त्यांची पद्धत... पहिल्यानं हे लोक या मोठ्या लोकांना वेडं ठरवतात, आणि नंतर त्यांना ठार करण्यासाठी एखादी सबब शोधतात. पण हे करताना हे लोक विसरतात की, उच्च प्रतीच्या जाणिवेचा, त्यांच्याच खूप मोठ्या वारसांचा, आणि स्वतःच्याच वैभवाचा ते खून करतायत्, म्हणून!

सॉक्रेटिसला विष देण्याचं फर्मान निघालं, तेव्हा न्यायाधीशांना तो म्हणाला,

'लक्षात ठेवा, तुमची नावं केवळ माझ्यामुळेच जगाच्या लक्षात राहणार आहेत. नाहीतर तुम्ही काय? तुम्ही तर विस्मृतीत जाणारी माणसं! ज्या माणसाला तुम्ही मृत्यूचा रस्ता दाखवलात, त्याच माणसाच्या ऋणात तुम्हांला राहावं लागणार आहे. कारण मी तर अमरच होणार आहे. आणि तुम्ही मात्र फक्त या 'वाईट' कृत्यामुळंच कायमचे लक्षात राहणार आहात.' आणि ते खरं आहे. नाहीतर त्या न्यायाधीशाचं नाव कुणाला माहीत पडलं असतं? त्यानं 'सॉक्रेटिसला' मारलं, म्हणून त्याचं नाव लक्षात राहिलं.

'पॉन्टीयस पायलेट' हे नाव कुणाच्या लक्षात राहण्याचं काही कारण आहे का? पण केवळ 'येशूला' क्रूसावर चढवण्याचं फर्मान त्यानं काढलं म्हणूनच तो लक्षात राहिला. अन्यथा ज्यूडिया ('Judea') हा खूप लहान, एखाद्या प्रांताएवढा देश होता. फारसा महत्त्वपूर्णही नव्हता, शिवाय पॉन्टीयस पायलेटच्या पूर्वी कितीतरी गव्हर्नर जनरल होऊन गेले होते. आणि नंतरही झाले होते. तेव्हा पॉन्टीयस पायलेट असा कोण मोठा होता की, लोकांच्या लक्षात रहावा. तो आठवणीत राहावा असं त्याच्यात काहीच विशेष नव्हतं, पण केवळ जीझससारख्या एका अद्वितीय, असामान्य आणि जगावेगळ्या माणसाला त्यानं ठार केलं, म्हणून तो स्मरणात राहिला.

एकदा, एका शाळेत शिक्षिका सगळ्या विद्यार्थ्यांना ख्रिश्चन धर्मातल्या त्रिमूर्तीबद्दल समजावून सांगत होती. (पिता-पुत्र-पवित्र आत्मा मिळून परमेश्वर असं) हे सगळं हिंदू धर्मातल्या 'त्रिमूर्ती'ला सुद्धा लागू पडतं...

तीन मुखवटे - ब्रह्मा-विष्णू-महेश!

हे सगळं समजावून सांगितल्यानंतर शिक्षिकेनं मुलांना विचारलं,

'या सगळ्या कल्पनेचं तुम्ही चित्र काढू शकाल?'

सगळ्यांनीच चित्र काढण्याचे प्रयत्न केले, पण एका मुलाच्या चित्रानं मात्र शिक्षिका चकित झाली. कारण त्यानं चार खिडक्या असलेल्या एका विमानाचं चित्र

काढलं होतं. त्या प्रत्येक खिडकीतून एकेक चेहरा डोकावत असलेला त्यानं दाखवला होता.

शिक्षिका म्हणाली,

'पूर्ण एक तासभर मी तुम्हांला समजावत होते की, तीन प्रतीकं मिळून देवाची कल्पना आहे... आणि तू हे काय काढलंय्?'

मुलानं उत्तर दिलं,

'मी तेच तर काढलंय्!... या पहिल्या खिडकीतून डोकावणारा चेहरा म्हणजे देव... दुसऱ्या खिडकीतला त्याचा पुत्र जीजस ख्राईस, तिसऱ्या खिडकीतला पवित्र आत्मा!...'

शिक्षिकेनं विचारलं,

'आणि मग ही चवथी खिडकी? त्यात कोण आहे?'

मुलगा म्हणाला,

'हे विमान आहे. 'पॉन्टीयस'या पायलटशिवाय ते उडणार कसं? म्हणून या चवथ्या खिडकीत 'तो' आहे.'

– आणि खरोखरच पायलट हा गरजेचाच आहे. म्हणजे लहान मुलांच्या स्वत:च्या कल्पनेप्रमाणेच हा पॉन्टीयस पायलट त्यांच्या मतानं विमानाचा 'पायलट' झाला.

लोक तुमच्याबद्दल काय म्हणतात, याची मुळीच फिकीर करू नका. फक्त एकच लक्षात घ्या. तू जर स्वत:ला भाग्यवान समजत असशील, तर तू बरोबर आहेस. माझ्या दृष्टीनं तर आपली बाजू बरोबर असण्याचं हेच मोजमाप आहे. तुम्ही जर परमानंदाचा अनुभव घेत असाल, तुमच्या जवळ उच्च प्रतीचा शहाणपणा असेल, तर ते अस्सल बुद्धिमत्तेचं आणि शहाणपणाचंच लक्षण समजायला हरकत नाही.

प्रत्येक वेळी स्वत:च्या अंतर्यामात डोकावून पाहा... लोक काय म्हणतात, त्याकडं पाहू नका. लोक वाट्टेल ती नावं ठेवतील, तुम्हांला वेडं ठरवतील, निर्बुद्ध ठरवतील, पण त्यानं काहीही बिघडत नाही. तुला निर्बुद्ध ठरवणं हा त्यांचा प्रश्न आहे, तुझा नाही. तुझ्या आत तुला डोकवावं लागेल. तिथं जर प्रकाश दिसला, सुंदरता दिसली, शांतता, स्तब्धता दिसली, फुलं फुलताना दिसली तर खुशाल समज, कुठलीही शंका मनात न ठेवता खात्री बाळग की, सर्व जगाच्या विरुद्ध तू नि:संशयपणे एकटी उभी राहू शकतेस. कारण अंतरंगातील अनुभव हा नि:संशयपणे अकलंक असतो.

◻

प्रिय ओशो

जेव्हा मी अंतर्मुख होते, तेव्हा जगावर शतकानुशतकाचा पगडा असलेल्या अवस्थेची एखादी झलक मला जाणवते. मात्र असं वाटतं की, इतर सगळे झाले, तरी मी काही ज्ञानी होणार नाही, होऊ शकणार नाही. माझी अशी मनोधारणा होणं हा नैसर्गिक अविश्वास म्हणावा का? ही मनोधारणा मला मुळातून उखडून काढावी लागेल का? हीच मनोधारणा मला अंतर्बाह्य उजळून निघण्यापासून रोखून धरते आहे का? ओशो, मला काही प्रकाश दाखवाल का?

दिव्यम मायो, तुला पडलेल्या प्रश्नाचा विचार करावाच लागेल कारण तो इतर संन्यासिनींनाही वेगवेगळ्या अवस्थांमधे पडण्याची शक्यता आहे. एवढ्या एका साध्या कारणासाठीच त्याची गंभीरपणे दखल घ्यावी लागणार आहे. पण तो वेगळा केलाच पाहिजे, तरच काय घडतंय, हे स्पष्टपणे कळू शकेल. तू म्हणतेस, 'मी माझ्या अंतर्यामात डोकावून पाहते, तेव्हा शतकानुशतकाचा पगडा असलेली अवस्था मला काही क्षणी जाणवते.' केवळ हे तुझ्या बाबतीतच नाही, तर प्रत्येकाच्या बाबतीत घडतं, प्रत्येकाच्याच मनावर या परंपरांचा शतकानुशतकांचा पगडा असतो हीच एक गोष्ट तू विसरते आहेस, तूच काय, आपल्या अंतर्यामाचा शोध घेणारे सारेच ती विसरतात.. आणि विसरण्यापेक्षा स्मरणात ठेवणं जरुरीचं आहे. एक गोष्ट स्पष्ट आहे, तू या पूर्वधारणांशी मुळीच संबद्ध नाहीस. तू फक्त त्याची प्रेक्षक आहेस. जेव्हा तू अंतर्मुख होतेस, तेव्हा तुझ्या जाणिवांभोवतीच्या शतकानुशतकाच्या अभिसंधानाचा परिपाक तुला दिसतो... फक्त दिसतो... पण तू स्वत: मात्र त्याचा अंशमात्रही भाग नाहीस. हे पक्कं! त्यामुळंच काहीतरी आशा ठेवायला जागा आहे.

हा पगडा शतकानुशतकांचा असूही शकेल. पण ज्या क्षणी या पूर्वगृहितांशी स्वत:चा काहीही संबंध नाही, अशी जाणीव तुला होईल, तेव्हा तो पगडा स्वत:चं

सामर्थ्यच हरवून बसेल. तू चटकन मोकळी होऊ शकशील. परंपरांमुळे शतकानुशतकांचे पूर्वग्रह कोण पाहू शकतो? तर द्रष्टा माणूस! तो जे पाहतो आहे- त्यापासून वेगळा असतो. तू बागेत जातेस, सगळ्या प्रकारची झाडं पाहतेस, पण प्रत्येक झाडाशी काही तुझी 'ओळख' असू शकत नाही. त्याच्याशी तुझे भावबंध जडलेले असत नाहीत. तसंच तुम्ही शतकानुशतकांच्या तयार झालेल्या मनोधारणेकडे पाहता, पण त्याचाच एक भाग नसता! अशा या 'त्रयस्थाच्या' भूमिकेची तुला ओळख पटणं हीच सुधारणेची सुरुवात आहे.

तू पूर्णपणे भानावर असलेली अशी आहेस... तुला सर्व गोष्टींची जाणीव आहे... शतकानुशतकांचा हा पगडा (Conditioning) ही जणू एखाद्या आरशावरची धूळ आहे... ती नक्कीच झाडता येते आणि आरसा स्वच्छ होऊ शकतो. पण ही 'धूळ' पूर्ण आरशाचा नाश नाही करू शकत... ती फक्त आरशाला झाकू शकते. तसंच, तुमच्यावरचं हे शतकानुशतकाचं अभिसंधान तुम्हांला झाकू शकतं. तुमच्यावर आवरण निर्माण करू शकतं, पण तुम्हांला नष्ट नाही करू शकत... जशी धूळ अगदी सहजपणानं दूर करता येते, तितक्या सहजपणे हे अभिसंधान दूर करता येतं.

दुसरं तू म्हणालीस की, इतरजण झाले, तरी मी मात्र ज्ञानी होऊ शकणार नाही. शहाणी- प्रकाशित होऊ शकणार नाही. हे असं म्हणण्याचं कारण इतकंच की, अभिसंधानाविषयी तुझ्या मनात अद्यापही गैरसमज आहेत. असे अभिसंधानाच्या प्रभावाखाली असलेले अनेकजण पाहिल्यामुळं तुला आशा वाटत नाही– तुला वाटतं, तू प्रबुद्ध होऊ शकणार नाहीस. 'इतर सारे झाले, तरी' मी होणार नाही, हे तुझं ठाम मत आहे. तुला माहितेय् का, हे 'इतर' जे आहेत, ते तुझ्याएवढेच या जगात नवीन आहेत, तुझ्याइतकंच आयुष्य त्यांनी पाहिलंय्, पार केलंय्. तुझ्यावर जेवढी धूळ चढलेली आहे, तेवढीच त्यांच्यावरही जमलेली आहे. पण तुझ्या मनातले गैरसमज हे पक्के आहेत. जेव्हा ते गैरसमज दूर होतील, तेव्हाच खऱ्या ज्ञानानं प्रकाशित झाल्याचा अनुभव तुला येईल.

प्रबुद्ध होण्यासाठी कुणीही कुणाला निर्बंध घालू शकत नाही...

'आतून' प्रकाशित होण्यासाठी जगातली कुठलीही 'ताकद' निर्बंधकारक ठरत नाही. कारण 'ज्ञानी होणं' 'प्रकाशित' होणं ही नैसर्गिक, स्वाभाविक गोष्ट आहे. तुम्ही खरं म्हणजे केव्हाच प्रकाशित झाला आहात. पण तुम्हांला त्याचा पत्ताच नाही. तुम्ही विसरला आहात. हे सगळं न विसरण्यासाठी, किंवा पूर्णपणे लक्षात ठेवण्यासाठी एकच गोष्ट करावी लागेल ती म्हणजे, या सगळ्या परंपरागत जडणघडणीशी अपरिचित राहाणं! त्यांपासून स्वत:ची सोडवणूक करवून घेऊन अलिप्त होणं, त्या आहेत तशाच राहू देत... पण तू मात्र मनाशी खूणगाठ बांध की, मी त्या अभिसंधानाचा अल्पांशानंही भाग नाही, तर मी फक्त त्याचा प्रेक्षक आहे. निरीक्षक आहे, सावध आहे. माझ्याकडे द्रष्टेपण आहे. आणि सावधपणाला

कुठलाही परंपरागत अभिसंधानाचा कसलाही पगडा अडचणीचा ठरू शकत नाही.

तिसरा प्रश्न तुझा असा आहे की, माझी अशी मनोधारणा होणं हा नैसर्गिक अविश्वास म्हणावा का? ही मनोधारणा मला मुळातून उखडून काढावी लागेल का?

होय... हे सगळं स्वाभाविकच आहे. प्रत्येकजणच या अभिसंधानाच्या जाळ्यात अडकलेला असतो. ही एक सवयच होऊन जाते प्रत्येकाला. दुसरं काही नाही. माझं बोलणं लक्षपूर्वक समजावून घेतलंत, तर कुठल्याही प्रयत्नाशिवाय तुम्ही ही सवय नेहमीसाठी मोडू शकता.

शेवटचं तू विचारलंयूस... ही माझी मनोधारणा ज्ञानी होण्यास बाधक ठरेल का?

निश्चितच! ही सवय जर वरचढ झाली, नित्याचीच झाली, तर बाधक ठरेलच असं नाही, पण ज्ञानी होणं लांबणीवर नक्कीच टाकू शकेल. शतकानुशतकं सुद्धा ही प्रक्रिया (ज्ञानी होण्याची) लांबणीवर पडू शकेल. म्हणजे एकूण त्याचा अर्थ ती मनोधारणा तुला ज्ञानी होण्यापासून वंचित करील. त्याला प्रतिबंध करील; पण ही सवय जर तू सोडलीस, तर त्या क्षणी तू मुक्त होशील. त्या क्षणी तू पंख पसरून मोकळ्या हवेत विहार करू शकशील.

शेवटचं! दिव्यम् मायो... तुझ्या प्रश्न फार बुद्धिप्रधान आहे. तू ध्यानधारणा, साधना करीत नाहीस. तू फक्त विचारामागून विचार करीत राहतेस. तू जर साधना करशील, ध्यानधारणा करशील, तर मी जे काही विवरण तुझ्यापुढं केलं, ते तू स्वत:च शोधून काढू शकली असतीस.

मिसेस गोल्डस्टाइनची नैराश्यानं ग्रासलेली, परंतु प्रेमाची भुकेली शेजारीण छोट्या हिमीला सहेतुकपणे घट्ट मिठी मारत विचारते,

'तुला मी आवडते का, रे?'

इवलासा हिमी मान डोलावतो.

शेजारीण म्हणते,

'मग माझ्या गळ्याभोवती मिठी मारून मला एक मोठ्ठा पापा दे, बरं...'

हिमी फूटबॉल खेळत राहतो.

ती परत विचारते,

'तुला मी किती आवडते, सांगशील? मी जर मेले, तर तू किती रडशील? सांग ना...'

'पहिल्यांदा मरून दाखव...' असं उत्तर देऊन हिमी पळून जातो.

काहीतरी प्रत्यक्ष कृती कर. बुद्धीच्या साहाय्यानं विश्लेषण करू नकोस. लहान मुलं त्यांच्या आकलनाबाबतीत फार स्पष्ट असतात... 'मी समज, मेले, तर तू किती रडशील', हे विचारण्यात कसलं आलंय बौद्धिक कौशल्य! हिमीनं बरोबर उत्तर दिलंय... 'आधी मर, मग बघू!'

तू अशा तऱ्हेचं विचार करणं तात्काळ थांबव! विचार करणं, अती विचार करणं यानं काहीही साध्य होत नाही... ध्यानाला सुरुवात कर... साधनेला सुरुवात कर... जास्त सावधचित्त, दक्ष राहण्यासाठी ध्यान कर. नंतर मग तुला माझ्या उत्तराची गरजच भासणार नाही. कारण उत्तर तुझ्याजवळच आहे. तुझ्या आतच आहे. मला फक्त एवढंच सांगायचं आहे की, तुझ्यातूनच तू काय ते शोधू शकतेस!

□

प्रिय ओशो

मी येणाऱ्या प्रत्येक क्षणापुढं अत्यंत मोकळ्या मनानं उभा आहे: माझं आयुष्य मला कुठं घेऊन जाणार आहे, हे मी त्याला विचारणार नाही. त्यामुळे ते अत्यंत रोमहर्षक झालंय्. सगळे प्रश्न कुठल्याकुठं पळून गेले असून, मला कोणत्याही गोष्टीपासून कसलाही धोका वाटत नाहीये... पण एखाद्या क्षणी माझं मन मला सांगतं, 'जागा रहा!' आणि त्याच क्षणी कुठल्यातरी अनामिक भीतीनं मी ग्रासला जातो आणि आयुष्य धोकादायक वाटतं. त्यानंतर मी अत्यंत तोलून मापून वागायला लागतो. लक्षपूर्वक वागायला लागतो. –पूर्ण स्वस्थचित्त, आनंदी आणि विश्वासपूर्ण असा मी कसा काय राहू शकेन?

इंद्रधनू, हे पाहा, मन हे अतिशय भित्रं असतं. तेव्हा त्याचं जे कोणी ऐकत बसतात, तेही भित्रे होतात. मन हे कधीच धाडसी नसतं, तर ते कायम सावध असतं. प्रत्येक पाऊल टाकताना, इथं काहीही धोका नाही, हे दुसऱ्यानं पाऊल टाकून आजमावल्याशिवाय किंवा ती खात्री पटेपर्यंत ते प्रत्येकवेळी विचारपूर्वक आणि सावधपणानं प्रत्येक पायरी ओलांडत असतं. म्हणून, तुमचं मन हे तुमची वाढ होताना कायम अडचणीचं ठरत असतं.

प्रत्येक गोष्ट अतिशय आनंदात चाललेली असते आणि मधेच मन ताकीद देतं की, 'लक्ष दे, तिकडं ध्यान दे!' तू एकदा आणि अखेरचं मनाला सांगून टाक... तिकडं काय लक्ष देऊ?... मी तर 'आतमधे' पाहतोय! कारण तू जेव्हा त्याचं ऐकतोस, तेव्हाच 'भीती' निर्माण होते, आणि प्रत्येक पायरी तोलून मापून टाकतो, असं म्हणतोस. विचार करून जगायचं सोडून दे. मनाचा कारभार यांत्रिक असतो. मृतवत. तुला माहितेय् का? मेंदूच्या बाहेर वेगळ्या जागीसुद्धा मन, विचार ठेवू शकतो? फक्त प्राणवायू आणि जीवाला आवश्यक असलेल्या गोष्टी पुरवल्या गेल्या की, बस्स! ते जगू शकतं. त्याला तुमच्या देहाची गरज नाही. अशी अनेक मनं शास्त्रीय प्रयोगशाळांमधे निरीक्षणाखाली ठेवलेली आहेत. त्यांचं कार्य व्यवस्थित चाललेलं असतं. तुमची त्याला गरजच नसते. खरं म्हणजे, तुमच्या जीवनात बऱ्याच वेळेला त्याची गरजच नसते.

एका राजकारणी पुढाऱ्याची गोष्ट मला माहितेय. एकदा त्याचं मेंदूचं ऑपरेशन चाललं होतं. त्याच्या मनानं इतका जास्तीचा कचरा गोळा केला होता की, डॉक्टरांनी ठरवलं की, हा मेंदू बाहेर काढून स्वच्छ केला, तर बरं होईल. नाहीतर आत ठेवून स्वच्छ करणं फार वेळ खाणारं ठरेल. तेव्हा त्या पुढाऱ्याला त्यांनी ऑपरेशनच्या टेबलावरच ठेवलं आणि त्याचा मेंदू तेवढा बाहेर काढून दुसऱ्या खोलीमधे स्वच्छ करायला नेला. कारण राजकारणी माणसाचाच तो मेंदू! तेव्हा त्याला खूपच स्वच्छ करण्याची गरज होती. अगदी 'ड्रायक्लीनिंग'!

डॉक्टर एकीकडे तो मेंदू स्वच्छ करताहेत, तोच एक माणूस धावत आला, त्याला काहीच माहीत नसल्यानं त्यानं पुढाऱ्याला हलवलं आणि तो म्हणाला,

'अहो, इथं काय करताहात? तुमची तर देशाचा राष्ट्रपती म्हणून निवड झालीये!'

हे ऐकता क्षणी तो राजकारणी माणूस उठला, आणि हॉस्पिटलमधून बाहेर जायला लागला.

डॉक्टर्स मंडळी चक्रावून गेली.

'अरेच्चा... बाप, रे! यांचा मेंदू तर अजून प्रयोगशाळेतच आहे. हा बाहेर कसा काय चाललाय्?'

डॉक्टरांनी त्याला थांबवलं आणि म्हटलं,

'अहो, तुमचा मेंदू अजूनही स्वच्छ करायला प्रयोगशाळेत ठेवलाय्. तुम्ही कुठं चाललात?'

पुढारी उद्गारला,

'आता मला त्याची काहीही गरज नाही. कारण मी आता राष्ट्रपती झालोय्. नंतरच्या पाच वर्षांनी जर मी निवडून नाही आलो, तर कदाचित मला त्याची परत गरज भासेल. आत्ता मी राष्ट्रपती असताना मला मनाची, अकलेची गरजच काय?'

अगदी निराळ्या तऱ्हेनं विचार करता, ध्यानधारणा-साधना करणाऱ्यालाही मनाची तसं पाहता गरज नाही. अर्थात वेगळ्या संदर्भानं! ध्यानधारणा करणारा माणूस मनाच्या पलीकडे असतो. त्या प्रकारात मन हळूहळू शांत होत असतं. निवांत, स्तब्ध होत असतं. शिवाय ते इतकं सतर्क होत असतं की, ज्या ज्या वेळी त्याचा उपयोग करायची वेळ येते, तेव्हा इतर माणसांपेक्षा ध्यानधारणा करणारा माणूस त्याचा जास्त चांगला उपयोग करू शकतो. जेव्हा त्याला त्याचा उपयोग करायची गरज भासत नाही, तेव्हा तो आपल्या 'आतल्या' जगात परमानंदाचा अनुभव घेत राहतो. मन एका बाजूला निवांत राहतं. कुठल्याही अडचणीशिवाय! ध्यानधारणेचं हेच मोठं कौशल्य आहे. मन पूर्णपणे शांत ठेवणं, तसंच त्यानं कोणत्याही अनुभवावर भाष्य न करण्याविषयी समजून राहणं! कारण तो सगळ्याच्या पलीकडे असतो. ध्यानधारणा ही खरोखरच मनाच्या पलीकडची अवस्था आहे.

तू म्हणतोस,

'मी मुक्त असतो, तेव्हा आयुष्य माझ्यासाठी खूपच रोमांचकारी असतं, पुढं काय होणार आहे, याचा अजिबात विचार नसतो.'

यालाच मी म्हणतो आहे, आहे त्या अवस्थेत, समोर आहे तसं स्वीकारत दिलखुलास राहायचं.

सगळं काही आनंदात चाललेलं असताना अचानक 'लक्ष दे, लक्षात ठेव... इकडं पाहा!' असं काहीसं मनामधे येतं, तेव्हा सगळा आनंद मावळतो असं तुझं म्हणणं! अशा वेळी मनाला तू ताकीद दे, 'हे पाहा, हा तुझा प्रांत नाही. तेव्हा माझ्या या आनंदविश्वात तुला लुडबूड करायचा काहीही अधिकार नाही.' मनाची ही एक जुनी सवय आहे की, जे काही चाललंय्, त्यावर उगाचच भाष्य करायचं, काहीतरी मत व्यक्त करायचं, आणि सल्ला द्यायचा, उपदेश द्यायचा! मग आपण विचारलेलं असो वा नसो! ही एक सवयच...

तेव्हा, इन्द्रधनू, यासाठी काही वेळ जावा लागेल. सोशीकपणा ठेव. तू अतिशय योग्य मार्गावरून चालला आहेस. जेव्हा मनाची धमकी येईल... 'लक्ष दे'... की त्याला लगेच सांग, 'मी लक्ष देतोय'... पण 'आत'मधे... तू मात्र बाहेर पाहा...

तुझ्या 'आतल्या' अनुभवाच्या संदर्भात, तुझ्या ऐहिकावरच्या विश्वासाच्या संदर्भात, प्रत्येक क्षणावरच्या प्रेम करण्यात तू मनाकडं फार गांभीर्यानं लक्ष देऊ नको.

छोटा हिमी एकदा शाळेतून मार खाऊन घरी आला. डोळे सुजलेले. अशा अवस्थेत घरी आल्यानंतर आई म्हणाली,

'परत मारामारी केलीस ना? मी तुला सांगितलं होतं की, राग आला तर काही प्रतिक्रिया व्यक्त करण्यापूर्वी शंभर अंक मोज, म्हणून!'

'होय, मॉम...' हिमी उत्तरला... पण समोरच्या मुलाच्या आईनं त्याला फक्त पन्नासच अंक मोजायला सांगितले होते!

म्हणूनच तोलून मापून कोणतीच गोष्ट होत नसते. आयुष्य हे काही कोणतंही गणित नाही, की हिशेब नाही. गणित हे एक काल्पनिक शास्त्र आहे. केवळ मानवानं निर्माण केलेलं! या वस्तुनिष्ठ जगात त्याचं काहीही महत्त्व नाही. आणि म्हणूनच ते परिपूर्ण आहे. कारण 'कल्पना' याच नेहमी परिपूर्ण असतात.

परंतु खरेखुरे सत्यातले अनुभव हे कधीच परिपूर्ण असू शकत नाहीत. कारण त्यांच्यांत सतत वाढ होत असते, ते सतत बदलत असतात. तसं पाहता ते परिपूर्णतेकडे वाटचाल करत असतात; पण परिपूर्ण कधी होत नाहीत. कारण परिपूर्णता म्हटली की, दुसरं काही नसून फक्त मृत्यू! पूर्णपणे थांबणं!

म्हणूनच ही मनाची सवय थांबवायचा प्रयत्न कर. जुन्या सवयीप्रमाणे मन त्याचं काम करणारच. पण त्या मनाचा तू मालक आहेस. त्याला त्याची जागा दाखवणं

तुझं काम आहे. तुझा सावधपणा तुला उपयोगी पडेल. कारण तूच मालक आहेस.

... फक्त सुरुवाती-सुरुवातीला हा झगडा होईल. पण एकदा का मनाला कळलं की, तू तुझ्या यशाप्रत चालला आहेस, तर ते एखाद्या कुत्र्यासारखं शेपटी हलवत तुझ्या मागोमाग तुझ्या आज्ञा पाळत चालू लागेल. तुझ्या मार्गात ते नंतर कधीही अडथळा आणणार नाही. मुख्यतः त्याचा काहीही संबंध नसलेल्या प्रांतात तरी! परमानंदाची भावना, विश्वास, क्षण न् क्षण खरंखुरं जगणं, प्रेम आणि जिव्हाळ्याचं वातावरण यामुळं आयुष्य किती उच्च प्रतीला जाऊ शकतं, याविषयी मन, कधीही जाणू शकत नाही.

इंद्रधनू- जे मूलतः अपुरं आहे, अकार्यक्षम आहे, त्या मनाचं ऐकणं हा मूर्खपणाच आहे. तुझ्या आतल्या अनुभवाच्या दृष्टीनं, तुझ्या आत्मनिष्ठ, पूर्णपणे व्यक्तिगत जगाच्या दृष्टीनं ते निरुपयोगी आहे.

तुझ्या परमानन्दाच्या अनुभवापर्यंत मन पोहोचूच शकत नाही.

तेव्हा यापुढं मनाला शिकवण दे, तयार कर... तुझ्या जगण्यात त्यानं कुठंही लुडबूड न करण्याविषयी त्याला तयार कर... ते तुला सारखं सारखं जागं करत असेल, तर दुर्लक्ष कर... अजिबात ऐकू नकोस... 'दुर्लक्ष' हा शब्द मला गौतम बुद्धांची आठवण करून देतो. ते शिष्यांना नेहमी सांगत की, ध्यानधारणेच्या संदर्भात 'मन' या गोष्टीकडे पूर्णपणे दुर्लक्ष करावं- 'उपेक्षा'! हा फार सुंदर शब्द आहे. सहजपणे त्याला बाजूला सारा, त्यानं काही का म्हणू दे... अजिबात लक्ष देऊ नका... असं केल्यानंच आपली दखल कुठं घेतली जातेय् आणि कुठं घेतली जात नाहीये, हे मनाला आपोआपच कळून येईल आणि या गोष्टीची जेव्हा त्याला जाणीव होईल, तेव्हाच ते तुमच्या आयुष्यात लुडबूड करण्याचं थांबवेल... बरोबर आहे ना, मनीषा?

होय, ओशो!

□□□

सत्र : तीन

सत्य म्हणजे काय हे ज्यांना माहीत असतं, ते त्याविषयी मुखस्तंभासारखे वागतात. तिथपर्यंत कसं पोचायचं याविषयी ते सांगू शकतात, मार्ग दाखवू शकतात. ते तुम्हाला अगदी खिडकीपर्यंत, दरवाज्यापर्यंत नेऊ शकतात. पण नंतरचा मार्ग मात्र तुमचा तुम्हालाच एकट्यालाच शोधावा लागेल. अंतिम अनुभवापर्यंत तुमचं तुम्हालाच जावं लागेल.

घरी परत येण्याची भावना

प्रिय ओशो

खरोखरच माझ्या जगात जणू भूकंप होतोयू. माझं जुनं-पुराणं विचारांचं कवच फोडून अवर्णनीय अशा आनंदाचे तुषार बाहेर पडू पाहतायत. माझ्या 'आतल्या जगाचं' फक्त आतल्या जगाचं, दुसऱ्या कुठल्यातरी ठिकाणच्या सुंदर गोष्टीचं नव्हे, तर केवळ माझ्या 'आतल्या अनुभवाचं' तुम्ही केलेलं वर्णन म्हणजे आश्चर्य वाटावं, इतके खरेखुरे तुमचे शब्द आहेत. तुम्ही चंद्राकडे निर्देश केलात, पण मी तर आता माझ्या 'आतला' चंद्र पाहिलायू. तुमचा निर्देश अगदी माझ्या आत्म्यावर आहे. मला हे शब्दांत व्यक्त करताना लाजल्यासारखं होतं आहे. माझं दुःख उघडं करण्यासाठी मला अज्ञात अशा धैर्याची गरज आहे. तसंच, त्यापेक्षाही, कदाचित विचित्र वाटेल; पण माझा आनंद व्यक्त करण्यासाठी अधिक धैर्याची गरज आहे... खरं ना?

देवगीत,

तुझ्या आत्मानुभूतीतून एक मूलभूत अनुभवाचाच निर्देश तू केला आहेस. तू म्हणतोस, ते खरंयू! तुमचं दुःख, यातना, अडचणी व्यक्त करण्यासाठी जेवढी मानसिक शक्ती, जेवढं धैर्य आवश्यक असतं, त्यापेक्षा कितीतरी जास्त शक्ती, आणि धैर्य तुमचा आनंद आणि अतीव सुख व्यक्त करण्यासाठी आवश्यक असते.

तुमचं दुःख, यातना, अडचणी व्यक्त करण्यासाठी धैर्याची आवश्यकता असते. कारण तुम्ही जणू संपूर्णतया नग्नावस्थेतच लोकांसमोर येत असता. पण तुम्हांस झालेला परमानंद व्यक्त करण्यासाठी यापेक्षाही जास्त मानसिक शक्तीची आणि धैर्याची गरज असते. त्याची दोन कारणं आहेत:- पहिलं म्हणजे आत्मिक आनंद, वाटणारी सुखाची भावना, प्रसन्न शांत अवस्था व्यक्त करण्यासाठी शब्द सापडणं खरोखर मुश्कील आहे, अशक्यच आहे. कारण या सगळ्या भावना मनाच्या आवाक्यातल्या नाहीतच. आणि म्हणूनच त्या कोणत्याही भाषेच्या, कोणत्याही शब्दांच्या आवाक्यातल्या नाहीत.

दुसरं असं... जेव्हा तू म्हणतेस, 'मी खूप आनंदात आहे, अत्यंत सुखात आहे' हे म्हणणं खूप धोकादायक आहे. कारण असं म्हणून तुम्ही तुमच्या आजूबाजूला मत्सराचं वातावरण निर्माण करत असता.

प्रत्येकजण तुमच्या दुःखावर विश्वास ठेवेल, पण कोणीही तुमच्या आनंददायक

स्थितीवर विश्वास ठेवणार नाही. तुमचं दुःख, यातना, पीडा यांबद्दल तुम्ही जरी खोटं बोललात तरीही विश्वास ठेवतील, कारण या गोष्टी प्रत्येकाच्या अनुभवाच्या असतात. दुःख म्हणजे काय आहे, हालअपेष्टा म्हणजे काय आहे हे प्रत्येकाला माहीत असतं. विचारांच्या आवाक्यातलं असतं. पण तुमचा आनंद मान्य करणं हे फार कठीण आहे. कारण प्रत्येकाचा अहंकार, कधीच मान्य करू शकत नाही की, तुम्ही 'त्या' आनंदापर्यंत पोचला आहात म्हणून! तुमच्या आत्म्यापर्यंत तुमचा शोध पूर्ण झालाय हे मान्य करणं इतरांच्या अहंकाराच्या आड येत असतं. 'तुम्ही' तिथपर्यंत पोचला आहात. पण 'ते' अजून पोहोचू शकले नाहीत, ही भावना तुमचा तो आनंद ते मान्य करू शकत नाहीत. तुम्ही निश्चितपणे खोटं सांगताहात असंच त्यांना वाटत रहातं.

या सुखदायक, आनंददायक अवस्थेबद्दल अगदी खात्रीपूर्वक जरी तुम्ही सांगत असलात किंवा या सुखदायक अवस्थेतले प्रत्यक्ष पुरावे जरी त्या लोकांच्या समोर आले तरीही ते पुरावे कसे खोटे आहेत हे ठरवण्यासाठी अनेक स्पष्टीकरणं ते निर्माण करत राहतील. ते जरी तुला ढोंगी, खोटं बोलणारी ठरवत असले तरी तू त्यांना मूर्ख समजून हसत रहा. अगदी हट्टानं त्यांच्या बोलण्याची पर्वा न करता तू हसत-खेळत राहिलीस तर त्यांची दुसरी पायरी असेल, तुला वेडं ठरवणं!

हे सगळं स्वाभाविकच आहे! कुणीतरी एखादा 'स्वगृही' स्वानंदगृही, सच्चिदानंदस्वरूपी पोचतोय हे इतरांनी मान्य करणं खरंच कठीण आहे. कारण तो अनुभव हा सर्वस्वी एकट्याचा असल्यानं, सामान्य माणसं जास्त संख्येनं एका बाजूला, आणि त्यांच्यात तू एकटी अशी अवस्था आहे. त्यामुळं तुला वेडी ठरवणं हे त्यांच्या दृष्टीनं सगळ्यात सोपं आहे. बराच मोठा पल्ला गाठल्याशिवाय तुझ्याइतकं आनंदी होणं त्यांना जमणारं नाही. ते सोपंही नाही. तुझी निंदा करणं त्यांच्या दृष्टीनं खूपच सोपं आहे. त्यातही त्यांना अपयश आलं तर मात्र त्यांच्या दृष्टीनं तुम्ही वेडेच! मूर्खच!

पण तुला निर्बुद्ध ठरवूनही ते समाधानी होत नाहीत. कारण अगदी मनापासून ते तुझा मत्सर करत असतात. आपणसुद्धा 'आतपर्यंत', 'परमात्मास्वरूपी' पोचलो आहोत, सत्यापर्यंत, परमानंदापर्यंत पोचलो आहोत असं सांगायला त्यांनाही हवं असतं, पण ते अंधारात आहेत, निराशा, दुःखानं घेरलेले आहेत. त्यांच्या अंधकारमय रात्रीचा शेवट त्यांना दिसूच शकत नाहीये आणि त्याच वेळेस तू तुझ्या आयुष्यातल्या नवीन प्रकाशाबद्दल बोलतेयस! नवीन किरण तू पाहिला आहेस, पक्ष्यांचं गाणं तू ऐकलंयस, सूर्याच्या स्वागतासाठी नुकत्याच उमललेल्या फुलांनी सुगंध उधळलेला तू अनुभवला आहेस आणि हा अनुभव, हा वेडा अनुभव जेव्हा मान्य केला जात नाही तेव्हा अल-हिलाज-मन्सूर, जीझस, सॉक्रेटिस किंवा सर्मादसारखे साक्षात्कारी लोक क्रूसावर चढवले जातात. ही जी देवदूतासारखी मंडळी असतात त्यांनी खरं

पाहता कुणाचंही काही नुकसान केलेलं नसतं, कुणालाही त्रास दिलेला नसतो. उलट मानवतेच्या दृष्टीनं खूप मोठे आशीर्वादच दिलेले असतात, पण सामान्य माणसांच्या गर्दीला त्यांच्याच रक्ताची तहान लागलेली असते.

खरं पाहता ही साक्षात्कारी माणसं तुमच्यात असलेल्या ऊर्जेसाठी, तुमच्या कुवतीसाठी, तुमच्या भविष्यासाठी, तुमच्या आयुष्यातल्या आशादायी आरंभासाठी प्रयत्नशील असतात. कायमची रात्र असणार नाहीये, तर लवकरच नवी पहाट उगवणार आहे, हा दिलासा देऊन तुम्हांला अंधारातून बाहेर काढण्याचं फार मोठं चांगलं कार्य हे संत करत असतात. पण त्यांच्याबरोबरीनं परमानंद लुटण्याऐवजी तुम्ही त्यांना नष्ट करायला बघता. कारण एकच, त्यांच्या बरोबरीनं मनापलीकडचा आनंद लुटण्यासाठी फार मोठी बौद्धिक कसोटी पणाला लावावी लागते. ठार करणं काय, कुठल्याही गर्दीतल्या मूर्ख माणसाला सुद्धा जमू शकतं. म्हणूनच मला म्हणायचंय, तुझं मत बरोबर आहे. स्वत:चा परमानंद, पारमार्थिक सुखाची भावना, दुसऱ्यापाशी व्यक्त करणं खरंच अवघड आहे.

पण इथं या 'ठिकाणी' मात्र घाबरण्याचं काही कारण नाही. इथं तुझी चिंता समजून घेतली जाईल. तुझा आध्यात्मिक आनंद इथं 'या ठिकाणी' द्विगुणित होऊ शकेल. निश्चितच! कारण पारमार्थिक, आध्यात्मिक अशा या वातावरणाचं तेच एक गमक आहे. तुला इथं प्रेरणा मिळू शकेल. तुझ्या डोळ्यांत ते त्यांचं भविष्य पाहतील, तुझ्या नृत्यात ते त्यांचा लंगडेपणा विसरतील... ते निश्चितच अशी आशा करतील की, तू जर 'तिथपर्यंत' पोहोचू शकतेस, तर आमच्यासाठीही हा मार्ग फार दूर नाही. कदाचित आत्तापर्यंत आम्ही योग्य मार्गावरून चाललो नसू...!

दिल्लीबाहेरच्या एका कोपऱ्यावर एक माणूस एका वृद्ध माणसाला विचारत होता, 'इथून दिल्ली किती दूर आहे?' तो वृद्ध माणूस उत्तरला, 'मी तुला काही सांगण्यापूर्वी तू काही पावलं चालून दाखवलीस तर बरं! तरचं मला समजू शकेल तुला काय उत्तर द्यायचं ते! तू कुठल्या दिशेला चालला आहेस हे मला कळल्याशिवाय मी कसा काय सांगणार तुला की दिल्ली किती दूर आहे ते?'

हा काहीतरी विचित्र माणूस आहे असं समजून त्यानं अनेकांना विचारलं. अनेकांनी साधं उत्तर दिलं. नंतर त्यानं विचार केला, काही पावलं चालून तर पाहू या... काही पावलं तो चालला आणि परत त्या वृद्ध माणसाला विचारलं, 'आता सांगू शकाल?'

वृद्ध माणूस उत्तरला, 'होय... सांगतो. आता ऐक... इथून दिल्ली खूपच दूर आहे, कारण तू बरोबर विरुद्ध दिशेनं चालला आहेस. तुला संपूर्ण पृथ्वी पालथी घालावी लागेल, तेव्हा कुठे तू दिल्लीला पोचशील. कारण तसं तर दिल्ली मागे टाकून आठ मैल तू पुढे आला आहेस.'

कुणाला तरी फुलताना तुम्ही जेव्हा पाहता तेव्हा निश्चित समजावं की, वसंत

येतो आहे. तशी तर सगळीच्या सगळी फुलं एकदम फुलत नसतात... पहिल्यानं एखाद्याच्या पाकळ्या डोळे उघडतात, नंतर दुसऱ्या, त्यानंतर अनेकांच्या, त्यानंतर हजारोंच्या! वसंत ऋतू हा टप्प्याटप्प्यानं येतो. सावकाशपणानं, शांतपणानं! जेव्हा एखादं फूल फुलताना तुम्ही पाहता तेव्हा समजावं, तुमचीही फुलण्याची वेळ जवळ आलेली आहे म्हणून!

या आध्यात्मिक जगात तुम्हांला काही अडचणच नाहीये. तुम्ही जसे आहात तसे स्वत:ला प्रकट करू शकता. इथले सगळे लोक हे तुमच्याबरोबर प्रवास करणारे तुमचे साथीदार आहेत. तुम्ही अंधारात असलात तर त्यातून तुम्हाला बाहेर काढणं, तुम्ही प्रकाशापर्यंत पोचला असाल तर त्यात तुम्हाला साथ देणं! तुम्ही कुठल्याही अवस्थेत असलात तरी ते तुम्हाला मदत करू शकतात.

एका मनोरुग्णसंस्थेत सगळे मनोरुग्ण एकदा आधुनिक जाझ रेकॉर्डस ऐकत होते. त्यांतल्या एकाला अखेरीला सहन झालं नाही. तो उडी मारून उठला आणि भिंतीवर डोकं आपटून घ्यायला लागला. इतरांनी टाळ्या वाजवून ओरडायला सुरवात केली,

'शहाणा माणूस... पवित्र माणूस!'

इथली जागा ही अशी आहे की, इथले लोक दैवी, पवित्र अशा गोष्टी प्राशन करतात... देवभक्तीच्या मागे इथले लोक वेडे झाले आहेत. तुमचे अनुभव ते आनंदानं स्वीकारू शकतात... एवढंच काय, पण तुमचे अनुभव तेच त्यांचे अनुभव असतात. हा एकतऱ्हेचा बंधुभाव आहे. अगदी आतपर्यंत एकमेकांना जोडला गेलेला... ही काही कुठली संस्था नाही. ही एकमेकांच्या हृदयातल्या प्रेमाची, एकमेकांच्या साथीतली देवाणघेवाण आहे.

इथं कुणीच निराळा नाही. इथल्या माणसांना तुझं नाव माहीत नसेल, तुझा देश माहीत नसेल, तुझा धर्म माहीत नसेल, तुझा प्रवास माहीत नसेल, पण तरीही यातला प्रत्येक जण तुला जाणतो. त्यांना तुझ्या इतर माहितीची गरजच नाही. त्यांना एवढंच माहितेय की, तू त्यांच्याच मार्गावर आहेस. त्यांच्यासारखीच एका शोधार्थ बाहेर पडलेली आहेस. एकाच ताऱ्याकडं तुझं लक्ष केंद्रित आहे. त्यांच्यातलाच एक प्रवासी आहेस, एक यात्रेकरू आहेस. यांतला एखादा जरी इच्छित स्थळी पोचला, तर हे निश्चित की, तू सुद्धा लवकरच तिथं पोचणार आहेस. कदाचित थोडा जास्त वेळ लागेल, पण वसंत ऋतू तुझ्या अगदी जवळ येतोय याची खात्री बाळग.

तुझा अनुभव इथं कोणीही नाकारू शकणार नाही याची खात्री बाळग आणि अजिबात काळजी करू नकोस. प्रत्येकजण तुझा आनंद वाटून घेणार आहे, साजरा करणार आहे.

माणुसकीच्या संदर्भात खरं पाहता हे असं घडायला हवं! पण दुर्दैवानं काय केलं जातं? घडतं? साधारणपणे लोकांनी सॉक्रेटिस, जीझसबरोबर हा अनुभव

वाटून घ्यायला हवा. हा आनंद भोगायला हवा. जेव्हा अल-हिजल-मन्सूर ओरडतो, 'मी ईश्वर आहे' तेव्हा खरं तर तो तुमच्यासाठीच ते उच्चारत असतो. स्वत:साठी नाही. वर्तमान, भूत, भविष्य! कुठल्याही काळातल्या प्रत्येक व्यक्तीसाठी हे तो म्हणत असतो.

सत्याच्या शोधार्थ, परमानंदाच्या शोधार्थ, संसारातल्या अंतिम अर्थाच्या शोधार्थ वेड्या झालेल्या माणसांबद्दल सहसा लोक पुरेसा शहाणपणा दाखवीत नाहीत... पण इथं मात्र माझे लोक तुझ्यासाठी, तुझ्या आनंदासाठी पुरेसे वेडे झालेले आहेत. तुझं फुलणं हे त्यांचंच फुलणं आहे.

तर देवगीत... केवळ तुलाच नाही, तर सगळ्यांसाठीच माझं हे सांगणं आहे. स्वत:ला सतत व्यक्त करा. उघड करा. तुम्ही जर संकटात असाल तर जगासमोर व्यक्त करू नका! कारण सगळ्यांना माहीत असतं की, तुम्ही संकटात आहात! ती काही फार मोठी गोष्ट नाही. कारण सगळ्यांनी ती गृहीत धरलेली आहे. पण जेव्हा आत्मसाक्षात्कार, आत्मानंद, पवित्रभावाचा मुद्दा येतो तेव्हा तुला गप्प बसून चालणार नाही. कारण हे सारे लोक उगाचच वाळवंटात भ्रमंती करत नसून काहीतरी कारणास्तव ही भ्रमंती चाललेली आहे, याचा तू उत्तम पुरावा ठरलेली असतेस. जर 'तुझी' तहान भागलेली आहे, तर त्यांचीही भागण्याची आशा आहे. तू जर ईश्वरस्वरूपी येऊ शकतेस, तर तेही येतील.

तेव्हा परत एकदा सांगतो, तुझं दु:ख, हालअपेष्टा तू जगापासून लपवल्यास तरी चालू शकेल. पण साक्षात्कारी अनुभव, जो अतिशय दुर्मिळ आहे तो जर गुपित ठेवायचा म्हणशील तर ते चूक आहे. कारण जे लोक याच्या शोधार्थ चाललेत त्यांच्यासाठी 'तू' म्हणजे मोठा पुरावा आहेस.

❑

हसन, हे पहा, सत्य हा काही मनाचा, विचारांचा अनुभव नाही. तेव्हा कोणतंही तर्कशास्त्र ते सिद्ध करू शकत नाही किंवा सिद्ध करून दाखवतही नाही– कोणत्याही वादविवादानं त्याची खात्री पटणं वा न पटवणं होत नाही. सत्य ही मनाच्या पल्याडची अवस्था आहे, अनुभव आहे. त्यामुळे त्याचं कोणतंही वस्तुनिष्ठ मोजमाप दाखवता येत नाही. त्यामुळे कोणतंही शास्त्र त्यावर भाष्य करू शकत नाही. कारण शास्त्र हे नेहमी सिद्ध करता येण्याजोग्या गोष्टींवरच भाष्य करू शकतं.

सत्य हे पूर्णपणे आत्मनिष्ठ, व्यक्तिगत असा अनुभव आहे. जसा 'प्रेम' या गोष्टीचा अनुभव असतो! प्रेमाचं तरी कोणतं मोजमाप आहे? तुम्ही प्रेमात पडला आहात हे कधीतरी सिद्ध करू शकता? खरोखरच तुम्ही प्रेमात आहात हे सिद्ध करता येतं का? ते कोणत्यातरी मार्गानं सिद्ध करता येत का? कुठल्याही वादविवादानं, तर्कशास्त्रानं किंवा प्रत्यक्ष पुराव्यानं ते दाखवता येतं का? तुम्ही फक्त एवढंच म्हणू शकता की, माझ्या हृदयात काहीतरी उलघाल चाललीये म्हणून! पण हे सगळं 'तुमच्या' आतमधे चाललेलं आहे. पूर्णपणे व्यक्तिगत! तू म्हणू शकतोस, मला आत्मानंद सुखाची भावना झालीय म्हणून, पण तोही पूर्णपणे व्यक्तिगत भाग आहे. कारण एखादा पुरावा म्हणून त्या आनंदातला काही भाग काढून तू तो लोकांना काही दाखवू शकत नाहीस.

म्हणून, प्रेम, सत्य, सुख किंवा

प्रिय ओशो

सत्याचं मोजमाप कोणतं?

धन्यता वाटणं किंवा ईश्वर यांना काही मोजमाप नाही, परिमाण नाही, कसोटी नाही. या गोष्टी फक्त अनुभवाच्या आहेत. 'आतल्या' आहेत, व्यक्तिगत आहेत. कसोटी ही फक्त बाह्य गोष्टींसाठी असते. तेव्हा बाह्य कसोट्या कधीही आंतरिक अनुभवासाठी वापरू नका. हाच तर नास्तिक मंडळींचा आभास असतो.

ईश्वर, आत्मा, सत्य, जीवनाच्या पलीकडचं असं जीवन, या गोष्टी नास्तिक लोक का नाकारत असतात? कारण खरोखरच या गोष्टी दाखवण्यासाठी कोणताही पुरावा नाही, सिद्ध करण्यासाठी कोणतीही कसोटी नाही, म्हणून अजूनही नास्तिक मंडळी आस्तिक मंडळींकडून वादविवादात कधीही पराभूत होत नाहीत. पण तरीही ती निखालस खोटी आहेत.

नास्तिक माणूस खोटा आहे कारण व्यक्तिनिष्ठ, आत्मनिष्ठ आणि पूर्णपणे व्यक्तिगत गोष्टींसाठी तो नेहमी 'वस्तुनिष्ठ' पुरावे मागत राहतो.

एखादेवेळेस शास्त्रीय संगीत तुम्ही ऐकत असता, कुणीतरी तुम्हाला विचारतो, 'तुम्ही जे ऐकलंत त्याची चव काय होती हो? रंग कोणता होता? किंवा त्याचा अनुभव काय होता?' तुम्ही त्याला वेड्यातच काढाल. कारण संगीत हा काही डोळ्यानं घेण्याचा अनुभव नाही, की जिभेनं घेण्याचा नाही. कारण त्याला चव नाही, गंध नाही. तुम्ही स्पर्श करू शकाल असा स्पर्शनीय सुद्धा नाही. तो फक्त कानानं घेण्याचा अनुभव आहे. त्यामुळे निश्चितच डोळा हा त्यासाठी पुरावा देऊ शकत नाही. तसंच डोळ्यानं अनुभवण्याच्या रंग किंवा प्रकाश या गोष्टींचा अनुभव कान देऊ शकत नाही, पण तरीही तुम्ही एकाचा पुरावा दुसऱ्याजवळ अपेक्षित करता. मात्र तुम्हाला तो नाकारावाच लागेल. म्हणजे थोडक्यात असं, ऐंशी टक्के गोष्टी ज्या तुम्ही डोळ्यांनी पहाता, अनुभवता त्या तुम्ही कानानं अनुभवण्याचा हट्ट केला तर -तर नाकारल्याच जाणार! नाही का? किंवा आयुष्यातल्या ऐंशी टक्के गोष्टी ज्यांचा डोळ्यांशी संबंध नाही, फक्त कानांशी संबंधित आहेत, त्याही डोळ्यांच्या दृष्टीनं नाकारल्याच जाणार!

हीच परिस्थिती 'सत्य' समजून घेण्याविषयी आहे. सत्य हे तुमच्या अंतरंगात अशा ठिकाणी वास करत असतं की, जिथे विचार नसतात, जाणीव नसते, भावभावनांचे कल्लोळ नसतात. म्हणूनच ज्या ठिकाणी प्रगाढ शांती आणि कुठल्याही इंधनाशिवाय चालू असणारा तुमचा आत्मप्रकाश जिथे आहे, तेच सत्याचं ठिकाण! कारण कोणतंही इंधन हे कधीतरी संपणारं असतंच.

तुझ्या अंतरंगामधे, अगदी आतल्या गाभ्यात जो प्रकाश आहे, तो कधीही संपणारा नाही, तो कायम तिथेच राहणार आहे, असणार आहे. तो काळापलीकडे, अंतरापलीकडे आहे... हीच ती खोलवर शांतता. ही काही स्मशानशांतता नव्हे किंवा एखादा गोंगाट थांबल्यानंतरची शांतता नव्हे. ही तृप्तीची शांती आहे, आशादायी शांतता आहे. थंड शांतता! ध्वनिरहित संगीत! शाश्वत प्रकाश, शाश्वत

आयुष्य!

तुझ्या अगदी आतल्या गाभ्यात, अंतर्मनाच्या खोलवर ठिकाणी या गोष्टींचा अनुभव जेव्हा तुला येईल, तेव्हा संपूर्ण वातावरण सात्त्विकतेनं भरून गेल्याची जाणीव, परमानंदाची भावना, ईश्वरस्वरूपी परत आल्याची तृप्ती आणि तुझा स्वत:चा शोध पूर्ण झाल्यानंतरची निवांतता, या सगळ्या सगळ्या गोष्टींच्या अनुभवानं तू समृद्ध होशील. एकच शब्द वापरता येईल तो म्हणजे 'सत्य!' तुला त्याचा अनुभव येऊ शकतो, पण तुला त्याचं स्पष्टीकरणं देणं अशक्यच असतं. तू तिथपर्यंत रस्ता काढू शकशील, तिथपर्यंत पोचायचा मार्ग शोधू शकशील, पण त्यापूर्वी तुला कोणीही त्याविषयी काहीही सांगू शकणार नाही.

गौतम बुद्ध नेहमी म्हणायचे, 'बुद्ध तुम्हाला फक्त रस्ता दाखवेल... तुमच्याबरोबर त्या मार्गावरून कोणी चालणार नाही. तुमचं तुम्हाला एकट्यालाच चालावं लागेल आणि मार्ग शोधावा लागेल.' आणि ज्या कुणाला हा मार्ग सापडतो, तो एकदम स्थितप्रज्ञ होऊन जातो. गप्प होऊन जातो. एखाद्या स्थितप्रज्ञ माणसासमोर तुम्ही पक्वान्नाचं ताट ठेवलंत, तर त्याची चव त्याला माहीत नसेल असं नाही, ती माहीत असतेच, तो त्याचा आनंदही घेतो. पण तुम्ही त्याला चव कशी आहे हा प्रश्न केलात की, लगेच तो गप्प होतो. तो काहीही सांगू शकत नाही. तसंच सत्याविषयी ज्यांचा शोध पूर्ण झालेला असतो ते त्याबद्दल एकदम स्थितप्रज्ञ होऊन जातात. तिथपर्यंत कसं जायचं याविषयी ते तुम्हाला मार्ग दाखवू शकतात, ते त्याच्या खिडकीपर्यंत तुम्हाला नेऊ शकतील, एवढंच काय दारापर्यंतही नेऊन सोडतील, पण पुढे मात्र तुमच्या एकट्यालाच तुमचा मार्ग शोधावा लागेल! हाच अंतिम अनुभव! बाह्य जगातून फक्त एक गोष्ट सांगता येईल की, सत्यान्वेषी माणसाला मृत्यूची, संकटांची कधीच भीती असत नाही, तो कधीही भित्रा असत नाही, तो चिरंतन आनंद सोहळ्यात वावरत असतो. बाहेरून दिसणाऱ्या सत्याबद्दलच्या या गोष्टी!

पण हा फक्त दूरवरचा प्रतिध्वनी आहे. ते काही प्रत्यक्ष सत्य नाही. ज्या ज्या माणसांना सत्याचा साक्षात्कार झालाय, त्यांच्यातल्या व्यक्तिगत आविष्काराचा तो प्रतिध्वनी आहे. ही फक्त प्रतिबिंबं आहेत. पाण्यात पडलेली तारकांची प्रतिबिंबं! पण तारे-तारका हातात येण्यासाठी एकदम पाण्यात उडी मारू नका. तिथं तुम्हाला काहीही सापडणार नाही. खरे तारे-तारका खूप खूप दूर आहेत. ही फक्त त्यांची प्रतिबिंबं आहेत. सत्यान्वेषी व्यक्तीच्या तुम्ही खूप जवळ जरी नसलात, त्यांच्याविषयी तुमचं पूर्वग्रहदूषित मत असलं, किंवा त्यावर विश्वास आहे का नाही हे जरी निश्चित स्वरूपात तुमचं मत पक्कं नसलं, तरीही सत्यान्वेषी माणसाच्या व्यक्तिमत्त्वात, त्याच्या अस्तित्वात, त्याच्या हावभावात, त्याच्या डोळ्यांत काहीतरी विशेष असं पाहायला मिळतंच. जर तू मोकळ्या मनाचा असशील, सगळं काही सामावून

घेणारा असशील, तर आध्यात्मिक तेजानं उजळलेलं असं, अत्यंत मोहक असं काहीतरी तुला खुणावतंय असं तुला दिसेल, अचानक शोधासाठी तुला नवीन दिशा सापडेल, तुझ्या अंतरंगात एकाएकी घंटेचे मंजुळ स्वर घुमायला लागलेत असं वाटेल! हा सर्व अनुभव सर्वस्वी नवीन असेल. त्यानं तुझ्या अंतरात्म्याला स्पर्श केलाय. त्याचं अस्तित्व हे तुझ्यात काहीतरी जागवणारं आहे, तुझ्यात बदल घडवणारं आहे. हीच त्याच्या अस्तित्वाची खरी कसोटी आहे. पण तरीही हे शुद्ध तर्कशास्त्र नाही, तर हा एक प्रेमसंबंध आहे.

मी परत परत सांगतोय, लक्षात ठेव. सत्य म्हणजे तर्कशास्त्र नाही, तर सत्य म्हणजे प्रेमाचा शोध आहे.

❑

प्रिय ओशो

आत्मसन्मान आणि अभिमान किंवा गर्व यांमधे फरक कोणता?

इंद्रधनू, आत्मसन्मान आणि गर्व यांत तसा काहीही फरक नाही. फरक आहे तो अहंकार आणि आत्मसन्मान किंवा स्वाभिमान यांमधे! आत्मसन्मान आणि स्वाभिमान या दोन्ही गोष्टी तुमच्या व्यक्तिमत्त्वाच्या सहज गोष्टी आहेत. तो तुमचा मोठेपणा आहे. तुम्ही तुम्हाला ओळखल्याची ती खूण आहे.

पण अहंकार म्हटला की तुलना आली. आत्मसन्मान आणि अभिमान यात तुलनेचा कुठं प्रश्न नसतो. आणि हाच मूलत: फरक आहे अहंकार आणि आत्मसन्मानात!

अहंकारात तुम्ही सतत दुसऱ्याशी तुलना करत राहता. तुम्ही दुसऱ्यापेक्षा किती चांगले आहात, किती श्रेष्ठ आहात, किती उंचावर आहात, किती धार्मिक आहात, किती पवित्र आहात हे अट्टहासानं दाखवत दाखवत तुम्ही तुलना करत असता. तुम्ही मात्र संत आणि इतर सगळे पापी असंही तुम्ही समजता. कारण काही का असेना, तुम्ही सतत तुलना करत राहता की, तुम्ही किती वरच्या दर्जाचे आणि इतर किती कमी दर्जाचे? हीच ती अहंकाराची मुहूर्तमेढ! अहंकार निर्माण होण्याची!

पण अभिमान कधीही दुसऱ्याशी तुलना करीत नाही. असे लोक कधीही कुणाबद्दल काही बोलत नाहीत. ते फक्त म्हणतात, 'मला माझा अभिमान आहे!' मी जसा आहे त्याचा मला अभिमान आहे, या सुंदर वातावरणात मी आहे याचा मला अभिमान आहे. ते कुणा दुसऱ्याबद्दल

काहीच बोलत नाहीत. पण ज्या क्षणी तुम्ही तुलना करायला लागता, तिथेच तुम्ही एक भयानक, घाणेरडा खेळ खेळायला सुरुवात करता.

'माझा' स्वत:चा अभिमान हा तुमच्या सन्मान मिळवण्यामधे कुठेच आडकाठी करणारा नाहीये, उलट तुम्ही मानानं राहिलात तर मला आवडेलच. कारण तुम्ही स्वत: मानानं राहिला नाहीत, तर जग तुम्हाला कसा काय मान देणार? तुम्ही माणूस आहात याचा अभिमान जर तुम्हाला वाटला नाही, या जडजगतातला निसर्गक्रमानुसार असलेला एक भाग तुम्ही आहात, याचा जर तुम्हाला अभिमान नसेल, तर जगाला तुमचा अभिमान कसा वाटेल? आणि अभिमानी असणं हे दुसरं काही नसून तुमच्या वाट्याला आलेल्या निसर्गातल्या गोष्टींसाठी तुम्ही धन्य आहात हेच प्रकट करणं आहे. आणि ही फार मोठी गोष्ट आहे. खरं म्हणजे आपण काही फारमोठे चांगले आहोत असं नाही, आपण फार लायक आहोत असंही नाही, या सृष्टीतलं काहीही आपण कमावलेलं नाही. त्यामुळे त्याबद्दल आपण कोणताही हक्क सांगू शकत नाही. सृष्टीनं अतिशय विपुलतेनं, सढळ हातानं आपल्याला सगळं दिलंय... पण आपल्याला त्याची किंमत नाही. आपण या सगळ्या गोष्टी गृहीत धरल्या आहेत.

सूफींमधली एक सुंदर गोष्ट आहे. ऐक. एका गावात एक अतिशय गरीब, अडाणी आणि बेकार अवस्थेतला माणूस आयुष्याला कंटाळून आत्महत्या करायचं ठरवतो. कारण भीक मागणं त्याला मंजूर नसतं. नदीच्या बाजूला असलेल्या एका उंच ठिकाणी जाऊन तिथून खाली उडी मारून आयुष्य संपवायचं तो ठरवतो आणि त्याप्रमाणे त्या उंचावरच्या जागी तो जातो. योगायोगानं तिथं एक सूफी साधू बसलेला त्याला दिसतो... सूफी म्हणतो, 'शेवटी तू आलासच! इथं सगळे येतात ते आत्महत्या करण्यासाठीच येतात. ध्यान-धारणा करण्यासाठी हीच जागा मी मुद्दामहून निवडलीय... कारण आत्महत्या करणाऱ्यांचं प्रमाण फारच कमी असल्यानं इथं कायम शांतता असते.'

तो माणूस आश्चर्यचकित होतो, 'मी तर एकही शब्द अजून तोंडातून काढला नाही आणि तू कसं ओळखलंस की मी आत्महत्या करणार आहे म्हणून!'

सूफी म्हणतो, 'ते जाऊ दे... पण मी काय सांगतो ते ऐक. तू खुशाल आत्महत्या करू शकतोस... पण तुझ्या फायद्याचा एक प्रस्ताव द्यायची माझी इच्छा आहे. - तो असा- तुला दोन सुंदर डोळे परमेश्वरानं दिलेले आहेत. इथल्या राजाला डोळे नाहीत. राजाला हे माहीत आहे की नेहमी मी 'आत्महत्येच्या' ठिकाणी बसलेला असतो म्हणून! तुला तुझ्या सुंदर डोळ्यांची काय किंमत करता येईल? बोल! राजाला त्याचा उपयोग होईल... तू मागशील ती किंमत राजा देईल. नाहीतरी तू मेल्यानंतर तुला डोळ्यांचा काय उपयोग? तेव्हा विचार कर... सांग किंमत!'

तो बेकार माणूस विचार करायला लागतो. किती सांगावी किंमत? पाचशे,

हजार... पाच लाख, दहा लाख का पंचवीस लाख? काय सांगावी किंमत... काहीच ठरेना! शेवटी तो सांगतो, दहा लाख रुपये!

सूफी म्हणतो, 'ठीक आहे. मान्य आहे. तू आता माझ्याबरोबर चल. पहिल्यांदा आपण तुझे डोळे काढू या आणि नंतर मी तुला परत इथं आणून सोडतो. नंतर तू नदीत उडी मार.'

चालता चालता सूफी बोलत होता, 'हे बघ, माझ्याकडे आणखी काही गिऱ्हाईक आहेत. तुझं मस्तक जर तू द्यायला तयार होशील तर किती घेशील पैसे?'

तो बेकार माणूस आता तर चक्रावूनच जातो... किती विचित्र माणूस आहेस रे? माझे डोळे नसताना या डोक्याचा काय उपयोग? कोणी तरी घेईल का?

सूफी ठासून म्हणतो, 'आहे! आहे एक गिऱ्हाईक! एका जादूगाराला एका कवटीची नितांत आवश्यकता आहे. डोळे असले काय आणि नसले काय त्याला काही त्यात रस नाही. तो जादूगार तुझ्या डोक्याची सगळी त्वचा काढणार, सगळं काही काढणार आणि तुझी कवटी स्वच्छ करून घेणार! बोल, कबूल आहेस?'

तो गरीब माणूस आश्चर्यानं म्हणतो... हरे राम! माझ्या डोक्याशिवाय मी कसा काय परत येणार? आणि सूफी आश्वासन देतो... त्याची काळजी नको, ते मी पाहतो...

गरीब माणूस म्हणतो... 'मला तर काहीच कल्पना नाही... काय करावी किंमत? तूच सांग!'

'कितीही सांग! मान्य होईल' सूफी म्हणतो.

अखेरीला तो माणूस आपलं डोकंही विकून टाकतो...

वाटेत सूफी परत म्हणतो, 'उरलेला तुझा देह तुला विकायचा आहे का? बोल. नाहीतरी डोळे आणि डोकं विकल्यानंतर तू मरणारच... मग नुसता देह ठेवून काय करायचाय? माझ्याकडे तेही गिऱ्हाईक आहे. तो एक शास्त्रज्ञ आहे. संशोधनासाठी त्याला मानवी देहांची गरज आहे. अगदी ताजी शरीरं त्याला पाहिजे असतात. डोळे काढले, डोकं काढलं तरी शरीर काही काळ उबदार राहतं. एखादं फूल जसं झाडावरून तोडल्यानंतर काही काळ चांगलं राहतं आणि नंतर कोमेजतं अगदी तस्सं!'

तो माणूस यानंतर म्हणतो, 'मग आत्महत्येला काय अर्थ राहिला... सगळं संपलंच.'

सूफी म्हणतो, 'आत्महत्या? त्याची गरजच काय? सगळे अवयव विकले गेल्यानंतर त्याची गरजच काय?'

गरीब माणूस प्रश्न करतो, 'पण पैशाचं काय? ते कोण घेणार?'

सूफी म्हणतो, 'अर्थातच! मीच घेणार. कारण तू गेल्यानंतर कोण असणार

आहे ते घ्यायला? कारण माझ्या 'कमिशनचा' विचार तू करू शकतोस? तुला हवे असलेले पैसे तू घे. तू घेऊ शकतोस... पण तू तर मरणारच आहेस. तेव्हा तुला गरजच नाही!'

बोलता बोलता त्या उंचावरच्या ठिकाणी ते पोचतात. बेकार माणूस परत परत विचार करतो, मी काय करायला चाललोय?... त्याच्या डोळ्यांना, त्याच्या डोक्याला, त्याच्या देहाला एवढी किंमत आहे, एवढे आपले हे अवयव मौल्यवान आहेत याचा कधी त्यानं विचारच केला नव्हता. कारण तीस लाख रुपये हा सूफी त्यावर मिळवणार? अरे बापरे!

तो म्हणतो, 'छे छे... मला नाही करायचा हा व्यवहार.'

सूफी विचारतो, 'मग आत्महत्येचं काय?'

गरीब उत्तरतो, 'मला नाही करायची आत्महत्या! आयुष्यात आज पहिल्यांदा मला कळून चुकलंय की मी श्रीमंत माणूस आहे म्हणून! आत्तापर्यंत मी स्वत:ला भिकारी समजत आलो. आणि आत्महत्या करायला निघालो. आत्ता मला कळतंय की माझ्याजवळ बरंच काही आहे.'

तो सूफी अखेरीला सांगतो, 'हे पहा, हे सगळं तुझ्यावर अवलंबून आहे... मी मात्र आता परत जातो आणि बघतो दुसरा कोणी आत्महत्या करणारा भेटतो का ते? पण पुन्हा एकदा विचार कर. कारण अशी गिऱ्हाइकं परत मिळणार नाहीत.'

तो बेकार माणूस संतापून म्हणतो, 'कृपा करून आता मला एकटं राहू दे. तू जा इथून... तू फार भयंकर माणूस आहेस. मी तर समजत होतो, तू ध्यानधारणा करणारा एखादा साधू असावास म्हणून! तू इथे नेहमीच ध्यानधारणा करत असशील अशी माझी समजूत होती. पण तू तर भयंकर माणूस दिसतोस. तू तर मला तुकड्या-तुकड्यांनी विकायला निघाला होतास आणि शेवटी सगळा पैसा मात्र तुलाच मिळणार होता. आत्तापर्यंत किती लोकांना तू विकलं असशील, माहीत नाही. आत्ता कळलं की तू तिथेच का बसतोस ते! कारण तिथेच तुझा हा व्यापार चालणार! मी आता गावात जातो आणि सगळ्या गावाला, गावकऱ्यांना सावध करतो. 'त्या ठिकाणी अजिबात जाऊ नका, तिथे एक भयंकर माणूस असल्यानं त्याच्यापासून सावध रहा' असा इशारा सर्वांना द्यायलाच हवा.'

सूफी त्याला समजावतो, 'हे पहा, मी तुला मदतच केलेली आहे. कारण तू तर या सगळ्या मौल्यवान गोष्टी नदीला अर्पण करायला निघाला होतास. मी तुला भ्रमातून जागं करण्याचा प्रयत्न केला. प्रकृतीनं दिलेल्या अशा या मौल्यवान शरीराबद्दल धन्यता मानायचं सोडून तू तर हे 'आत्महत्येचं' घाणेरडं कृत्य करायला निघाला होतास. अरे इथं कोणीही गिऱ्हाइकं नाहीत. ते सगळं खोटं होतं. राजाला तुझे डोळे घेऊन काय करायचंय? मेलेले डोळे काय कामाचे? तसंच जादूगाराला तर दफनभूमीत कितीतरी कवट्या मिळू शकतात, नाही का? आता त्या शास्त्रज्ञाचं!

रोजच्या रोज कितीतरी माणसं हॉस्पिटलमधे मरत असतात. तेव्हा तिथून कितीतरी ताजे देह त्याला मिळू शकतात. हे सारं फक्त मी तुला जागं करण्यासाठी सांगितलं! निसर्गानं दिलेल्या मौल्यवान गोष्टींबद्दल निसर्गाला धन्यवाद देण्याऐवजी तू हे असं करायला निघाला होतास... काय रे, प्रकृतीला धन्यवाद देण्याइतका मोठेपणा तुझ्यात नाही का? 'आत्महत्या' हे धन्यवाद आहेत का?'

तुलना न करता मिळवलेला सन्मान म्हणजे आत्मसन्मान. प्रकृतीविषयी मोठेपणाची भावना बाळगणं, अभिमान बाळगणं एवढंच प्रकृती तुमच्याजवळ मागत असते. या सृष्टीमधे तुमचं नेहमी स्वागतच होत असतं. सृष्टीमधे तुम्ही नको असलेली व्यक्ती नाहीत, किंवा अनाथही नाहीत. प्रत्येक क्षण न् क्षण तुम्हाला आवश्यक असलेल्या गोष्टी प्रकृती तुम्हाला पुरवत असते. जीवन, प्रकाश, हवा- सगळं काही!

इंद्रधनु - स्वाभिमान हा अहंकारासमान नाही तसंच आत्मसन्मान सुद्धा अहंकारासारखा नाही. अहंकार (Ego) हा नेहमी तुलना केला जातो... कारण तो चांगला नाही. तो विकृत आहे. 'मी तुझ्यासारखा श्रेष्ठ आहे' ही भावनाच मूळी अमानूषपणाची आहे.

पण स्वत:बद्दल अभिमानाची भावना बाळगणं यात दुसऱ्या कोणाला कमी लेखणं होत नसतं. उलट स्वत:वरून, इतरांना तुम्ही अभिमान कसा बाळगावा हे दाखवू शकता. आत्मसन्मान कसा मिळवावा हे तुमच्या उदाहरणावरून त्यांना दाखवू शकता. म्हणूनच मी अहंकाराच्या विरुद्ध आहे, पण स्वाभिमानाच्या विरुद्ध नाही किंवा आत्मसन्मानाच्या विरुद्धही नाही. त्याच तर मनुष्यत्वाच्या अत्यंत महत्त्वाच्या गोष्टी आहेत. महत्त्वाचे गुण आहेत.

❑

प्रिय ओशो

माझ्यापाशी असं काय आहे एवढं की, तुमच्या, माझ्या मित्रमैत्रिणींच्या, माझ्या सहप्रवाशांच्या तसंच या प्रकृतीच्या करुणेचा, दयाळूभावाचा मला लाभ झालाय. पण ओशो, एवढं मात्र सांगावंसं वाटतं की, कृपा करून माझ्यात काही उणेपणा आढळला, तर मात्र एक तडाखा देऊन मला ताळ्यावर आणण्याचं काम जरूर करा.

ध्यान ओम, माझ्या बाबतीत सांगायचं झाल्यास करुणेशिवाय, दयाळू होण्याशिवाय मी दुसरं काहीच होऊ शकत नाही. माझा नाइलाज आहे. पण त्याचा तुझ्याशी काही संबंध नाही. माझ्या बाबतीत हीच एकमेव शक्यता आहे.

त्या दिवशी माझी मला ओळख पटली. त्या दिवशी जाणवलं की काही गोष्टी मी गमावल्या आहेत, पण काही गोष्टी मी कमावल्या आहेत. माझ्या या कमाईत खूप महत्त्वाची गोष्ट आहे ती म्हणजे करुणा! या करुणेचा लाभ कोणाला होईल हा प्रश्न महत्त्वाचा नाही. मग ते एखादं नारळाचं झाड असो किंवा ध्यानओम असो. मी सगळ्या गोष्टींकडे फक्त करुणेनं पाहू शकतो. माझ्या डोळ्याला आणि हृदयाला दुसरं काहीही दिसत नाही.

आता प्रकृती आणि या सृष्टीचा विचार करता तू तर या सृष्टीचा एक भाग आहेस. प्रकृतीसुद्धा तुझ्यासारख्या माणसात आणि साध्या झाडाझुडपात काहीही फरक करीत नाही. ज्याला जे पाहिजे असतं, ज्याची गरज असते ते प्रकृती देत असते. मग तो माणूस असो वा झाड असो. प्रकृती सर्वांच्या बाबतीत दयाळू असते, कारण ती सारीजण प्रकृतीचीच असतात. त्यामुळे कोणताही दुजाभाव न करता ही सृष्टी सगळ्यांना सगळं काही देत असते.

फक्त प्रश्न आहे लतीफाचा! मला सुद्धा आश्चर्य वाटतं, तिनं तुझ्या बाबतीत

दयाभाव का ठेवावा समजत नाही! लतिफाचा हा दयाभाव समजण्यासाठी काही विनोदी किस्से सांगतो.

आयर्लंडमधे एकदा एक वृद्ध स्त्री चर्चमधे प्रार्थनेसाठी गेली होती. तिथला तरुण प्रिस्ट 'लग्न' याविषयी प्रवचन देत होता. प्रार्थनेनंतर ती वृद्ध स्त्री आपल्या मैत्रिणीला म्हणाली, 'परमेश्वराचे आभारच मानायला हवेत. कारण मला 'लग्न' या प्रकाराविषयी जेवढं ज्ञान होतं, तेवढंच ज्ञान त्या तरुण प्रिस्टजवळ होतं.

'तुला कळलं का काही?'

सौ. गोहेन एकदा 'सुपरमॅन' हा चित्रपट पाहत होत्या. एक माणूस तेवढ्यात आला आणि विचारू लागला, 'माफ करा मॅडम... पण तुमच्या शेजारच्या रिकाम्या सिटवर मी बसू शकतो का?'

'मुळीच नाही! मी तिकिटं खरेदी केली तेव्हा मैत्रिणीसाठीही खरेदी केलं होतं. पण आता माझ्या सगळ्या मैत्रिणी माझ्या नवऱ्याच्या अंत्ययात्रेला गेल्या आहेत.'

'मला कळत नाही की तू कोणत्या कारणामुळे माझ्याशी लग्न केलंस?' सौ. गोहेन रडत रडत म्हणाल्या.

श्री. गोहेन म्हणाले, 'एकच कारण! गुरुत्वाकर्षणाच्या सिद्धांताच्या अगदी विरुद्ध असं तुझं व्यक्तिमत्त्व आहे.'

'कशाबद्दल बोलतोयस तू?' सौ. गोहेननी विचारलं.

'कारण तुला वरून खाली टाकण्यापेक्षा, खालून वर उचलून घेणं फार सोपं आहे.'

लतिफानं तुला आपलंसं केलं हा तर चमत्कार आहे, पण 'तिची' करुणाच फक्त चमत्कार म्हणून गणली जायला पाहिजे. तू एक कठीण (nut), टणक गोष्ट आहेस हे तिला तसंच इतरांनाही चांगलं माहितेय. पण तू मात्र स्वत:ला 'आतून मधुर पाणी असणारा नारळ' समजतोस... केवळ स्वत:ला चांगलं म्हणवून घेण्यासाठी! एखादं सामान्य, टणक कवच असलेलं छोटंसं फळ कुणालाही आकर्षित करू शकत नाही. पण नारळ... तोही गोव्याहून आलेला... तो मात्र!... लतिफा खरोखरच दयाळू आहे...

माझ्या बाबतीत विचार करायचा झाला किंवा जे जसं आहे तसा विचार करायचा झाला तर एवढंच म्हणता येईल की, आम्ही काहीही करू शकत नाही. तू लतिफाचे खरोखरच आभार मानायला हवेस. कारण इतक्या यातनांतून जाऊनही ती अजूनही दयाळू आहे. तिनं खरोखर खूप वाईट पद्धतीनं भोगलंय. ज्या ज्या वेळी मी तिच्याकडं पाहतो तेव्हा लगेच जाणवतं की, 'नारळ' इकडेच कुठेतरी आसपास असावा.

गेले पाच आठवडे ती एक साधी, सुंदर, सतत हसणारी आनंदी मुलगी होती.

पण ज्या क्षणी तुझ्या येण्याचा निरोप मिळाला... फक्त निरोप... तेव्हापासून...

गोव्यापासून इथे यायला तू सात दिवस लावलेस. त्या सात दिवसांत मी ज्या ज्या वेळी लतिफाला पाहत होतो, तेव्हा कळत होतं की, ओम गोव्याहून येतोय, आणि लतिफा अक्षरश: नरकातून जातेय.

मी त्याबद्दल तिच्याशी बोलल्यानंतर जेव्हा जेव्हा मी तिच्याकडे पाहिलं तेव्हा जाणवलं की, ती हसायचा 'प्रयत्न' करतेय... पण मुद्दाम प्रयत्न करून निर्माण केलेलं हास्य आणि उत्फूर्तपणे आलेलं हास्य ही पूर्णपणे वेगवेगळी असतात.

ध्यान ओम, तू आहेस तसाच रहा! लतिफाच्या ज्ञानी होण्यासाठी, प्रकाशित होण्यासाठी झाला तर या वागण्याचा उपयोगच होईल. तिचा कठोरपणा, तिचा त्याग, तिची शिस्त या सर्वासाठी तुलाच धन्यवाद द्यायला पाहिजेत. ती जेव्हा 'आतून' उजळेल तेव्हा तुझीच स्तुती होईल... हे फार दुर्मिळ आहे – पुरुष 'प्रबुद्ध' होण्यासाठी पाठीशी स्त्रिया असतात. ही फार जुनी गोष्ट आहे. कारण कुठल्याही पुरुषानं एखाद्या स्त्रीला अशी मदत केलेली दिसत नाही. तू खरोखरच पायाभूत काम केलं आहेस. तुझं नाव इतिहासात नोंदलं जाईल!

□□□

सत्र : चार

खरं पाहता संहारक शस्त्रांचा निर्मितीला काय उपयोग होऊ शकतो? त्याची सर्वनाशक शक्ती जर खूप मोठी असेल, तर त्याची नवनिर्मितीची शक्ती तितकीच असणार. मला असं म्हणायचंय की, ही जागतिक आत्महत्या आपण टाळू शकत नाही, पण या सृष्टीमधे, या जगतामधे एखादी नवीन पहाट, एखादा नवीन महामानव, नवा मानवतावाद आपण नक्कीच आणू शकतो.

निरनिराळ्या मनोधारणा

प्रिय ओशो

एका बाजूला सर्व जग हे जागतिक आत्महत्येच्या मार्गानं चाललेलं दिसतंय आणि आमच्या उन्नतीसाठी आता फार थोडा वेळ राहिलाय याची जाणीव होते. आणि दुसऱ्या बाजूला तुम्ही म्हणता की माणसाची उन्नती ही शांत, संथ वातावरणातच होत असते. हा एक प्रकारचा विरोधाभास नाही का? - एका बाजूला मला प्रचंड अस्वस्थ वाटतंय आणि काहीतरी करावंसं वाटतंय आणि दुसऱ्या बाजूला मनात खोलवर असं वाटतंय की मी दिशाहीन आहे. या अशा माझ्या मानसिक अवस्थेतून मी बाहेर कसं पडावं, हे सांगू शकाल का?

पूजा कविना, हा काही विरोधाभास नाही. तो तसा वाटतो फक्त! जग हे आता खरोखर विनाशाच्या उंबरठ्यावर उभं ठाकलेलं आहे. जागतिक आत्महत्येच्या मार्गानं चाललेलं आहे. या गोष्टीबद्दल दूमत नाहीच. दिवसेन्‌दिवस जास्तीत जास्त हे म्हणणं खरं ठरतंय. साहजिकच तुला वाटतंय की, त्यासाठी आपण काहीतरी सकारात्मक काम करावं! पण ते तुझ्या मर्यादेपलीकडचं आहे! फक्त तू जे काही काम करशील ते 'चांगल्याच्या' जवळ असेल इतकंच.

तू एकटी काय करू शकणार? तुझ्या हातात काहीही सत्ता नाही. ज्यांच्या हातात ती आहे, ते लोक विलक्षण हट्टी आहेत, दुराग्रही आहेत. त्यामुळं भविष्यात काय घडणार आहे, याची माणुसकीच्या नात्यानं त्यांना अजिबात फिकीर नाहीये. त्यांचा स्वत:चाही यामधे नाश होणार असला तरीही त्यांचा अहंकार हाच त्यांना श्रेष्ठ वाटतोय. त्यामुळे कोणताही धोका ते पत्करू शकतील. जो कोणी शत्रूच्या भूमिकेत असेल त्याचा ते नाश करणारच!

अगदी सुरुवातीच्या काळात जेव्हा फक्त दोन राष्ट्रांच्या हातातच, अमेरिका आणि रशियाच्या हातातच, ही शस्त्रास्त्रं होती, तेव्हा त्यांच्यात काहीतरी योग्य तऱ्हेची बोलणी होतील ही थोडी शक्यता होती. पण आता पाच देशांकडे अण्वस्त्रं असल्यामुळे कोणतातरी मध्यममार्ग निघण्याची शक्यता फार कठीण आहे, अवघड आहे! आणि या शतकाच्या शेवटी

शेवटी तर पाच-पंचवीस राष्ट्रांच्या हातात ही अण्वस्त्र शक्ती एकवटली जाणार आहे. मग तर काय? तह वगैरे होण्याचा प्रश्नच उद्भवणार नाही.

माझं मत असं की, वेळ जरी खूप थोडा असला तरीही जागृत होण्यासाठी तो नक्कीच पुरेसा आहे. शिवाय ही जागृती जगभर पसरवण्यासाठीही तो पुरेसा आहे. तीच एक फक्त शक्यता मला दिसते.

राजकारणी मंडळी सोडून इतर लोकांना जर तुम्ही तयार करू शकलात, जागृत करू शकलात... कारण राजकारणी मंडळींच्या हातात सत्ता असते, पण ती समाजाच्या मनासारखी वापरली जात नसल्याने ती निरुपयोगी ठरलेली असते. तर ही राजकारणी मंडळी सोडून इतर मंडळींमधे तुम्ही जर जागरूकता निर्माण करू शकलात, म्हणजे कशी? तर जर समजा लष्करी सैन्यानं जाहीर केलं की, 'आम्ही अण्वस्त्रांचा वापर करणार नाही! शास्त्रज्ञांनी जर जाहीर केलं, यापुढे आम्ही अण्वस्त्रनिर्मिती करणार नाही, जर जगातल्या सर्व बुद्धिवंतांनी एकमुखानं आरडाओरडा केला, गर्जना केली की, हा युद्धाचा प्रश्न नाहीच. कारण आत्तापर्यंत हजारो युद्धं आम्ही पाहिलेली आहेत. त्यांतून झालेला संहारही माहितेय... पण तो संहार संपूर्ण आयुष्य संपवणारा नव्हता. म्हणून आत्ता जे घडतंय ते युद्ध नाहीच! त्याला युद्ध म्हणताच येणार नाही... ही तर शुद्ध आत्महत्या आहे! – अशी जागृती करणं महत्त्वाचं आहे.

हातात कोणतीही सत्ता नसूनही जगातले हे शास्त्रज्ञ, सैनिक, बुद्धिवंत मंडळी, कवी, संगीतकार, योगी, चित्रकार, कलावंत, अभिनेते या सर्व मंडळींचा, त्यांच्या एकूण व्यक्तिमत्त्वाचा, त्यांच्यातल्या सृजनशीलतेचा संपूर्ण समाजमनावर विलक्षण प्रभाव असतो, म्हणूनच ही सगळी माणसं जर एकत्र आली, तर ही जागतिक आत्महत्या आपल्याला निश्चितच टाळता येईल. आपण ती निश्चित टाळू शकू. एवढंच काय, आपण ती फक्त टाळूच शकू असं नाही, तर संपूर्ण विश्वाचं रूपांतर आपण एखाद्या नंदनवनातही करू शकू. कोणतीही 'शक्ती' ही नेहमीच तटस्थ असते. ती नाशही करू शकते तशी नवनिर्मितीही करू शकते. आणि आत्तापर्यंत अशा तऱ्हेचा विचार कोणीच केलेला दिसत नाही... की अरेच्चा... अणुशक्तीचा सकारात्मक उपयोग होऊ शकेल का? नवनिर्मितीसाठी उपयोग होईल का?... अण्वस्त्रांचा सकारात्मक क्रियाशीलतेसाठी काय उपयोग होईल? जर त्यांची संहारक शक्ती जबरदस्त असेल, तर त्यांची सकारात्मक निर्मितीची शक्तीही जोरदार असणारच. आणि म्हणूनच मला असं म्हणायचंय की, केवळ ही जागतिक आत्महत्या आपण टाळू शकू असं नाही, तर या जगात एक नवीन पहाट, एक नवा मानव आपण निश्चित निर्माण करू शकू!

कदाचित पहिल्यांदाच असा एक निखळ सुशिक्षित वर्ग निर्माण होऊ शकेल की जो शांतताप्रेमी असेल, जो दयाळू असेल, राष्ट्राराष्ट्रातले भेदाभेद, धर्मांतले भेदाभेद, स्पर्धा तो संपुष्टात आणणारा असेल आणि संपूर्ण जगाचं एकत्रित असं कुटुंब

निर्माण करणारा असेल.

एकदा जर का हे भेदाभेद, स्पर्धा नष्ट झाली, तर मग युद्धाची शक्यता नाहीच! नाही का!

नजीकच्या काळातली ही जागतिक आत्महत्या आपल्याला टाळायची आहे. संपूर्ण जगाची रचनाच आपल्याला अशी बदलायला हवी की, ज्यायोगे युद्ध निर्माणच होणार नाही. आमचे सर्व प्रयत्न, आमची सारी शक्ती.. एवढंच काय, पण शेकडा पंचाहत्तर टक्के मानवी शक्ती ही सध्या युद्धसामग्री तयार करण्याकडे खर्च होतेय. उरलेल्या पंचवीस टक्के शक्तीवर आम्ही आमचा निर्वाह करतो... ही पंचाहत्तर टक्के शक्ती, जी युद्धासाठी खर्च होते ती सुद्धा आमच्या निर्वाहासाठी वापरली गेली, तर जगात रोगराई आणि दारिद्र्य शिल्लकच राहणार नाही. आयुर्मर्यादा वाढू शकेल, शेवटच्या घटकेपर्यंत माणूस तरुण राहू शकेल.

या सर्व गोष्टी निश्चितच 'शक्य' होणाऱ्या आहेत. आणि त्यासाठी पुरेसा वेळसुद्धा आहे. पण तुमचा विचार स्वच्छ हवा. तुमच्या बाजूचा कोणताही निषेध यासाठी चालणार नाही. नाहीतर तुम्ही चिरडले जाल, दुर्लक्षित केले जाल. शतकानुशतकं इथं शांततावादी माणसं आहेतच, पण तरीही ती युद्ध टाळू शकली नाहीत.

मी तर असे अनेक निषेध-मोर्चे पाहिले आहेत आणि आश्चर्यचकित झालो आहे. कारण शांत दिसणाऱ्या त्या मोर्चातली सगळी माणसं हिंसकच दिसत होती. त्यांच्या घोषणा जहाल होत्या, त्यांचे हावभाव प्रक्षुब्ध होते. असं वाटलं की, त्यांच्या हातात जर सत्ता असती, तर सगळ्या युद्धपिपासूंना त्यांनी ठारच केलं असतं. म्हणजे ही शांततावादी मंडळीही तेच करत आहेत असं दिसतं. म्हणजे ही मंडळी शांततावादी नाहीतच. कदाचित ती फक्त आदर्श कल्पनेपुरती शांततावादी असतील, पण त्यांना 'शांतता' म्हणजे काय हेच माहीत नाही.

माझी अशी इच्छा आहे की, माझ्या माणसांना खरी 'शांतता' म्हणजे काय हे माहिती पाहिजे, त्यांना अंतरंगातली सुंदरता माहीत पाहिजे! शाश्वत आनंद, प्रेम, आणि अंत:प्रकाश त्यांना माहीत पाहिजे आणि त्यांनी या गोष्टी इतर माणसांच्यामधे वाटल्या पाहिजेत. हे इतरांना वाटून टाकणं जे आहे, हा काही कुठला प्रसार नाही किंवा कुणाचं रूपांतर करणं वा बदल करणं नाही. यासाठी आवश्यकता आहे ती फक्त तुमच्या निकट सहवासाची, तुमच्या प्रेमळ दृष्टीची, आणि तुमच्या शांत अस्तित्वाची. आणि मग अशा वेळी लाभलेल्या नवीन ज्ञानाच्या प्रकाशानं आणि आध्यात्मिक तेजानं उजळलेला माणूस आपोआपच आपल्या भोवताली स्वत:च्या तेजाचा प्रकाश पसरवून टाकतो आणि आसपासच्या माणसांच्या मनोवृत्ती त्यांच्या नकळतच बदलवून टाकतो. पण बुद्धीनं समजावून देण्यासाठी आता वेळ नाही. शतकानुशतकं अनेक विचारवंतांनी तेच केलंय. बाकूनीन, बुखारीन, टॉलस्टॉय,

रसेल यांनी तेच केलं. पण दृष्य परिणाम काहीच दिसला नाही.

माझ्या समजुतीप्रमाणे हे बुद्धिमान लोक खरेखुरे शांततावादी नव्हतेच. त्यांच्या अंतर्मनातला शाश्वत आनंद त्यांना कधीच कळू शकला नाही, त्यांच्या अस्तित्वाचं सौंदर्य त्यांना कळू शकलं नाही. त्यांच्या स्वत:च्या 'आत' असलेल्या अमृतकणांची चव त्यांना माहीत झाली नाही. म्हणूनच मी म्हणतो एकदा का तुमचं स्वत:चं चिरंजीवित्व तुम्हाला समजलं की, प्रश्नच उरत नाही. कारण ते समजल्याक्षणी तुम्ही तुमच्यातली एक प्रकारची अदृश्य ऊर्जा आसपास पसरायला सुरुवात करता. तिथं बौद्धिक वादविवादांना जागाच नसते. अशा वेळी आसपासचे लोक आपोआप तुमच्या नुसत्या 'असण्यानंच' प्रभावित होतील. तुमच्या सुगंधानं, तुमच्या प्रेमळपणानं रोमांचित होतील.

युद्धामुळे होणाऱ्या हानीचा समतोल साधण्यासाठी या जगात आम्हाला जास्तीत जास्त प्रेमाची गरज आहे. जगामधे सध्याच्या या विध्वंसक सामर्थ्यापुढे तितक्याच नवीन उत्पादनाची, नवीन निर्मितीचीही गरज आहे. आंधळ्या राजकारणी व्यक्तींशी समतोल ठेवण्यासाठी या जगात आध्यात्मिक ज्ञानानं जागृत असलेल्या लोकांची जास्त गरज आहे. आणि या गोष्टीसाठी अजूनही पुरेसा वेळ निश्चितच आहे. कारण त्यासाठी खरोखर एक क्षणही पुरतो. 'ज्ञानी' होण्यासाठी खरोखर एखादा क्षण पुरेसा असतो. त्या गोष्टीसाठी फार वेळ लागतच नाही. फक्त एकच महत्त्वाची गोष्ट लागते ती म्हणजे अतीतीव्र इच्छा! अतिशय उत्कटता!... इतकी उत्कटता पाहिजे की जणूकाही तुमचं जीवन आता धोक्याच्या रेषेवर आहे.

कविना - तुला 'विरोधाभास' का जाणवतोय हे मी समजतोय. तुला काहीतरी करावंसं वाटतंय, पण सगळ्या गोष्टी तुझ्या मर्यादेच्या बाहेर गेलेल्या आहेत. असंच ना? सोव्हिएत युनियन किंवा रोनाल्ड रेगन यांच्यावर तू कसे काय निर्बंध घालणार? शिवाय येत्या काळात या खुज्या राजकारणी माणसांकडून पंचवीस राष्ट्रांमधे अण्वस्त्र प्रसार होणारच आहे! तेव्हा 'तू' यात काय करणार? यामधे फक्त एकच गोष्ट शक्य आहे आणि ती म्हणजे 'काहीतरी करावं' ही इच्छा सोडून देणं. फक्त कर्म करत रहा! तू जास्तीत जास्त आनंदी आणि प्रेमळ होऊ शकशील इतकी तुझी कुवत निश्चित आहे. कुठलाही रोनाल्ड रेगन, किंवा कोणतीही अण्वस्त्रं तुझ्या या आनंदी असण्याला आणि प्रेमळ असण्याला निर्बंध घालू शकत नाहीत, पण अशा प्रकारचा विचार लोकं करतच नाही. ते आपले नेहमी युद्धांना फक्त विरोध करत राहतात आणि त्यांचा विरोध कोणीही विचारात घेत नाहीत.

मला एक नवीन प्रस्ताव सुचवावासा वाटतो. आणि या अशा वातावरणात तोच एक पर्याय आहे असं वाटतं. 'काहीतरी करायचंय' हा विचार सोडून द्या. आणि तुमची स्वत:ची उन्नती कशी होईल हा विचार मनात बाळगा. तुमचं स्वत:तून वाढत जाणं, किंवा तुमची उन्नती हा एक संसर्गजन्य प्रकार आहे... तुमच्या 'प्रकाशमय'

जीवनाचा परिणाम असा होईल की, इतर आजूबाजूच्या लोकांना त्यांच्या स्वत:च्या आयुष्यातली न पेटलेली मशाल पेटवण्यासाठी त्याचा नक्कीच उपयोग होईल. आणि अशा तऱ्हेच्या की, ज्यांना जीवनातली सुंदरता कळली आहे, निर्मितीची शक्ती जाणवली आहे, काव्य, संगीत, चित्रकला, नृत्यकला, प्रेमभावना या गोष्टींमधलं सौंदर्य जाणवलंय, अशा लोकांचा वावर जर जगात आसपास असेल, तर कोणताही राजकारणी मनुष्य मानवतेचं रूपांतर युद्धामधे करण्याचं धारिष्ट्य दाखवू शकणार नाही. तेव्हा युद्धाला विरोध करण्यापेक्षा तुम्ही तुमच्या सर्जनशीलतेनं आणि ज्ञानानं किंवा तुमच्यातल्या चांगुलपणाच्या रेट्यानं जगातला तोल राखायचा प्रयत्न करा! ते तुमच्या हातात आहे. युद्धपिपासूंच्या हातात संहारक शस्त्रं जरूर आहेत, पण तुमच्या हातात असलेली गोष्टी त्यापेक्षाही जबरदस्त आहे आणि ती म्हणजे 'ज्ञानी' असणं, 'जागृत' असणं! आध्यात्मिक ज्ञान हे कोणत्याही संहारक शस्त्रांपेक्षा निश्चितच जास्त शक्तिदायी आहे.

'ओल्ड टेस्टामेंट' मधे एक कथा आहे. ही सुंदर कथा दोन शहरांची आहे. सोडोम आणि गोमोराह (Sodom आणि Gommorah) या शहरांची! या दोन्ही शहरांतली जनता ही नेहमी कोणतेही विधिनिषेध न बाळगता लैंगिक व्यवहार करत असायची. त्यामुळे देव क्रोधित झाला, 'सोडोम' गावातली मंडळी प्राण्यांसमवेत लैंगिक व्यवहार करायची, तर 'गोमोराह' गावातली मंडळी समलिंगी व्यवहार करायची. सगळ्या प्रकारच्या विकृत तसंच अनीतिमान गोष्टी तिथं चालायच्या... देवानं ठरवलं की, ही दोन्ही गावं नष्टच करून टाकायची. आणि त्याप्रमाणे त्यानं तसं केलं सुद्धा.

देवाच्या दृष्टीनं विचार करता हे बरोबर वाटत नाही. पण आमची ही धारणा असते. खरं म्हणजे देव रागावणं अथवा न रागावणं हा प्रश्न महत्त्वाचा नाही. कारण ही फक्त आपली गृहितं आहेत. आपण तसं गृहित धरलेलं आहे. कारण आपल्या कल्पनेमधे आपण काहीही करू शकतो, तुम्हाला पाहिजे असेल ते सर्व! ज्युईश ग्रंथात म्हणूनच देव जाहीर करतो की, 'मी खूप रागीट देव आहे. माझ्याविरुद्ध जे कोणी जातील त्यांना मी कधीही क्षमा करणार नाही. मी काही तुमचा काका-मामा नाही. मी फार वाईट आहे.' पण ज्युदाइझममधे काही थोड्या लोकांचे विचार सुधारकी आहेत, क्रांतिवादी आहेत. हॅसिडीक साधू – 'हॅसिडीक योगी' त्यांना म्हटलं जातं. सनातनी 'ज्यू' मंडळी या हॅसिड्स लोकांना कधीही धार्मिक मानत नाहीत. पण मी तर असं म्हणतो, संपूर्ण ज्युदाईक परंपरेत हेच लोक जास्त धार्मिक आहेत. ते नाचतात, गातात, वाद्य वाजवतात, प्रेम करतात. अत्यंत आनंदी असे हे लोक आहेत आणि ते त्यांच्या आनंदाच्या आणि सद्‌विचारांच्या व्याख्येत बसणारा 'ज्युदाइझम' मानतात.

त्यामुळे देवानं नाश करणं ही कल्पनाच ते सहन करू शकत नाहीत. कारण

देव तर सर्वशक्तिमान आणि प्रबळ आहे, तेव्हा तो त्यात बदल निश्चितच घडवू शकतो. तो जर का जग 'निर्माण' करू शकतो, तर या दोन गावांतल्या माणसांची प्रवृत्ती नाही का तो बदलू शकणार? नाश करणं किंवा मारून टाकणं हाच एक त्याच्याजवळ उपाय आहे का? सगळं जग निर्माण करणारा असा हा देव, खरं पहाता या दोन गावांचा तो पिता आहे. त्याच्या हातात सगळ्या सत्ता असताना ही दोन गावं तो बदलवू शकणार नाही का?

'हॅसिड्स' मंडळींनी ती सारी कथाच बदलली. खरं म्हणजे त्यांची ही कथा ज्युईश ग्रंथात नाही. पण मला ती आवडली. 'ज्यूं'ना हा बदल मान्य नाही. पण मी मात्र हा बदल मान्य करतो. समजणारा माणूस या 'बदलातला' परिणाम निश्चितपणे समजू शकतो.

ती बदललेली कथा अशी आहे. जेव्हा देवानं ठरवलं की ही दोन्ही शहरं नष्ट करायची, तेव्हा एक हॅसिडीक साधू त्याच्याजवळ गेला आणि देवाला म्हणाला, 'तू अगदी पक्का निश्चय केला आहेस का?' देव म्हणाला, 'होय, या लोकांना मी नष्ट करणारच.'

हॅसिडीक योगी त्याला म्हणाला, 'समजा या दोन्ही शहरांतली शंभर शंभर म्हणजे एकूण दोनशे माणसं जी कदाचित चांगल्या आचारांची असू शकतील, धार्मिक असतील, ज्ञानी असतील, जागृत असतील, त्यांच्यासकट तरी सुद्धा ती दोन शहरं तू नष्ट करणार का? म्हणजे ही दोनशे चांगली माणसं त्या वाईट माणसांबरोबर भरडली जाणार! असंच ना? म्हणजे या अनाचारी माणसांबद्दल तू जास्त काळजी करतोस हेच सिद्ध होतंय. या सदाचारी माणसांमधे तुला काहीच रस नाही असं दिसतं.'

देवाला विचार करणं भाग होतं. कारण हा मुद्दा फार महत्त्वाचा होता. जागृत माणसांना, आध्यात्मिक लोकांना, सदाचारी लोकांना तो कसा काय नष्ट करणार? देव म्हणाला, 'तू जर ती दोनशे माणसं, जी चांगली आहेत, जागृत आहेत, ज्ञानी आहेत अशा मंडळींची ओळख तू पटवलीस तर मी त्यांना नष्ट करणार नाही! कसा काय नष्ट करणार?'

हॅसिड्स मंडळी फारच चांगली होती. त्यांच्याजवळ विनोदबुद्धी होती. तो हसिड साधू म्हणाला, 'हे पहा, समजा दोनशे माणसं मी शोधू नाही शकलो, फक्त पंचवीस माणसं मी शोधू शकलो, तरीही त्या पंचवीस माणसांसकट ती दोन्ही गावं तू नष्ट करणार का? तुला फक्त संख्येबद्दल मतलब आहे का? संख्या आणि योग्यता, गुण याबद्दल तू काय विचार केलायस?'...

देव या सगळ्या विवादामधे निष्प्रभ ठरला. अखेरीला तो म्हणाला, 'ठीकय्! पंचवीस सदाचारी माणसं तू ओळखून काढ!'

हसिड् नंतर आणखीन म्हणाला, 'आणि मी फक्त दोनच माणसं म्हणजे प्रत्येक

शहरातला एकेक माणूस ओळखू शकलो तर?'

आता मात्र देव सावध झाला. संख्या आणि पात्रता याचा विचार करणं आता आवश्यक होतं. कारण दोन असली काय किंवा दोनशे असली काय कुठलीही शहाणी, ज्ञानी आणि जागृत झालेली माणसं नष्ट करून चालणार नव्हतं. शक्यच नव्हतं. कारण त्यांना नष्ट करणं म्हणजे पायाच नष्ट करणं, धर्माचं मूळ स्वरूपच नष्ट करणं होणार होतं.

देव म्हणाला, 'ठीकय्... दोन तरी माणसं दाखव.'

हसिड् साधू म्हणाला, 'खरं पहाता एकच माणूस आहे. दोन नाहीतच. तो एकच माणूस सहा महिने एका गावात आणि सहा महिने दुसऱ्या गावात राहतो. आता बोल! काय विचार आहे तुझा?'

देवानं सांगितलं, 'ठीक तर... तो एक माणूस दाखव.'

हसिड्नं तात्काळ उत्तर दिलं, 'मीच आहे तो माणूस! तू मला पाहू शकतोस? माझ्या अंतरंगात पाहू शकतोस? मला तू नष्ट करणार आहेस का? कारण मी सहा महिने सोडॉममधे राहतो आणि सहा महिने गोमोराहमधे राहतो.'

देवाला मान्य करावंच लागलं... या प्रकारात मी दोन्ही शहरांना नष्ट करू शकत नाही.

ज्यूंच्या धर्मग्रंथात या गोष्टीचा उल्लेख नाही म्हणून ज्यू ही कथा मान्य करत नाहीत. पण हसिड्स साधूंच्या शिकवणुकीत ही कथा आहे. मला ही कथा खूपच आवडते. कारण तथाकथित 'देव' या कल्पनेपेक्षा आपण कितीतरी बुद्धिमान आहोत, करुणामयी आहोत, दयाळू आहोत हे या हसिड्सनी सिद्ध करून दाखवलंय.

देवसुद्धा राजकारणी माणसांपासून या जगाला वाचवू शकत नाहीत. म्हणून तुम्हाला अशा योगी साधूंची गरज आहे. प्रेमाचं, शांततेचं, आनंदाचं वातावरण फक्त हे योगी साधूच निर्माण करू शकतात. जीवनाला खरीखुरी समृद्धी ते प्राप्त करून देतात की ज्यामुळे युद्धाचा विचारच उद्भवत नाही.

लष्करानं, शास्त्रज्ञांनी, बुद्धिवंतांनी, कलावंतांनी, राजकारणी लोकांनी अजिबात पाठिंबा दिला नाही, तर या सर्वांशिवाय, या सर्वांच्या विरुद्ध त्यांची अण्वस्त्रं पूर्णपणे निष्प्रभ ठरतील. आणि अशा वेळी आंधळेपणानं, बधिरपणानं आपण आत्महत्येला तयार झालो, तर मात्र ते युद्ध निर्माण करू शकतील. चांगल्या माणसांकडून ही एक प्रकारची नकळत साथच दिली जाईल. पण आपण जर त्यांची साथ सोडली, तर मात्र त्यांची शक्ती दुबळी होईल, संपून जाईल. कारण त्यांच्याजवळ स्वत:ची शक्ती नाही! आता उदाहरणच द्यायचं झालं तर असं दाखवता येईल: माजी राष्ट्राध्यक्ष निक्सन हे आता काही सत्तेवर नाहीत. तेव्हा जनतेला ते मेले काय किंवा जिवंत राहिले काय काहीही सोयरसुतक नाहीये. नाहीतर ते जेव्हा सत्तेवर होते तेव्हा त्यांना साधी सर्दी झाली तरी वर्तमानपत्रांच्या ठळक मथळ्यांचा तो विषय होत असे.

आणि आता? आता जर का वर्तमानपत्रात आपलं नाव यावं असं त्यांना वाटलं तर एकच उपाय तो म्हणजे त्यांनी आत्महत्या करणं! अर्थातच तसं झालं तरीही आपलं नाव ते वाचू शकणार नाहीतच. ते लोकच वाचणार... शिवाय कुठे? तर वर्तमानपत्राच्या एखाद्या कोपऱ्यात! राष्ट्राध्यक्ष किंवा पंतप्रधान पदावर नसलेल्या व्यक्तीला कोण विचारतो? कोणीच नाही. कारण ते पदही त्यांना आपणच दिलेलं असतं.

आणि म्हणूनच मी म्हणतो हीच वेळ योग्य आहे राजकारणी माणसांचा पाठिंबा काढण्यासाठी! अराजकीय मानवतावाद निर्माण करण्यासाठी हीच वेळ आहे. इतर वेळेला राजकारणी माणसांचा पाठिंबा काढून घेण्याविषयी तुम्ही तसं फारसं जनमत तयार करू शकत नाही, पण या विशिष्ट वेळेला, या विचित्र वेळेला युद्धाचे ढग जमलेले असतानाच ते शक्य आहे. या भयानक परिस्थितीत लोकांचा कल सहजपणे बदलू शकतो. राजकारणी व्यक्तींचा पाठिंबा काढून घ्यायला खरोखर जनता सहजपणे तयार होऊ शकेल कारण त्यांना हे निश्चितपणे समजेल की, पाठिंबा देणं म्हणजे आत्महत्या करणं होय!

तेव्हा एक गोष्ट करा... लोकांचं जीवन इतकं आनंददायी बनवा की, आत्महत्येचा विचारच त्यांच्या मनात येणार नाही. दुसरी गोष्ट... खरीखुरी राजकीय शक्ती 'तुमच्याच' हातात आहे हे लोकांना समजावून देऊन त्यांना सावध करा. आणि म्हणून जर का युद्ध घडलं आणि त्यात मानवजीवन नष्ट झालं तर समजा की, तुम्हीच या गोष्टीला जबाबदार आहात... राजकारणी माणसं नाहीत! ती माणसं तर फक्त बाहुल्या आहेत. आपण त्यांना शक्ती देतो आणि नंतर ते मालक असल्याच्या थाटात वावरायला लागतात... तुम्ही पाठिंबा काढून घ्या... आणि बघा... त्यांच अस्तित्व किती लहान लहान होत जातं आणि शेवटी अदृश्य होत जातं ते! कारण त्यांना स्वत:ची शक्ती नाही... तुम्ही दिलेल्या शक्तीवर त्यांची खरी मिजास!

कविना, मला वाटतं, त्यासाठी नक्कीच पुरेसा वेळ आहे. खूप मोठं आव्हान आहे. खूप साहसी क्षण आहेत हे! जग आत्ता आत्महत्येच्या मार्गानं चाललेलं आहे. अशा वेळी बुद्धिवादी दृष्टिकोनातून नाही, पण तुमच्या विशाल हृदयानं, प्रेमळपणानं तुम्ही जगाला विश्वास देऊ शकता. यातूनच जुनं जग नष्ट होऊ दे आणि नवीन जग निर्माण होऊ दे की जे नवीन मूल्यांनी समृद्ध असेल.

अशी संधी परत मिळणार नाही. यापूर्वी ती कधीही मिळालेली नव्हती. तेव्हा ही संधी वाया घालवता कामा नये.

ही खूप साधी सरळ गोष्ट आहे. ती तुम्ही तुमच्यापासून सुरू करायला हवी. तुम्ही काही 'करायला' हवं असं नाही, तर तुम्ही 'स्वत:च' काहीतरी वेगळं असं 'असायला' हवं. तुम्ही म्हणजे सामर्थ्य, तुम्ही म्हणजे तेज, तुम्ही म्हणजे चुंबकीय शक्ती! की ज्या योगे लोकांची मनं तुमच्यापाशी आकृष्ट होतील. एखादी कविता, एखादं गावं की ज्यामुळे लोक नकळत प्रभावित होतील, एखादा पदन्यास जो

आत्तापर्यंत ते विसरले होते, पण आता तुमच्या प्रभावानं त्यांच्या पायात शक्ती संचारू शकेल. तुमच्या नृत्यामधे ते सहभागी होऊ शकतील.

तर... आपण काही राजकारणी माणसांच्या किंवा त्यांच्या अण्वस्त्रांच्या विरुद्ध नाही, पण त्यांच्याशी आपल्याला समतोल राखायचा आहे... जास्त ताकदीचा! आणि एकदा का या जीवनाची चव लोकांना कळली की मग आपोआप ते पाठिंबा काढून घेतील... हे आपोआपच घडू शकेल. व्हिएतनाम युद्धात असं दिसलं की तीस टक्के सैनिकांनी शस्त्रास्त्रांचा वापर केलाच नव्हता. काय करावं हे अमेरिकन सरकारला कळेचना. सैनिक अधिकारी काहीच आकडेवारी सांगू शकेनात. कारण यापूर्वी असं कधी घडलंच नव्हतं. खरं पहाता सैनिक युद्धावर जात असतात ते लढण्यासाठी. पण व्हिएतनाम युद्धाच्या वेळी हे स्पष्टपणे दिसलं की, अमरिका काहीतरी अयोग्य करत होती. ज्यांनी अमेरिकेविरुद्ध काहीही केलं नव्हतं त्या गोरगरिबांना नष्ट करणं हे अत्यंत असमंजस कृत्य अमेरिका करत होती. तरुण मंडळींना सैनिक म्हणून पाठवण्यात आलं असल्यानं त्या तरुणांना यातली निरर्थकता जाणवली. तेच फक्त जाणू शकले. म्हणूनच त्यांनी हत्यारांचा वापर केला नाही. या लोकांना का मारायचं? शेतामधे काम करणारे शेतकरी, लहान मुलं, स्त्रिया यांना का म्हणून मारायचं? ही माणसं तर युद्ध करत नव्हती किंवा त्यांच्यापासून अमेरिकेला काहीच धोका नव्हता.

तीस टक्के सैनिक शस्त्र घेऊन रोज युद्धभूमीवर जात होते आणि त्या गन्सचा, तोफांचा काहीही उपयोग न करता परत येत होते. या तीस टक्के तरुणांनी हा रस्ता दाखवून दिला... समजंसपणाचा... शहाणपणाचा! या तीस टक्क्यांप्रमाणेच शंभर टक्क्यांमधे हे का घडू शकत नाही? नाहीतर व्हिएतनाम युद्धात काहीच हानी झाली नसती!

म्हणून सैन्यालाच आता जागं करावं लागेल. इतकंच काय, पण जगातलं संपूर्ण वातावरणच असं झालं पाहिजे. ही राजकारणी मंडळी वेडी झालेली आहेत आणि त्यांना कोणाच्याही पाठिंब्याची गरज उरलेली नाही, असा सगळीकडे प्रचार होणं आवश्यक आहे. लोकांना तसं सावध केलं पाहिजे... तुम्ही फक्त कल्पना करून बघा... सैनिक नुसते शत्रूसमोर उभे टाकलेत आणि दोन्ही बाजूचे सैनिक मिळून आनंदानं सुंदर नृत्य करतायूत, गाणी गातायूत, अशा वेळी राजकारणी माणसं काय करू शकतील?... ते फक्त एखाद्या सैनिकाची उलटतपासणी घेऊ शकतील. पण सगळ्यांची उलटतपासणी तर नाही घेऊ शकणार? आणि ती तरी कोण घेणार? कारण अधिकारीपण नृत्यात सहभागी आहेतच!

खूप मोठे साहसी क्षण आपल्या जवळ येऊन ठेपलेत. त्यात भिऊन जाण्याचं कारणच नाही. त्याला निर्बंध घालण्यासाठी तुम्ही काही करू शकत नाही. पण तुम्ही 'स्वत:च' एक मार्ग निश्चित होऊ शकता!

□

प्रिय ओशो

सध्या गेले काही दिवस तुमच्यासमोर बसलेला असतो तेव्हा काहीतरी निराळं वातावरण जाणवतं. सध्या हे सारखं सारखं घडतं. हे वातावरण मला जणू काही आत आत ओढत असतं आणि मी बाहेर पडायचा प्रयत्न करत असतो. जवळजवळ बेशुद्धावस्था. आणि धक्का बसल्याची जाणीव होते. मी डोळे उघडतो. पण क्षणभरच! परत मी लक्षपूर्वक त्या वातावरणामधे जायला लागतो, पण काही उपयोग होत नाही. तो खरं पहाता फारच मौल्यवान अनुभव म्हणावा लागेल. पण तरीही अजून मी पुरेसा 'जागृत' न झाल्याची हुरहुर मात्र लागते. प्रिय ओशो... या गोष्टीवर तुमचं काय म्हणणं?

चिदानन्दा, तुझ्या बाबतीत जे काही घडतंय ते अत्यंत बरोबर घडतंय. यामधे प्रश्न निर्माण करण्याचं काही कारण नाही. तुझ्याकडून काहीही निसटलं जात नाहीये... खरं पहाता तू एक अत्यंत मधुर आणि खोलवर सौहार्दाच्या अनुभवात गेलेला आहेस. जणूकाही प्रगाढ निद्रेत.

मी जे जे काही सांगतो ते प्रत्येक वेळी तू शब्दात कदाचित सांगू शकणार नाहीस, पण तुझ्या हृदयात मात्र त्या शब्दांचा प्रतिध्वनी उमटत राहील. 'तुझ्यात' ते प्रतित होतील. आणि त्यांचं ते काम करतील. माझं जे बोलणं आहे ते तुला निश्चितपणे बदलवून टाकेल. तुझ्यात बदल घडवेल आणि तुझ्या वागण्यातून त्याची प्रचीती तुला आपोआप मिळेल. तुझ्या प्रतिसादातून ती मिळेल. माझं बोलणं जरी तुला आठवलं नाही, तरी तुझं वागणं हा फार मोठा पुरावा असेल.

या अवस्थेत 'जागृत' राहण्याचा बळजबरीनं प्रयत्न करू नकोस, कारण या मधुर वातावरणात ती एक अडचण ठरेल. पूर्णपणे बेहोशीत रहा आणि स्वत:ला विसरून जा. ही काही गाढ झोप नव्हे. ही समाधी आहे. हे म्हणजे समाधीत जाणं आहे.

समाधी आणि झोप! तसं पहाता जवळजवळच्या अवस्था आहेत. प्रक्रिया एकाच प्रकारची घडत असते. निद्रा ही आपल्याला परिचित असते. त्यामुळे समाधीची सुरवाती-सुरवातीची अवस्था ही आपल्याला निद्राच वाटते. निद्रा ही

ओळखीची असते. पण समाधी ही अनोळखी असते. दोन्हीमधे एकच फक्त फरक असतो तो म्हणजे झोपेमधे आपण स्वप्न बघू शकतो, पण समाधीत कोणतंही स्वप्न पडत नाही. फक्त शांती! संपूर्ण शांतता! पूर्णपणे निश्चल अवस्था, जणूकाही तुम्ही मृतवत!

चर्चमधे नेहमी असं दिसतं की, प्रवचन चालू असताना मधूनच उठून जायला प्रिस्ट कोणालाही परवानगी देत नाही. कारण सकाळच्या सुंदर वातावरणात तंद्रीत असलेल्या इतरांना त्यामुळे जाग येण्याचा संभव असतो.

मी स्वत:सुद्धा मधूनच उठून जाण्याला मज्जाव करत असतो. कारण फार थोडी मंडळी समाधीच्या अगदी जवळ जात असतात आणि त्याच वेळी तुमच्या उठून जाण्यानं त्यांना त्रास होतो. त्यांच्या तंद्रीत बाधा येते. त्यांच्या अवस्थेत अडचण येऊ शकते. त्यांच्या सुंदर, सुरेल वातावरणात बाधा येऊ शकते आणि त्यांचा रस्ता विसरला जाऊ शकतो.

तेव्हा चिदानंदा, जे काही घडतंय ते अत्यंत सुंदर आहे. मोठ्या मनानं ते मान्य कर. प्रत्येकाच्या बाबतीत जे घडावं असं मला वाटतं, तसंच तुझ्या बाबतीत घडतंय हे निश्चित.

इथला प्रत्येकजण जर अशा तऱ्हेनं 'गैरहजर' राहिला, कुठेही 'नसण्या'च्या अवस्थेत राहिला, कदाचित आयुष्यात पहिल्यांदाच, फक्त 'शांत' अस्तित्व, या अवकाशाचाच एक भाग बनून हळूहळू त्यात विरघळून जाणं, अशा अवस्थेत प्रत्येकाचं असणं, घडलं तर तो माझ्या आयुष्यातला सर्वांत आनंदाचा दिवस असेल. हे इथलं स्थान यापुढे खूप माणसांच्या गर्दीचं असणार नाही. तर कोणत्याही खळखळाटाविना एखादं संथ तळं असल्यासारखं पूर्ण जाणिवेनं भरलेलं शांत लोकांचं स्थान असेल.

मी आत्ता वर्णन केलेल्या अवस्थेत तू आहेस का नाही हे तपासून बघ. त्यासाठी मी नेहमी 'विनोद' सांगण्याचं तंत्र अवलंबतो. विनोदानं तुम्हाला हलकासा धक्का बसतो आणि तुम्ही जागे होता. जर मला असं दिसलं की, विनोदानं तुला थोडाफार धक्का बसतोय, तर मी समजेन की, तू योग्य अवस्थेत आहेस. 'विनोदानंतर' मात्र तू हसायला पाहिजेस आणि नंतर तुझ्या तंद्रीत गेलं पाहिजेस...

चिदानन्दा... काहीही नाही, तुला फक्त विनोदाची गरज आहे.

एकदा एका झेब्र्यानं प्राणिसंग्रहालयातून आपली सूटका करून घेतली आणि गावामधे तो इकडेतिकडे भटकायला लागला. हिंडताहिंडता एका शेतावर आला. तिथं पहिल्यांदा त्यानं एका बकरीला पाहिलं... तिला विचारलं, 'तू काय करतेस?' तिनं उत्तर दिलं, 'मी लोकर तयार करतेय.' नंतर गाईला पाहिलं आणि विचारलं, 'तू काय करतेस?' गाईनं उत्तर दिलं, 'मी दूध देते.' त्यानंतर त्यानं कोंबडी पाहिली... तिला विचारलं, काय करतेस? कोंबडीनं उत्तर दिलं,... 'मी अंडी देते.'

नंतर त्यानं बैल पाहिला. बैलाला विचारलं, 'तू काय करतोस?'... बैलानं उत्तर दिलं, 'पहिल्यांदा हा तुझा फॅन्सी पायजमा काढ... मग दाखवतो मी काय करतो ते!' तेव्हा एखाद्या अशा विनोदानं तुम्ही जागे होता. तुम्हाला हलकासा धक्का बसतो आणि परत तुम्ही शांततेत जाता.

'बाशो'ची प्रसिद्ध 'हायकू' तुम्ही ऐकली असेल.

एका जुन्या डबक्यात,
मारली बेडकानं उडी!
क्षणीक आवाज, पुन्हा शांतता!

दुसऱ्यांदाची शांतता ही पहिल्या शांततेपेक्षा जास्त सखोल असते. बेडकानं क्षणभरच त्या पहिल्या शांततेचा भंग केला... पण नंतर जी शांतता पुन्हा निर्माण झाली, ती जास्त सखोल होती असं दिसतं.

जसं एखाद्या रस्त्यावरून रात्रीच्या वेळी तुम्ही चालत असता. अंधार असतो... तेवढ्यात एखादी मोटार येते, त्याचे प्रखर दिवे तुम्ही पहाता... ती तुमच्या शेजारून जाते... क्षणभरच, पण प्रखर प्रकाशात तुमचे डोळे दिपून जातात आणि दुसऱ्या क्षणी परत प्रगाढ अंधार समोर येतो. तुम्हाला आश्चर्य वाटतं की, आत्ताचा हा काळोख पहिल्यापेक्षा जास्त गाढ आहे... त्या मोटारीच्या दिव्यांच्या क्षणिक प्रकाशानं तुम्हाला आणखीनच खोल अंधारात फेकलेलं असतं.

बऱ्याच वेळेला पुढचं आयुष्य कसं जाणार आहे काहीच माहीत नसतं, पण आपण प्रश्न निर्माण करत राहतो. खरं पाहता चिदानन्दा, अतिशय योग्य मार्गावरून चाललेला आहेस. तरीही प्रश्न निर्माण होतो. काहीतरी चुकीचं चालल्याची जाणीव होते. पूर्णपणे योग्य मार्गानं तसं पाहता कुणीच चाललेलं नाही. आणि मी मात्र तसा जात चाललोय म्हणजे मी सामान्य नाही. प्रत्येकजण पूर्णपणे जागृत असतो, ऐकत असतो आणि मी मात्र प्रगाढ शांततेत प्रवास करत असतो असं तुला वाटतं आणि आपलं काहीतरी चुकतंय अशी तुझी भावना होते. मी काय म्हणतो ते तुम्ही समजू शकणार नाही. पण त्याची गरज नाही. हे काही कुठलं विद्यापीठ नाही की, जिथे तुमच्या स्मरणशक्तीची परीक्षा होणार आहे. ही एक चमत्कारिक शाळा आहे की जिथं तुमच्या आविर्भावावरून, तुमच्या प्रतिसादावरून तुमची परीक्षा होते. तुम्ही माझं ऐकलं नसेल किंवा माझ्यावर अवलंबून नसाल, पण जर तुमची वागण्याची पद्धत बदललेली असेल, तर समजावं की, तुम्ही माझं ऐकलं आहे म्हणून! माझे शब्द तुमच्या स्मरणात असो वा नसो, ते अप्रासंगिक आहे.

□

प्रिय ओशो

मूळ नैसर्गिक स्वभाव, उपजत प्रवृत्ती आणि सवय यांमधे काय फरक आहे?

हसन, सवय ही नैसर्गिक असू शकत नाही. ते एक पोषण आहे. केवळ अनुकरणानं ती तुम्ही अंगी बाणवता... इतर लोक जे करतात ते पाहून तुम्ही तसं करायला बघता. यशस्वी होण्यासाठी माणसं काय करतात हे पाहून तुम्ही त्यांचं अनुकरण करता. हे काही तुमच्या स्वभावात नसतं. तर ते आजूबाजूच्या परिस्थितीतून आलेलं असतं. सवय ही कदाचित मुळापर्यंत रुजलेली असू शकेल, म्हणून सवय म्हणजे दुसऱ्या अर्थानं तसं पाहता स्वभावच! ती इतकी रुजलेली असू शकेल की, तुम्ही त्या दोन्हीमधे भेद करू शकणार नाही.

पण तरीही सवय, हा स्वभाव कधीही नसतो. कारण 'तुमच्याबरोबर' ती आलेली नसते. त्यामुळे तुमच्या मनात येईल तेव्हा तुम्ही एखाद्या सवयीचा त्याग करू शकता. तुम्हाला इच्छा होईल तेव्हा ती बदलू शकता, बदलता पण! पण स्वभाव हा कधीही बदलणारा नसतो. आणि उपजतता हा स्वभावाचाच एक भाग आहे. तुमच्यामधे स्वभाव चार स्तरांवर प्रकट होत असतो. उपजतता हा सर्वांत खालचा स्तर असतो. त्यानंतरचा स्तर बुद्धीचा! ती उपजत गुणांपेक्षा वरच्या स्तरावर असते. बहुतांशी मंडळींना या दोन स्तरांपेक्षा इतर स्तर माहीतच नसतात... आणि हे दोन स्तर श्रेष्ठत्व मिळविण्यासाठी सतत भांडत असतात. सगळे धर्म हे बुद्धीला प्रमाण मानतात. त्यामुळे ते 'उपजत स्वभावा'ला विरोध करत असतात.

काही थोडे विचारवंत म्हणजे उदाहरणार्थ भारतातले बृहस्पती किंवा ग्रीसमधले इपिक्यूरस या दोघांनी मात्र उपजततेला विरोध केलेला नाही. तर त्याच्या बाजूनं विचार केलेला आहे. पण ही गोष्ट फारच दुर्मिळ. अन्यथा बहुतेकांनी बुद्धीला जास्त प्राधान्य दिलेलं आहे. कारण बुद्धीचा स्तर नेहमीच वरचा मानला जातो. बुद्धिमत्तेमुळे तुम्हाला समाजात मान मिळतो, सन्मान मिळतो. उपजत गुणांचं मोजमाप जवळजवळ प्राण्यांबरोबर ठरवलं जातं. बुद्धिमत्ता ही नेहमीच माणसाला प्राण्यांपेक्षा वरच्या श्रेणीत नेऊन ठेवते. पण तरीही उपजत गुणांमधे ओलावा असतो आणि बुद्धिवादामधे कोरडेपणा असतो. म्हणूनच आपण पाहतो की उपजत स्वभावाप्रमाणे, किंवा स्वाभाविक नैसर्गिकपणे वागणारी माणसं जास्त आनंदी, उत्साही, प्रेमळ असतात आणि बुद्धिवादी माणसं ही तुटक आणि कोरडी तसंच भांडखोर असतात. म्हणूनच एका जुन्या गोष्टीमधे असं म्हणतात की कुत्री ही बहुधा पूर्वजन्मी बुद्धिवादी वर्गात असावीत. त्यामुळेच ती एकमेकांबरोबर सतत भांडत असतात, भुंकत असतात. तुम्ही त्यांचं भुंकणं थांबवू शकत नाही. तसचं दोन बुद्धिवादी माणसांमधली भांडणं, वादविवाद थांबवू शकत नाही. दोघांच्यात हे फार मोठं साम्य आहे. तेव्हा असं म्हणता येईल की कदाचित कुत्री ही बुद्धिमान म्हणून जन्माला आली असतील किंवा बुद्धिमान माणसं ही कुत्री म्हणून जन्माला आली असतील. एकूण एकच.

बुद्धीच्या पार असलेली गोष्ट म्हणजे संवेदना. त्यालाच दुसरं नाव देता येईल... मन:शक्ती! अत्यंत शास्त्रीय नाव! फार थोडी माणसं इथपर्यंत पोहोचलेली असतात. कारण तिथपर्यंत पोचायचं म्हणजे बुद्धीच्या पलीकडे तुम्हाला प्रवास करावा लागतो... की जो फक्त ध्यान-धारणेनंच करता येतो. पण दुर्दैवानं ध्यानधारणा हा विषय आपल्या शिक्षणात कधीच येत नाही. आपलं शिक्षण हे बुद्धिमत्तेपाशीच येऊन थांबतं आणि तेच पुढे तुमचे उपजत स्वभाव आणि बुद्धी यांच्यात झगडा निर्माण करतं, दुरावा निर्माण करतं. तसंच विचार आणि कृतीमधे अंतर पडून मानसिक रोगाची शिकार तुम्ही बनून जाता.

जर तुम्ही ध्यानधारणा केलीत तर मात्र बुद्धीच्या पलीकडे असलेल्या गोष्टी सुरू होतात. अगदी हृदयाशी संबंधित, अंतर्ज्ञानाशी संबंधित असा भाग सुरू होतो. आणि तो अनुभव विलक्षण असतो. पण हा तुमच्या संपूर्ण स्वाभाविकतेचा शेवट नसतो. मनाच्या तीन अवस्थांनंतर (जागृती, स्वप्न आणि सुषुप्ती) चौथी जी अवस्था आहे त्याला नाव नाही. पण पूर्वेकडे याला 'तूर्यावस्था' म्हणतात. 'तूर्या' हीच चौथी अवस्था. त्याला काहीही नाव नाही, कारण कोणतंही नाव अपुरं पडावं अशी ती अवस्था आहे. ही तर तुमची अंतिम आणि अत्यंत महत्त्वाची अशी उपजत, निसर्गदत्त अवस्था आहे. या ठिकाणी तुम्ही विश्वाशी एकरूप झालेले असता. जसा एखादा दवबिंदू महासागरात विरघळून गेलेला असतो, अदृश्य झालेला असतो. म्हणून स्वभाव हा फार फार व्यापक अर्थानं घेतला पाहिजे. ज्याची सुरवात उपजत

गुणांनी होते आणि अंत या चौथ्या अवस्थेनं, 'तूर्यावस्थेनं' होतो.

सवय हा एक प्रकारचा स्वभावच आहे. इतरांपासून तुम्ही तो अंगी बाणवता...

मी एक उदाहरण देतो. मी विद्यार्थिदशेत असतानाची ही गोष्ट आहे. पदव्युत्तर शिक्षणासाठी मला एका शिष्यवृत्तीची गरज होती. मला ती पाहिजे होती. त्यासाठी मी लायकही होतो. माझ्या शिक्षकांना पूर्ण खात्रीच होती. फक्त माझ्यात एकच दुर्गुण होता तो म्हणजे वाद घालणे. कुलगुरूंबरोबर कदाचित माझा वाद होण्याचा संभव होता. म्हणून आमच्या तत्त्वज्ञान विभागाचे प्रमुख माझ्याबरोबर कुलगुरूंकडे जाण्यासाठी आले होते. जाताना वाटेत सतत ते मला समजुतीनं सांगत होते की, 'हे बघ, ही शिष्यवृत्ती तुला मिळणं हे सर्वस्वी या कुलगुरूंवर अवलंबून आहे. कारण ही शिष्यवृत्ती विशेष शिष्यवृत्ती आहे. ती कुलगुरूंच्या विशेष अनुदानातून मिळत असते. बाकीच्या शिष्यवृत्त्या खूपच लहान लहान आहेत. हीच एक मोठी शिष्यवृत्ती आहे की ज्याची तुला गरज आहे.'

माझ्या तत्त्वज्ञानाच्या विभागप्रमुखांना चांगलंच माहीत होतं की, मला जे पैसे घरून मिळत होते त्याची मी पुस्तकं खरेदीच करायचो. मला कितीही भूक लागली तरी फारसं वाटायचं नाही, पण पुस्तकांच्या दुकानात कुठलं नवीन पुस्तक बघितलं की मला चैन नसायचं. ते मी तात्काळ खरेदी करायचो. विभागप्रमुख या बाबतीत मला होता होईल तितकी मदत करायचे. त्यांना माहीत होतं की कितीही भूक लागली तरी मी पुस्तकंच विकत घेणार! त्यांनी आमच्या खाणावळीच्या व्यवस्थापकांना तसं सांगूनही ठेवलं होतं की 'याचे जेवणाचे पैसे मी देत जाईन, त्याला विचारत जाऊ नका!' ही मोठ्यात मोठी शिष्यवृत्ती मला मिळण्यासाठी मी जास्तीत जास्त पुस्तकं विकत घ्यावी हा त्यांचा आग्रह होता.

कुलगुरूंच्या ऑफिसपर्यंत जाताना वाटेत ते माझं मन वळवत होते. 'हे बघ... एक गोष्ट लक्षात ठेव... तुझ्याजवळ गुणवत्ता आहे. पण कुलसचिवांबरोबर कोणत्याही प्रकारचा वाद घालू नकोस. नाहीतर तुझ्या सगळ्या गुणवत्तेचा काहीही उपयोग होणार नाही. कारण ही शिष्यवृत्ती देणं केवळ त्यांच्याच हातात आहे.'

या त्यांच्या सांगण्यावर मी काहीच बोललो नाही... ते मला म्हणाले, 'का? शांत का बसलास? कारण मला तर तुझी भीतीच वाटतेयू.'

मी म्हणालो, 'मी तुम्हाला काहीही कबूल करणार नाही! कारण त्यांनी जर मला डिवचलं तर मात्र मी शिष्यवृत्तीची पर्वा करणार नाही आणि त्यांच्याशी दोन हात करायची संधी घालवणार नाही.'

ते म्हणाले, 'तू मूर्ख आहेस... पण मी तुझ्या शेजारी बसणारच आहे. तू जर काही वादविवाद करायला लागलास, तर मागून मी तुझा शर्ट ओढणारच. तुला आठवण देण्यासाठी!'

मी म्हणालो, 'तुम्हाला काय वाटेल ते तुम्ही करा... पण मी तुम्हाला काहीही

शब्द देऊ शकत नाही.'
ते म्हणाले, 'तू आडमुठा आहेस.'
मी म्हणालो, 'मी मुळीच आडमुठा नाही! त्यांनी जर चिडवलं नाही, तर मग प्रश्नच उद्‌भवणार नाही!'
पण असं म्हणेपर्यंत आम्ही कुलगुरूंच्या ऑफीसमधे पोचलो. तर त्यांनी मला डिवचलंच! त्यांनी विचारलं, 'तू दाढी का वाढवली आहेस?'
माझ्या विभागप्रमुखांनी माझ्याकडे पाहिलं आणि विचार केला... संपलं सगळं... ही शिष्यवृत्ती गेलीच!... कारण तत्क्षणी कुलसचिवांना मी उत्तर दिलं, 'तुम्ही मला हास्यास्पद प्रश्न विचारताय्... कारण दाढी मी वाढवली नसून ती आपोआप वाढली आहे. कारण दाढीचे केस मी स्वत:च्या हातानं काही ओढून बाहेर काढलेले नाहीत.'
ते म्हणाले, 'ते बरोबर आहे... पण तू दाढी काढून टाकू तर शकतोस?'
मी म्हणालो, 'आता खरा प्रश्न आहे. मी तुम्हाला विचारू शकतो की निसर्गानं जे तुम्हाला दिलं आहे म्हणजे दाढी... ती तुम्ही काढून का टाकता?... तुम्ही हा प्रश्न मला विचारूच शकत नाही. कारण जी गोष्ट मी वाढवली नाही किंवा निर्माण केली नाही. जसं माझं नाक... जर उद्या कुणी म्हटलं की तुझं नाक तू का नाही कापून टाकत... तसं! तुम्ही दिवसातून दोन वेळा दाढी का करता?'
खरं म्हणजे ते ऑक्सफर्ड विद्यापीठाचे भूतपूर्व इतिहासाचे प्रोफेसर होते. तिथून निवृत्त झाल्यानंतर इथं ते कुलगुरू झाले होते.
मी त्यांना म्हणालो, 'तुम्हाला माझ्या प्रश्नाचं उत्तर द्यावंच लागेल.'
ते म्हणाले, 'तू मला असा प्रश्न केलायस की ज्याचा मी कधीच विचार केला नव्हता... पण तुझं बरोबर आहे वाटतं... मी दाढी का करतो? मी त्याचा असा अर्थ काढू शकतो की इतर लोक दाढी काढतात म्हणून मी काढतो.'
मी म्हणालो, 'म्हणजे केवळ सवय! फक्त आंधळेपणानं ही सवय तुम्ही राबवलीत. आपण दिवसातून दोन वेळा दाढी का करतो याबद्दल कधीही दक्ष राहिला नाहीत... केवळ वेळ वाया घालवलात. आणि केवळ इतरांचं अनुकरणं करणं हे बुद्धिमत्तेचं लक्षण नाही. तुम्ही इतरांना विचारायला पाहिजे होतं की ते दाढी का करतात म्हणून! तुम्हालाही तुमच्यासारखंच उत्तर मिळालं असतं. 'इतर करतात म्हणून आम्ही करतो.'
मी त्यांना म्हणालो, 'तुम्ही फक्त एका शक्यतेचा विचार करून पहा. जर स्त्रियांना कुठलं विशिष्ट इंजेक्शन दिलं गेलं किंवा पुरुषांमधे असलेली विशिष्ट हार्मोन्स दिली गेली आणि स्त्रियांना दाढीमिशा उगवल्या तर? त्यांनी त्या वाढवल्या तर ते सुंदर दिसेल का? सांगू शकाल?'
ते चटकन म्हणाले, 'छे छे... ते काय भयंकर दिसेल!'
मी म्हणालो, 'हीच नेमकी गोष्ट तुमच्या बाबतीत घडते... कारण निसर्गानं

निरनिराळ्या मनोधारणा । ६९

पुरुषाला जे दिलंय त्या दाढीमिशांवाचून तुम्हीही विचित्रच दिसता... ते सगळीकडे दिसणारं सर्वसाधारण दृश्य आहे.'

'तुम्ही विचित्र दिसता' हे मी उच्चारता क्षणी माझ्या प्रोफेसरांनी माझा शर्ट मागून ओढायला सुरवात केली आणि ते पायांनी मला ढोसायला लागले... मी त्यांना म्हटलं, 'प्रोफेसर एस. एस. रॉय... हे पहा, माझा शर्ट ओढण्यासाठी आणि पाय ढोसण्यासाठी तुम्ही माझ्याबरोबर आलेला नाहीत.' तिथंच कुलगुरूंना मी म्हणालो, 'तुम्ही त्यांना सांगा. कारण ते आपल्या चर्चेमधे अडथळा निर्माण करतायत.' या माझ्या वाक्यानंतर प्रोफेसरांचा जो काय चेहरा झाला तो मी आजसुद्धा विसरू शकत नाही... मी त्यांच्या बाबतीत हे असं काही करू शकेन यावर त्यांचा विश्वासच बसेना.

कुलगुरू त्यांना म्हणाले, 'प्रोफेसर एस. एस. रॉय, हे काही बरोबर नाही.'

मी कुलगुरूंना म्हणालो, 'खरं म्हणजे रस्ताभर मी त्यांना हेच सांगत होतो. पण मला स्कॉलरशिप मिळण्याबाबत ते फारच आग्रही असल्यामुळे मी तुमच्याशी वाद करू नयेत असं त्यांचं म्हणणं होतं. पण मी मात्र शिष्यवृत्तीची काळजी केली नाही... फक्त 'सत्य' काय आहे याचा विचार केला. शिष्यवृत्ती मिळो न मिळो!'

कुलगुरूंनी माझ्याकडे पाहिलं आणि म्हणाले, 'शिष्यवृत्तीची काळजी करू नकोस!'

त्यांनी माझ्या पात्रतेविषयी काही विचारलं नाही. त्या शिष्यवृत्तीसाठी मी पात्र आहे का नाही हे सुद्धा पाहिलं नाही... त्यांनी फक्त सही केली... आणि म्हणाले, 'मला आवडलास तू... तुम्ही विचित्र आहात असं माझ्या तोंडावर म्हणण्याचं धाडस आत्तापर्यंत कुठल्याही विद्यार्थ्यानं दाखवलं नाही. कदाचित तुझंच बरोबर आहे. आणि तू जो वागतोयस ते नैसर्गिक आहे... परत कधी ऑफीसजवळून गेलास तर जरूर गप्पा मारायला ये. आजचं आपलं छोटंसं संभाषण, त्यातून खूपच बरं वाटलं.'

हे सारं पाहून माझे प्रोफेसर आश्चर्यचकित झाले होते. येताना वाटेत अगदी शांतपणे ते चालत होते. मी विचारलं, 'का हो? इतके शांत का झालात?'

ते म्हणाले, 'मी विचार करतोय की काय प्रकारचा तू माणूस आहेस? तू इतकं चटकन सगळं जमवलंस आणि त्यांच्या तोंडावर त्यांना म्हणालास, 'तुम्ही म्हणजे विचित्रच आहात...' हे सगळं म्हणजे फारच अवघड आहे. ते भयंकर रागीट आणि सूडबुद्धीचे आहेत हे आम्हाला सगळ्यांनाच माहितेय... तरीसुद्धा त्यांनी चक्क तुला निमंत्रणच दिलं...'

'वाटेल तेव्हा ये... आधी कळवण्याची गरजच नाही... हे... हे म्हणजे... जादूच झाली ही! एका क्षणातली! तू तर मला मूर्खच बनवलंस... मी तर डोळे वर करून पाहू शकलो नाही... खालीच पाहत बसलो...

काय बोलणार? मी तसं केलं खरं... मी मान्यच करतो.'

आणि खरंच सांगतो, माणसांना आपण काय करतोय याचा विचारच नसतो. पोषाखाच्या बाबतीत तो सुखावह आहे का नाही याचा विचार नसतो. ज्या घरात राहतात त्या बाबतीत ते रसिकपणानं ते बांधतात असं नाही... ते फक्त दुसऱ्याचं अनुकरण करत राहतात... आणि असं अनुकरण केलेलं आयुष्य ते खरं आयुष्य नसतंच. ते अर्थगर्भ नसतंच. चार स्तरांवर प्रत्येकानं आयुष्याची स्वाभाविक विभागणी केली पाहिजे. ते चार प्रकार म्हणजे - शरीराची उपजतता, मनाची बुद्धिमत्ता, हृदयातील आंतरिक ज्ञान आणि चौथी तूर्यावस्था... स्व अस्तित्व! या अवस्थांमधून आयुष्य जगलं पाहिजे... या चार अवस्थांचा योग्य सूर जमला तर समजावं तुम्ही पूर्ण माणूस आहात. कोणत्याही दुसऱ्या गोष्टीसाठी यातली एकही अवस्था नाकारली जाता कामा नये. या चारही अवस्था एकाच सुरात, एकाच तालात असायला हव्यात. आणि जर तुम्ही सवयीचे गुलाम न होता नैसर्गिक आयुष्य जगायला सुरवात केलीत तर सवयीसाठी तुमच्या आयुष्यात जागाच शिल्लक राहणार नाही... सवयी या तुम्हाला नैसर्गिकतेपासून दूर नेतात, आणि तुम्हाला सामान्य बनवतात.

एखाद्या गुलाबाच्या झाडासारखं नैसर्गिकपणे जगायला लागा. सवयींनी जखडून घेऊन जगणं हे एखाद्या प्लॅस्टिकसारखं कृत्रिम, मृतवत असतं. अर्थशून्य असतं! आणि म्हणून मग नंतर तुम्ही दुःखी होता... की ज्या दुःखाला दुसरा कोणी जबाबदार नसतो... तुमच्या खरेपणाच्या आयुष्यात जेव्हा 'अनुकरणाचा' प्रवेश होतो, तेव्हा सगळं आयुष्य विषानं भरून जातं. म्हणून फक्त तुमच्या 'आतल्या आवाजाच्या' अनुरोधानं आयुष्याची मार्गक्रमणा करा.

तुमच्या शरीराला त्याचं स्वतःचं म्हणून एक शहाणपण आहे. त्याचा उपयोग करा.

बुद्धिमत्तेच्या दृष्टीनं विचार करता तुमच्या मनाची वाढ विशालतेकडेच होत असते. त्याचा उपयोग करा. फक्त तुमचा उपयोग त्यानं करता कामा नये. तुमच्या हृदयात अमाप प्रेम आहे, भरपूर सुंदरता आहे, ते सागरासारखं विशाल आहे. ज्यामधे पूर्ण विश्व सामावू शकतं. त्या प्रेमात वाढ करा. इतरत्र ते पसरवून टाका आणि आजूबाजूच्या लोकांबरोबर ते वाटून टाका...

आणि चौथं म्हणजे अंतिम अवस्था.

सद्‌विचार, परमोच्च आनंद, निर्भयता आणि अमरत्व या गुणांनी युक्त असं तुमचं शाश्वत जीवन! अशा तऱ्हेच्या चार स्तरांवर, पूर्णपणे स्वाभाविक असं जीवन जो कोणी जगेल तो खराखूरा माणूस! तो सवयीचा गुलाम नसेल.

सवयी या तुमच्यातल्या सत्याचा नाश करतात आणि स्वाभाविक नसलेल्या गोष्टी तुमच्या माथी मारल्या जातात की ज्या तुमचं प्रारब्ध बनतात!

निरनिराळ्या मनोधारणा । ७१

एकदा एक अमेरिकन, एक इंग्लीशमन, आणि एक आयरीशमन फायरिंगसाठीच्या तुकडीत उभे असताना बोलत होते. अमेरिकन म्हणाला, 'हे पहा, फायरिंगच्या या तुकडीचं लक्ष आपण विचलित करू या... सगळ्यांनी पाठीमागे पाहिलं की ज्यानं हे लक्ष विचलित केलंय त्यानं समोरच्या टेकडीवर जायचं.' असं म्हणून पहिल्यांदा अमेरिकन माणसानं तसं करायचं ठरवलं. तो एकदम ओरडला, 'भयंकर झंझावात.' सगळ्या तुकडीनं हे ऐकताक्षणी मागे वळून पाहिलं. त्या क्षणी तो अमेरिकन टेकडीच्या दिशेनं पळून गेला... पुढच्या क्षणी ती सगळी तुकडी पुन्हा एकदा फायरिंगसाठी सज्ज झाली. तेवढ्यात इंग्लीशमन ओरडला, 'पूर आला.' सर्वांनी परत एकदा मागे वळून पाहिलं. तिसऱ्या वेळी पुन्हा एकदा ती तुकडी तयार होऊन उभी राहिली. तेवढ्यात आयरीशमन ओरडला, 'फायर.'

ठीक आहे, मनीषा?

होय, ओशो.

□□□

सत्र : पाच

प्रत्येक नातेसंबंध ही तुमच्या आयुष्याला अनुभवसंपन्नतेकडे नेणारी एक सुसंधी असते. तेव्हा तिला वाईट किंवा निरुपयोगी ठरवू नका. त्याच्या प्रत्येक अवस्थेचा आनंद लुटा. आनंदाच्या प्रसंगात अथवा दु:खाच्या प्रसंगात आनंद मानायला हवा...
चढउतार असलेलं हेच तर जीवन! –

जीवनपथातल्या खाचखळग्यातून मार्ग कसा काढावा?

प्रिय ओशो

एखाद्या प्रश्नाचा खोलवर विचार करतो तेव्हा मला बारा वर्षांपूर्वीची वेळ आठवते ज्या वेळी मी तुमच्या पायाशी बसलो होतो आणि म्हणालो होतो, "मला काहीच प्रश्न नाहीये." आत्यंतिक प्रेमानं तुम्ही मला जवळ केलं होतं. ओशो, या तुमच्या प्रेमातून बाहेर पडायची माझी अजिबात इच्छा नाही.

प्रश्न माहीत करून घ्यायची मला खरंच गरज आहे का?

प्रेम सत्यबोधी, प्रश्नही गरजेचा नाही आणि उत्तरही गरजेचं नाही. फक्त तुमचं शांत अस्तिव, शांत असणं महत्त्वाचं! ज्या अवस्थेत कोणतेच प्रश्न नाहीत आणि उत्तरंही नाहीत. यालाच मी निष्पाप म्हणतो. निरागस म्हणतो. नेहमी एका प्रश्नातून दुसरा प्रश्न निर्माण होत असतो. त्याला शेवट नसतो. जसजसे तुम्ही प्रश्नांची उत्तरं शोधायला जाता तसतसे प्रत्येक प्रश्नातून एकेक नवीन प्रश्नच उद्‌भवलेले दिसतात. ही तर विचित्रच गोष्ट! पण ती तशी घडते. त्याच पद्धतीनं असंही घडतं की प्रत्येक उत्तरातूनसुद्धा नवीन प्रश्नच निर्माण होतात. आणि या मार्गाचा शेवट मग मूर्खपणात होतो.

शहाण्या माणसांजवळ कोणतेही प्रश्न नसतात आणि उत्तरंही नसतात. सर्वसाधारणपणे असा समज रूढ आहे की, शहाण्या माणसाला सगळ्या प्रश्नांची उत्तरं माहीत असतात, पण ते सर्वस्वी चूक आहे. ज्ञानी माणसाला कदाचित उत्तरं सापडत असतीलही. पण तरीही त्याला शहाणा माणूस म्हणता येणार नाही. ज्ञान असलेला माणूस हा सुद्धा सर्वसाधारण माणसांइतकाच अडाणी असतो. कारण त्याला असलेलं ज्ञानं हे उसनं घेतलेलं असतं.

प्रश्न असणाऱ्या माणसापेक्षा हा ज्ञानी माणूस तसं पाहता जास्त अडचणीच्या परिस्थितीत असतो, कारण अडाणी माणसापेक्षा तो बुद्धीचा गुलाम जास्त असतो. –

अडाणी माणूस हा बुद्धीच्या पलीकडे जाऊ शकतो, कोणत्याही भीतीशिवाय तो मनाच्या पलीकडचा विचार करू शकतो. कारण हातून 'काही' निसटण्याचं भय नसतंच. तसं शहाण्या माणसाचं नाही. प्रत्येक गोष्ट विचारपूर्वक करून वागत असल्यानं सतत द्विधा मन:स्थितीत तो असतो. कारण काहीतरी निसटण्याचं भय 'त्याला' असतं. त्याचं सगळं ज्ञान, त्याची प्रतिष्ठा, त्याचे मानमरातब हेच त्याचं सगळं भांडवल असतं, पण शहाणपणा नसतो. चातुर्य नसतं.–

सुज्ञपणा, चातुर्य ही अशी गोष्ट असते की तिथं प्रश्न-उत्तरं काहीही नसतं, ज्ञान-अज्ञानाचा प्रश्न नसतो– असते ती फक्त नि:शब्द शांती, निरागसता ! आणि ही अवस्था असते 'जागृत' माणसाची ! ज्ञानी माणसाची! बुद्धाची !

सत्यबोधी, तू मला विचारतोयस की प्रश्नांची माहिती असण्याची गरज आहे का?

नाही! कुणालाही प्रश्न माहीत असण्याची गरज नाही. तसंच उत्तरांचीही गरज नाही. फक्त प्रत्येकाला 'स्वत:ची' ओळख हवी ! आणि जेव्हा प्रश्न-उत्तरं माणसाजवळ नसतात, तेव्हाच हा आत्मसाक्षात्कार, किंवा 'स्वओळख' घडू शकते. जणू काही निरभ्र आणि स्वच्छ आकाशातली प्रगाढ शांतता-समजूतदारपणाचा मार्ग.

सच्च्या साक्षात्कारी साधुपुरुषांची हीच खरी ओळख की जो कोणत्याही ज्ञानाशिवाय सर्व काही जाणतो, जो लहान बालकाप्रमाणे अडाणी असतो, ज्याचा अडाणीपणा हा निष्पापपणा असतो. ज्याचं सर्व काही जाणणं हे सुद्धा निष्पाप असतं असा साक्षात्कारी साधू!

एकोणिसाव्या शतकाच्या शेवटी रामकृष्ण परमहंस हे असेच निष्पाप, असे साक्षात्कारी पुरुष होऊन गेले. त्याच वेळी कलकत्त्यात त्या काळातले मोठे विद्वान, बुद्धिमान असे केशवचंद्र सेनसुद्धा होते. हे दोघंही जवळजवळच राहत होते. केशवचंद्रसेन कलकत्ता शहरात राहायचे, तर रामकृष्ण कलकत्त्याबाहेर गंगेकाठी राहायचे. दक्षिणेश्वरला देवळाचे पुजारी म्हणून ते राहत होते.

विद्वत्ता, अचाट ज्ञान, प्रखर बुद्धिप्रामाण्यवाद, तर्कशुद्ध कुशाग्रबुद्धी, प्रचंड व्यासंग अशा एकंदर गुणांमुळे केशवचंद्रांना संपूर्ण देशामध्ये मान होता. देशभरातून लोकांचा ओघ कलकत्त्याला येत असे आणि केशवचंद्राच्या पायाशी बसून त्यांच्या ज्ञानाचा आस्वाद घेत असे.

परंतु हळूहळू त्यांच्या लक्षात यायला लागलं की, गेली अनेक वर्षं ज्या प्रमाणात लोकांची गर्दी त्यांचं भाषण ऐकायला जमत असे, ती आता बऱ्याच प्रमाणात कमी झालेली असून ती सगळी गर्दी आताशा दक्षिणेश्वरला रामकृष्णांपाशी जमायला लागलीय. – की जो माणूस पूर्णपणे अशिक्षित होता, अडाणी होता. ग्रंथांबद्दल अनभिज्ञ होता. त्यांना 'ज्ञानी' म्हणण्याजोगं त्यांच्यापाशी काहीच नव्हतं. ते कुठल्याही प्रकारचे वाद करू शकत नव्हते किंवा कोणालाही काहीच सांगत

नव्हते.

पण घडत काय होतं? केशवचंद्र यासाठी गोंधळात पडले होते की, आत्तापर्यंत अनेक वर्षं त्यांच्याबरोबर असलेली मंडळी आता त्यांच्यापासून दूर चालली होती आणि दक्षिणेश्वरला रामकृष्णांच्या भोवती जमा होत होती. आणि केशवचंद्रांना रामकृष्णांबद्दल जी माहिती मिळाली होती त्यावरून तर असं दिसत होतं की, हा माणूस चक्क अर्धवट आहे. कारण एकाएकी हा माणूस नाचायला लागतो, गायला लागतो, एकाएकी तो समाधीत जातो. कुठेतरी हरवून जातो. तुम्ही त्याला जागं करू शकत नाही. तो स्वत:मध्ये खोलवर पोचलेला असतो. ही काही साधीसोपी झोप नव्हे, तर ही एक प्रकारची बेशुद्धी !

एकदा तर या अवस्थेत ते पूर्ण सहा दिवस राहिले होते... त्यांना जागं करण्याचे अनेक प्रयत्न करून झाले, पण सगळे व्यर्थ ! आणि जेव्हा जागे झाले तेव्हा डोळ्यांत पाणी आणून म्हणाले, "मी जागा होण्यासाठी तुम्ही मंडळी बळजबरी का करता? मी माझ्या अंतरंगात खोलवर पोचलो होतो, विलक्षण आनंद घेत होतो. आणि त्याच वेळी तुम्ही मला बळजबरीनं बाहेरच्या जगात ओढून आणत होता की जिथं खरोखरच काही नाही. या जगातलं सगळं काही मला माहितेय, मी सगळ्याचा अनुभव घेतलाय आणि त्यानंतरच मला जाणवलंय ते म्हणजे, या जगातली कोणतीच गोष्ट मला शाश्वत शांती देऊ शकत नाही, शाश्वत आनंद देऊ शकत नाही किंवा या कोणत्याच गोष्टीतून मी माझी स्वत:ची ओळखही पटवू शकत नाही. म्हणूनच मी जेव्हा जेव्हा माझ्या अंतरंगात खोलवर गेलेला असतो तेव्हा कृपा करून मला जागं करण्याची बळजबरी करू नका. ओघानंच त्यानंतर त्यांचे शिष्य काळजीपूर्वक ही गोष्ट सांभाळू लागले. कारण सहा सहा दिवस अशा अवस्थेत राहणं हे काळाच्या दृष्टीनं जास्तच होतं.

अशा तऱ्हेच्या बातम्या केशवचंद्रांपर्यंत केव्हाच पोचल्या असल्यानं त्यांच्या मतानं हा माणूस काहीतरी उन्मादी, लहरी आणि घनचक्कर असणार हे उघडच होतं. पण केशवचंद्रांकडे आत्तापर्यंत येणारी सगळी मंडळी ही अत्यंत बहुश्रुत, बुद्धिमान अशी होती. काही प्रोफेसर्स, प्राध्यापक, काही लेखकही येत असत. आणि असे हे लोकसुद्धा या रामकृष्णांसारख्या अशिक्षित माणसाकडे का बरं जातात? केशवचंद्रांना या प्रश्नानं अस्वस्थ केलं होतं.

शेवटी त्यांनी मनाचा निश्चय केला आणि तिकडे जाऊन या अवलीयाला पाहाण्याचं ठरवलं. फक्त पाहायचं असं नाही, तर त्याच्याशी वाद-विवादसुद्धा करायचे असंही केशवचंद्रांनी ठरवलं. – तसा त्यांनी रामकृष्णांना निरोपही पाठवला.

"अमुक अमुक दिवशी मी येत आहे, तेव्हा तयार रहा. कारण जगात अंतिम महत्त्वपूर्ण असं काय आहे." याविषयी मी तुम्हाला चर्चेचं आव्हान देणार आहे...

केशवचंद्रांचा असा निरोप येताक्षणी रामकृष्ण हसले. ते म्हणाले,

“केशवचंद्रांसारख्या माणसाला भेटणं म्हणजे खरोखरच आनंदाचा योग आहे. तो खरं तर अलौकिक बुद्धीचा माणूस आहे. पण त्यांना कळत नाहीये की ‘कोणाला’ ते आव्हान देतायत? पण तरीसुद्धा त्यांना येऊ दे... हे एक चांगलं निमित्त आहे. मला आवडेल त्यांचं आव्हान स्वीकारायला !”–

त्यांचे शिष्य म्हणाले, “पण ही खूपच अपमानास्पद गोष्ट आहे. त्यांच्याबरोबर त्यांचे बरेच अनुयायी ते घेऊन येणार... आणि त्यांच्यासमोर... आम्हाला माहितेय तुम्हाला वाद घालता येत नाही. तुमच्या संपूर्ण आयुष्यात तुम्ही कधी वाद घातलेला आम्ही पाहिलं नाही.”

रामकृष्ण यावर जे काय म्हणाले ते कायम लक्षात ठेवण्यासारखं आहे.– “मी मुळीच वाद करणार नाही. कारण ‘मी’ म्हणजेच वाद आहे ! येऊ दे त्यांना इकडे. मी कोणत्याही पवित्र ग्रंथाचं वाचन केलेलं नाही, कारण तसं करण्याची मला गरजच वाटली नाही. सत्य म्हणजे काय आहे हे मी चांगलं जाणतो तेव्हा उसनेपणानं मिळवलेल्या ज्ञानाची मी काय म्हणून फिकीर करू? मला शिक्षण नाही त्यामुळे एखादी गोष्ट सिद्ध करणं किंवा न करणं हे मला माहीत नाही. आणि मला तशी गरजही वाटत नाही. कारण माझं अस्तित्व हाच मोठा पुरावा आहे... तेव्हा काळजी नको. फक्त त्यांना इकडे येऊ दे म्हणजे झालं.”

केशवचंद्रांसारखा विद्वान माणूस रामकृष्णांचं फक्त ‘असणं’ हा पुरावा म्हणून मान्य करतील का नाही याबद्दल रामकृष्णांचे शिष्य जरा गोंधळूनच गेले होते. अखेर केशवचंद्रांचं आगमन झालं. ते येताक्षणी रामकृष्णांनी त्यांना आलिंगन दिलं. हे असं काही होईल याची केशवचंद्रांना अपेक्षाच नव्हती. रामकृष्ण स्वत: देवळाबाहेर येऊन आपल्याला आलिंगन देतील असं केशवचंद्रांना वाटलंच नव्हतं. – रामकृष्णांनी केशवचंद्रांना आतमध्ये नेलं. ते केशवचंद्रांना म्हणाले, “तुम्ही इथं आलात याबद्दल मी कृतज्ञ आहे. खूप दिवस मी तुमची वाट पाहतोय. जेव्हा जेव्हा तुम्हाला मला आव्हान द्यावंसं वाटेल तेव्हा तेव्हा जरूर येत चला. जेव्हा तुम्हाला चर्चा, वाद करावा वाटेल, तेव्हा तेव्हा जरूर येऊ शकता. काही कळवायची, निरोप पाठवायचीही गरज नाही. या देवळात मी चोवीस तास असतो. तेव्हा दिवसा, रात्री केव्हा वाटेल त्या वेळी तुम्ही येऊ शकता. –”

केशवचंद्र तोपर्यंत जरा तुटकपणानंच वागत होते. पण जे काही घडत होतं ते फारच अडचणीचं वाटत होतं. कारण हा माणूस तर भलताच प्रेमळ आहे, याचं वागणं, बोलणं हृदयस्पर्शी आहे, हे केशवचंद्र समजून चुकले होते.

रामकृष्ण त्यांना म्हणाले, “हे पहा, तुम्ही चर्चा सुरू करण्यापूर्वी तुमचं स्वागत करावं असं वाटतंय. तुमच्या स्वागतासाठी मी आता तुम्हाला नाचून दाखवतो.” लगेच त्यांचे साथीदार पुढे सरसावले आणि रामकृष्णांनी नृत्याला सुरुवात केली.

केशवचंद्रांचा आणि त्यांच्या साथीदारांचा विश्वासच बसेना. कारण आत्तापर्यंत

देशभरात त्यांनी अनेक लोकांशी, अनेक बुद्धिमान लोकांशी तर्कयुद्धं खेळलेली होती. आणि त्यांचा पराभव केलेला होता. पण कुठेही त्यांनी हा असा रामकृष्णांसारखा माणूस पाहिला नव्हता की ज्यानं त्यांच्या स्वागतासाठी नृत्य केलंय.

त्यांचं नृत्य विलक्षण सुंदर होतं. त्यात शास्त्रीय असे नियम नव्हते, पण त्यात प्रेम उसळत होतं. ते नृत्य साधं-सुधं नव्हतं, किंवा त्यात फक्त शिष्टाचारच होते असं नाही. – केशवचंद्रांना अनुभव येत होता की हा माणूस खरा सत्याच्या जवळ आहे.

नृत्य संपल्यानंतर रामकृष्ण म्हणाले, "हं ! आता सुरू करा तुमची चर्चा !"

केशवचंद्र म्हणाले, "तुम्ही मला ईश्वराचं अस्तित्व सिद्ध करून दाखवावं असं वाटतं. दाखवाल?"

रामकृष्ण मनमोकळे हसले. ते म्हणाले, "... ईश्वराचं अस्तित्व! हं ... तुम्ही स्वत:च तर पुरावा आहात... नाही का? नाहीतर एवढी प्रचंड बुद्धिमत्ता कुठून येणार? ती त्या अस्तित्वातूनच येत असणार! आणि ज्या अर्थी 'प्रकृती' केशवचंद्रांना निर्माण करू शकते, त्या अर्थी ती बेसावध नक्कीच नाही. निर्बुद्ध नक्कीच नाही. ... हो ना? हे जे सगळं आहे ना? ते म्हणजे ईश्वर! तुमचं 'असणं' हाच मोठा पुरावा आहे. तुम्ही स्वत: पुरावा आहात हे तुम्हाला माहीत नसावं, हे म्हणजे विचित्रच आहे. मी कोणालाही तुमच्यासमोर आणून उभा करू शकतो. 'पुरावा' म्हणून. हे पहा प्रकृती ही खरोखर सुज्ञ आहे. –आणि आपण ते सर्व देवाचं म्हणून समजतो, ते अस्तित्व बेसावध नक्कीच नाही."

विलक्षण धक्का बसलेला केशवचंद्रांचा चेहरा पाहून त्यांच्या अनुयायांचा विश्वासच बसेना. त्यांच्या आयुष्यातली ही पहिलीच वेळ होती. केशवचंद्र स्तब्ध झाले. शांत बसले. रामकृष्णांच्या या म्हणण्यावर काय उत्तर द्यावं त्यांना सुचेना. रामकृष्णांचे शिष्यही हबकून गेले. "अरेच्चा, आम्ही तर विचार करत होतो की, आमचे हे साधेभोळे गुरुदेव या केशवचंद्रांपुढे कसे काय वाद करू शकतील?" पण हे तर भलतंच झालं...

फार मोठे वादाचे प्रसंग निर्माण न होता श्री रामकृष्णांनी केशवचंद्रांना शांतपणे गप्प केलं! कोणत्याही धर्मग्रंथांचा आधार न घेता. ! केशवचंद्रांनी स्वत:विरुद्धच झगडा मात्र केला.

प्रत्येक वेळी केशवचंद्र काहीतरी म्हणायचे आणि रामकृष्ण टाळ्या पिटायचे. एखाद्या लहान मुलाच्या अवखळतेनं! केशवचंद्र जास्तीत जास्त विरोधी सूर काढू लागले. शिष्यांच्या मनात आलं, "केशवचंद्र रामकृष्णांना नक्कीच वेडे समजणार." मी नवनवीन वाद उपस्थित करतोय आणि हा माणूस टाळ्या वाजवतोय. हे वेडाचंच लक्षण.

आणि मधेच रामकृष्ण उठले. केशवचंद्रांना परत आलिंगन दिलं आणि म्हणाले,

"वा ऽ वाऽ ... हा तर सुरेख मुद्दा आहे. मला फार आवडला. पुढे बोलत चला–

त्यांच्या चेहऱ्यावरचा आनंद, प्रेमळ भाव, निरागस शांती हाच त्यांचा विजय बनला. कोणताही वाद न घालता, ते विजयी झाले. कारण...

केशवचंद्र उठले आणि चट्कन त्यांनी रामकृष्णांचे पाय धरले. आणि म्हणाले, "मला क्षमा करा. तुमच्याविषयी माझा फार चुकीचा समज होता." –

रामकृष्ण हसून म्हणाले, "अहो असं काय करताय? तुम्ही तर इतके विद्वान गृहस्थ!... मी हा असा अडाणी माणूस! अशिक्षित माणूस. मी तर माझी सहीसुद्धा करू शकत नाही. मी काही वाचू शकत नाही... लिहिता-वाचता न येणारा असा मी माणूस आहे. आणि हे तुम्ही काय करताय?" आणि त्या क्षणापासूनच केशवचंद्र पुढच्या आयुष्यात रामकृष्णांचे परमभक्त बनून गेले.

कुठल्याही प्रश्नासाठी रामकृष्णांजवळ कोणतीही उत्तरं नव्हती, पण रामकृष्णांचा निष्पाप भाव समोरच्या माणसाला स्पर्श करून जात असे आणि त्याच्यात बदल घडवून आणत असे. त्यांचं विशाल प्रेम हीच मोठी किमया होती.

सत्यबोधी! तू कोणत्याही प्रश्नात अडकू नकोस. आणि उत्तरं शोधायचा प्रयत्न करू नकोस. दोन्हीही गोष्टी विसरून जा. या दोन्ही गोष्टी एकमेकींच्या विरुद्ध नाहीतच! प्रश्न आणि उत्तर परस्परविरोधी नाहीत, तर ते एकमेकांना पूरक आहेत. एकाच पूर्ण गोष्टीचा ते एक भाग आहेत... तेव्हा या सगळ्या गोष्टींचा तुला विसर पडायला हवा. आणि या बालीश खेळातून तुला बाहेर पडायला हवं ! यातून बाहेर पडण्यासाठीच केवळ मी तुझ्या प्रश्नाचं उत्तर दिलंय. अर्थात हळूहळू तुझे प्रश्न अंतर्धान पावतील, हळूहळू उत्तरं अंतर्धान पावतील आणि स्वच्छ वातावरण मागे राहील. आणि तेच तुझं खरंखुरं अस्तित्व आहे. खरं म्हणजे या पुरोहितांनी हे सगळे प्रश्नं आणि उत्तरं निर्माण केली आहेत. हा एक मूर्खपणाचा खेळ आहे. या निरनिराळ्या प्रश्नांतून, उत्तरांतून ही मंडळी माणुसकीचे तुकडे करत राहतात. नाहीतर ख्रिश्चन किंवा हिंदू या दोन्हीमध्ये फरक तो कोणता? फक्त त्यांच्या उत्तरातला ! यामधून तुम्ही आनंद मिळवणं ही अतिशय क्षुद्र गोष्ट आहे.

पण तरीसुद्धा मंडळी प्रश्न निर्माण करतच राहतात. ते तयार करण्याचं मन हे अतिशय तत्पर यंत्र आहे. तसंच त्या प्रश्नातून तत्परतेनं उत्तर शोधण्यासाठीही ही मनाची यांत्रिकता कामी येते. प्रत्येक उत्तर हे नवीन प्रश्न निर्माण करत असतं. त्याला अंतच नाही. यासाठी जगामध्ये आत्तापर्यंत हजारो तत्त्वांनी अनेक विचार मांडले आहेत, पण ती तत्त्वंसुद्धा कुठल्याही एका निर्णयाप्रत पोचलेली दिसत नाहीत. कोणतीही तत्त्वं पूर्णत्वाला गेलेली नाहीत आणि ती जातील असंही वाटत नाही. कारण एकच... प्रत्येक उत्तरातून नवीन प्रश्न निर्माण होत असतो. आणि ही प्रक्रिया कधीही न संपणारी आहे.

ज्या क्षणी तुम्ही या प्रश्नांतून, उत्तरातून बाहेर पडाल, त्याच वेळी तुम्ही या

पुरोहितांच्या, तत्त्वज्ञानी माणसांच्या प्रभावातून सुद्धा बाहेर पडाल, संपूर्ण भूतकाळातून तुम्ही बाहेर पडाल. विचार, भाषा यांतून मुक्त व्हाल, सगळ्याच्या पलीकडे, तुमच्या अंतस्थ आकाशात तुम्हाला गेलं पाहिजे. जिथे शाश्वत जीवन, अमर्याद प्रकाश, अमरत्व, अंतिमसुख हे सगळं काही असेल.

आतापर्यंत स्वप्नवत वाटणाऱ्या सगळ्या इच्छा, सगळं समाधान, त्याची पूर्तता झालेली तिथे पाहायला मिळेल की ज्यात कोणीही बाधा आणू शकणार नाही.

एकदा थंडीच्या मध्यावर एका ठिकाणी सर्व धर्मोपदेशकांची बैठक होणार होती. सगळी हॉटेल्स या धर्मोपदेशकांच्या गर्दीनं भरून गेलेली होती.

एक दिवस त्यांतल्या एका हॉटेलमालकाचा छोटा मुलगा थंडीतून बाहेरून आला आणि तिथल्या शेकोटीपाशी जाण्यासाठी त्यानं पाहिलं तर सगळे धर्मोपदेशक तिथं गर्दी करून बसलेले! तो मुलगा त्या सगळ्यांना सांगत सुटला की, रात्री स्वप्नात मी नरक पाहिला म्हणून. त्या गर्दीतला एकजण खोटं हसून म्हणाला,

"कसा होता रे नरक?"

"अगदी इथल्यासारखा", मुलगा म्हणाला! "मी तर गोठलोच."

"तू गोठलास?..."

"होय!" मुलानं उत्तर दिलं... "कारण तिथेही धर्मोपदेशकांचीच इतकी गर्दी होती की इतर कोणीही आत जाऊ शकत नव्हतं!"

जे धर्मोपदेशक नेहमी स्वर्ग आणि नरकाबद्दल बोलत असतात, ईश्वर अणि सत्य याविषयी बोलत असतात ना, ते स्वत:मधे कधीच डोकावत नाहीत. आतापर्यंत अनेक प्रकारचे मठवासी, धर्मोपदेशक पुरोहित, तत्त्वज्ञ असे पाहिले आहेत की त्यांना ध्यानधारणेमध्ये काहीच रस नाही. ते फक्त मनाचे खेळ खेळतात. जे खेळ अत्यंत बालीश आणि अर्थशून्य असतात. तू सुद्धा असे खेळ खेळून आपलं आयुष्य वाया घालवू शकतोस.

म्हणून मला एकच गोष्ट शिकवावी असं वाटतं ती म्हणजे शांत रहा, स्तब्ध रहा... म्हणजे नंतर तुला या सृष्टीतल्या मौल्यवान आणि रोमहर्षक गोष्टींचं गूढ उकलेल!

□

प्रिय ओशो

नम्र किंवा विनयशील या शब्दांचा शब्दकोशामधला अर्थ असा दाखवलाय की, "स्वत:मधले दोष अथवा उणिवा जाणीवपूर्वक दाखवणारा! अहंकारी, आग्रही, अरेरावी नसलेला, असा सभ्य माणूस!" – हा अर्थ खरा आहे का? किंवा यापेक्षा कुठली वेगळी व्याख्या आहे का?

ध्यानिधी, विनयशील किंवा नम्र या शब्दाचा शब्दकोशामधला अर्थ हा वेगळा झाला. परंतु नम्रता (humbleness) अनुभवानं समजून घेणं ही फार वेगळी गोष्ट आहे. शब्दकोश हे शब्दांचं जग आहे. पण नम्रता... तेव्हा तुला शब्दकोशातला नम्रतेचा अर्थ जाणून घ्यायचाय का अनुभवातला? या दोन्ही पूर्णपणे भिन्न गोष्टी आहेत. जसं 'प्रेम' या शब्दाचा शब्दकोशातला म्हणून एक अर्थ आहे. पण 'प्रेम' या गोष्टीचा अनुभव हा सर्वस्वी वेगळा आहे. त्यामुळे एक लक्षात ठेव या वेड्या माणसांच्या जगात शब्दकोशातले अर्थ कधीही सुसंगत नसतात. त्यांचा शोध हा जगण्याच्या अनुभवाशी निगडित असतो. – मृत शब्दांच्या विच्छेदनाशी नसतो. प्रत्यक्ष अनुभवासाठी शब्दकोशातले अर्थ हे अपुरे पडतात. उदाहरणार्थ,

स्वत:मधले दोष अथवा उणिवा जाणीवपूर्वक दाखवणारा, गर्विष्ठ नसणारा, आग्रही नसणारा असा सभ्य माणूस. या तीन गोष्ट लक्षात घेतल्या पाहिजेत. पहिलं म्हणजे नम्रता किंवा विनयशीलता ही काही प्रदर्शनीय गोष्ट नाही. असा माणूस स्वत:मधल्या दोषांची, चुकांची जाणीव आपल्याला आहे हे दाखवत फिरत नाही. तर तो खरोखरच अगदी कुठेच नसल्यासारखा असतो. कोणताही अहंकार किंवा विशिष्ट व्यक्तिमत्त्व याचा मागमूस सुद्धा त्यांच्या वावरण्यात दिसून येत नाही. आणि

'व्यक्तिमत्त्वरहित' माणसामध्ये कोणतेही दोष किंवा चुका असूच शकत नाहीत. त्या सगळ्या अहंकाराधीन गोष्टी आहेत. म्हणूनच काही दोष दिसले की अहंकारी माणूस न्यूनगंडानं पछाडला जातो. शब्दकोशातला अर्थ याच्या अगदी उलट आहे. आपल्यातले दोष किंवा चुका या मान्य केल्या जातात आणि दाखवल्या जातात हा अर्थ जसा काही अहंकारी माणसाला लागू होतो. आणि तो अर्थ म्हणजे नम्रता ! हा झाला शब्दकोशामधला वेगळा अर्थ. पण दृश्य स्वरूपातला नम्रतेचा अर्थ म्हणजे अहंकाररहित ! तिथं कोणीही आपल्यातल्या कमीपणाचा अनुभव घेत नाहीत किंवा न्यूनगंडानं स्वत:ची तुलना दुसऱ्याशीही करत नाही.–

दुसरं... शब्दकोशातला अर्थ सांगतो "गर्विष्ठ नसणं!" पण जो कोणी म्हणतो मी गर्विष्ठ नाही तो एक गर्वाचाच भाग असतो. कारण तो अगदी मोठ्यानं या 'गर्विष्ठ नसण्याची' घोषणा करत असतो. आणि त्यावर तुम्ही जर म्हणालात "मी तर तुझ्यापेक्षा विनयशील आहे, नम्र आहे, तुझ्यापेक्षा कमी गर्विष्ठ आहे." तर मग त्याला अपराधी वाटायला लागतं. तो गर्विष्ठ असतोच, पण मागच्या दारानं म्हणजेच आपण गर्विष्ठ नसण्याचा मुखवटा घेणं! पण खऱ्या विनयशील माणसाला गर्व, अभिमान याची साधी ओळखही नसते. निव्वळ एखादं लहान मूल जणू! लहान मुलाला गर्व, अभिमान म्हणजे काय हे तरी माहीत असतं का?

शहाणा माणूस याच निष्पाप अवस्थेत राहत असतो. तो गर्विष्ठ नसतो किंवा त्याला गर्व नसतोही... त्याला कोणत्याच गोष्टीबद्दल महत्त्व नसतं. पण अहंकारी माणूस मात्र आपण गर्विष्ठ नसण्याचा देखावा स्वत: करत करत वागत असतो.

शब्दकोशातला आणखी एक अर्थ... "स्वत:च्या मताविषयी आग्रही नसणारा..." जो माणूस स्वत:च्या मताविषयी आग्रही नसतो तो ओघानंच स्वत:चं मत मनातल्या मनात दडपून टाकणारा असतो... तो आग्रह जातो कुठे? तिथे 'स्व' असतोच. अहंकार असतोच. तो त्याविषयी आग्रह नाही धरणार, पण तो दडपून टाकण्याचे प्रयत्न करणार! पण दडपलेला अहंकार जास्त भयानक असतो. आग्रही असण्यापेक्षा तो दडपून टाकणे जास्त भयंकर. कारण दडपला गेलेला अहंकार हा साठला जातो अणि तो कुठल्याही क्षणी उसळणाऱ्या ज्वालामुखीसारखा बनून जातो.

खराखुरा नम्र माणूस, त्याला आग्रहीपणा जसा माहीत नसतो, तसं एखादी गोष्ट दडपून टाकणंही माहीत नसतं. एखादं गुलाबाचं फूल सकाळच्या सूर्यप्रकाशात उमलतं, आणि वाऱ्याबरोबर स्वत:चा सुगंध सगळ्यांना देत राहतं... याला तुम्ही ते फूल आग्रही मताचं असतं असं म्हणाल? ती तर एक नैसर्गिक क्रिया असते. त्यामधे मुद्दामहून आग्रही असण्याचा प्रश्नच येत नाही. कुणी त्या फुलाला पाहो अथवा न पाहो... त्याला काही फरक पडत नाही. किंवा त्याच्याजवळून कुणी गेलं काय आणि नाही गेलं काय... काहीच फरक पडणार नाही.

ते फूल नेहमीप्रमाणे उमलणार, वाऱ्याबरोबर डोलणार, उन्हा-पावसातसुद्धा

आपला सुगंध पसरवणार...

सगळं काही नैसर्गिक!

नम्र माणूस या फुलासारखा असतो. तो आग्रही नसतो, तसा स्वतःला दडपून टाकणाराही नसतो. तो फक्त स्वाभाविकपणे जगतो. जेव्हा तो उमलून येतो, स्वागणुकीचा सुगंध निर्माण करतो, स्वतः प्रकाशित होतो, उजळतो तेव्हा स्वतःतून प्रकाशाचं उत्सर्जन करतो. प्रेमाचा वर्षाव करतो. त्याची करुणा तुडुंब असल्यानं इतरांबरोबर ती वाटून घेणं क्रमप्राप्त होतं. तू कधी विचार करतोस का? की पावसाचे ढग जेव्हा बरसतात तेव्हा ते अरेरावी करतात म्हणून! त्या ढगांना काय करायचं असतं पावसाचं? काहीच नाही. ते पावसाच्या पाण्यानं इतके तुडुंब भरून जातात, इतके तुडुंब भरतात की त्यांना तहानलेल्या पृथ्वीवर बरसावंच लागतं. विनयशील माणसाचं असंच असतं. या नैसर्गिकतेनं जे काही उमलतं, फुलतं, सुगंध पसरतो, प्रकाश पसरतो, हे सर्व स्वाभाविकपणानं, कुठलेही प्रयत्न न करता घडत असतं म्हणूनच हे 'घडणं' आहे. 'करणं' नाही.

कदाचित अहंकारी माणसांना यामधे आग्रहीपणा दिसेल. जसं गुलाबाचं फूल त्याच्या लाल रंगाबद्दल, सुगंधाबद्दल दिमाख दाखवण्यासारखं! एखादा मध्यस्त माणूस करेल असंच हे काम आहे. स्वतःचा रंग दाखवण्यासाठी, वास देण्यासाठी लोकांना निमंत्रण द्यायचं अणि म्हणायचं... ''बघा बघा... माझ्यापेक्षा सुंदर फूल आहे का कुठे? हे म्हणजे स्वतःला प्रदर्शित करण्यासारखं आहे. पण गुलाबाचं फूल हे काही मध्यस्थाचं काम करत नाही. तो त्याचा स्वाभाविक धर्म आहे.

आणि शेवटी, शब्दकोशातला अर्थ सांगतो, 'नम्र माणूस हा अतिशय सभ्य माणूस असतो.– पण अहंकाराशिवाय माणूस सभ्य कसा असू शकेल. सभ्यपणाचा अर्थच असा आहे की, तुम्हाला अहंकार आहे, पण तुम्ही तो दाखवत नाही. तो भावनांच्या मर्यादेत ठेवता. स्वतःभोवती बंधनं घालून तुम्ही तो सुसंस्कृत आणि सभ्यतेच्या आवरणाखाली दाबून ठेवता. पण हे आवरण फार तलम आहे... सगळ्या तुमच्या तथाकथित सभ्य माणसांचा हा बुरखा विलक्षण तलम आहे. किंचितसा ओरखाडा पाडा आणि फाडून पहा, मग बाहेर येईल त्यांचा रानटी अहंकार!

खराखुरा नम्र माणूस हा नम्रतेचा आव आणत नाही. किंवा शिस्तबद्ध वागण्याचा अट्टहास करत नाही. ते त्याचं सहज वागणं हे एक प्रकारचं समजुतीचं वागणं आणि अहंकाराचा त्याग केलेलं वागणं असतं. तो सभ्य नाही. तो जसा आहे तसाच फक्त असतो. तुम्ही तुमच्या मनातल्या प्रतिमेप्रमाणे त्याला पाहत असता. आणि म्हणूनच एखादा त्याला अहंकारी समजेल, एखादा त्याला आग्रही समजेल, आणि एखादा त्याला नम्र स्वभावाचा समजेल. पण हे समजणं हे सर्वस्वी तुमच्या मनावर अवलंबून असणार आहे. तो तर फक्त एक आरसा आहे. तो तुम्हाला फक्त तुमचा

चेहरा दाखवणार. म्हणून शब्दकोश हे कधीच आयुष्यातल्या खऱ्याखुऱ्या अनुभवाला न्याय देऊ शकत नाहीत. विशेषत: बुद्धिपलीकडच्या अनुभवाला तर नाहीच नाही.

ध्याननिधी... तू विचारतोयस ''विनयशील शब्दाची आणखी कोणती व्याख्या आहे का'' म्हणून! 'विनयशील' शब्दाला आणखी कोणतीही व्याख्या नाही. नम्र, विनयशील या शब्दांचा अर्थ शब्दकोश कधीच समजून घेणार नाहीत. कारण तो अर्थ समजून घेण्यासाठी तुम्हाला लायब्ररीत जायला पाहिजे असं नाही. तर तुम्हाला ध्यानधारणेमध्ये जायला पाहिजे. शब्दकोशांबरोबर विचारविनिमय न करता तुम्ही स्वत:बरोबर विचार केला पाहिजे. तिथं तुम्हाला एखादी व्याख्या नाही सापडणार... तर तिथे सापडेल खराखुरा नम्रतेचा अर्थ. खराखुरा विनय! आणि ते सापडेपर्यंत दुसऱ्या कशावर समाधानही मानू नका.

धार्मिक, आध्यामिक अनुभवांचा विचार करता असं दिसून येतं की, सगळे शब्दकोश त्या दृष्टीनं निरर्थक आहेत... कारण अध्यात्म हा भाषेचा भाग नाहीच. तर तो भाषेपलीकडे असलेल्या अनुभूतीचा भाग आहे.

□

प्रिय ओशो

हरे राम... मी या एकातून कसा बाहेर पडणार?

विमल, मला माहीत नाही हे 'एक' कोण आहे ते! पण मी तुला दोन विनोद सांगतो. त्यातून 'हे एक' कोण आहे ते तू शोधू शकतोस...

श्री इसार एकदा त्यांच्या मित्राच्या बायकोच्या अंत्ययात्रेला गेले... मित्राला म्हणाले, ''बायको जाणं म्हणजे फारच कठीण!''

त्यावर मित्र म्हणाला, ''अगदीच अशक्य!''

''कदाचित तू अडचणीत असशील. मला समजतंय सगळं. तुझ्या प्रश्नावरून जाणवतंय. पण काळजी करू नको. जसा प्रत्येक रात्रीला शेवट असतो... तसा बायकोला सुद्धा... धीर धर... वाट पहा...''

सौ. केसी एकदा त्यांच्या सुट्टीवरून घरी परतल्या... मुलाला त्यांनी विचारलं, ''मी बाहेरगावी होते तेव्हा वडिलांबरोबर कसा वेळ काढलास?''

''फारच सुंदर ! रोज सकाळी आम्ही तळ्यावर जायचो अणि मग मी खूप वेळ पोहत बसायचो.''

''वा... वा...'' सौ. केसी म्हणाल्या, ''फार लांब अंतर होतं का रे पोहायला?''

''माझ्या दृष्टीनं ते बरोबरच होतं... फक्त एकच त्रास मला वाटायचा! तो म्हणजे पोहोण्याच्या बॅगमधून बाहेर पडणं!''

विमल, तू असाच 'बॅग'मध्ये आहेस. कशात तरी अडकून आहेस. तेव्हा पहिल्यांदा असं कर की बॅगमधून बाहेर यायचा प्रयत्न कर. नंतर मात्र तळ्यातून

पोहणं फार अडचणीचं होणार नाही. पण बॅगमधून बाहेर पडणं... मी समजू शकतो. मला तुझ्याविषयी फार काळजी वाटते. मला तुझी दया येते. विमलच्या डोळ्यात सारखं पाणी का दिसतं?... काय झालंय या बिचाऱ्याला या विचारानं मला तुझी दया येते.

पण आता त्यानं प्रश्न केलाय... म्हणजे तो मोकळा होऊ पाहतोय. या एका गोष्टीतून मी बाहेर कसा येणार?– याचाच अर्थ फक्त एकाच त्रासात तो नाहीये. यापूर्वीही अनेक त्रासांतून तो गेलेला असावा. आणि त्यातून तो बाहेर आला असावा. त्यांचा त्यानं अनुभव घेतला असावा. त्यामुळे फारशी काळजी करायचं कारण नाही असं मला वाटतं. या एका त्रासातून तो निश्चितपणे बाहेर पडेल आणि दुसऱ्या त्रासात उडी टाकेल. 'सगळ्या अनुभवातून' गेलेल्या मंडळींची हीच तर अडचण आहे. ते समजून चालतात की सगळ्या गोष्टींचा, सगळ्या अडचणींचा आपल्याला अनुभव आहेच, तेव्हा पुढच्या कोणत्या त्रासामध्ये न पडण्याचं आपल्याला जमू शकेल. एका एकी त्यांना असाही शोध लागतो की, ते स्वत: फक्त अनुभवी नाहीत, तर वाटेत येणारे खाचखळगेसुद्धा अनुभवीच आहेत. युगानुयुगं हेच चालू आहे.''

पण तरीसुद्धा आशेला जागा आहे. मनाशी एक निश्चय करा... की, एका खड्ड्यातून बाहेर पडण्यात आपण जर यशस्वी झालो, तर नंतर दुसऱ्या खड्ड्यात अजिबात पडायचं नाही. तरच मी तुमच्यावर कृपा करेन. तुम्ही तसं मला वचन दिलं पाहिजे. नाहीतर काय अर्थ आहे? असंच चालू राहू दे. तुम्ही या सगळ्याला परिचित आहात, आणि खाचखळगेही परिचित आहेत. या दोन्ही गोष्टी एकमेकींना चांगल्या माहितीच्या आहेत. पण हळूहळू एकजण त्यातून मोकळा होतो आणि उभ्या ठाकलेल्या दुसऱ्या संकटाचा प्रश्न निर्माण होतो. म्हणूनच अगदी अबक पासूनच तुम्हाला शिकायला सुरुवात केली पाहिजे.

पूर्वेकडच्या देशांत गोष्टी फार सोप्या आहेत. कारण तिथं घटस्फोट नाहीत. लोकं कायमच एकाच खड्ड्यात आहेत. ते त्यांच्या सवयीचे झाले आहेत. परिचित आहेत.कारण कोणताही बदल होण्याची शक्यताच नाही. उतू गेलेल्या दुधाबद्दल रडण्यात काय अर्थ?... ते उतू गेलेलंच आहे, तेव्हा ते विसरून जाऊन पुढे जाणं हेच तुमच्या नशिबी आहे... तुमच्या कपाळावर तुमचं नशीब लिहिलेलं आहे ! अशा तऱ्हेनं 'नशिबाच्या' नावानं इथं प्रत्येक गोष्ट आधी ठरवली गेलेली आहे. तुम्ही त्याला काय करणार? त्यामुळे एक प्रकारचं समाधानच मिळतं. खरं पाहता तुम्हाला असं दिसेल की, पूर्वेकडे पती-पत्नीच्या नात्यामध्ये ज्या अडचणी असतात, तशाच अडचणी पाश्चात्त्य कुटुंबामध्येही असतात. पण पूर्वेकडची माणसं प्रचंड समाधानानं त्या अडचणी पार करत राहतात.

पाश्चात्त्य समाजात अडचणी खूप प्रमाणात नसतात, पण नैराश्य, असमाधान

हे फार मोठं असतं. कारण 'बदल' घडण्याची तिथं शक्यता असते. यापेक्षा अणखीन कोणीतरी चांगलं भेटू शकेल, जे फक्त आपल्यासाठी असेल, असं कोणीतरी भेटेल, ही आशा तिथं असते.

पण केवळ तुमच्यासाठी विशेष म्हणून असं कोणीही नसतं. प्रत्येकजण फक्त स्वत:साठी असतो. कुणी कुणासाठी नसतो. पण कल्पनेनं तुम्ही बदल अपेक्षित करत राहता. अगदी छोटंसं संकट... पण तुम्ही लगेच नैराश्यानं घेरले जाता. तुमची लहर बिघडते, तसंच इतर गोष्टींवरही परिणाम होतो.–

पूर्वेकडे या गोष्टी नित्यनेमानं घडत असतात. पण त्यामुळे कोणाचीही लहर बिघडत नाही. कोणीही विचित्र वागत नाहीत. त्यांच्या दृष्टीनं हे म्हणजे केवळ नशीब, किस्मत, या तर हातावरच्या रेषा! हे सगळं ईश्वरानं ठरवलेलं! तेव्हा तुम्ही फक्त ईश्वरानं ठरवलेल्या माणसाबरोबर आयुष्य काढायला तयार राहायचं... त्या माणसाबरोबर कसं जगायचं हे फक्त शिकायचं.

पण विकसित देशांतून, पुढारलेल्या देशांत आता या अडचणींनी अगदी टोक गाठलेलं दिसतं. वैवाहिक जीवनातलं सगळं समाधान तिथे हरपलेलं दिसतं आणि मग नंतरची पायरी आता येते ती म्हणजे ' विवाह ' ही गोष्टच संपणं! कोणत्याही सामाजिक अडथळ्याशिवाय, किंवा कायदेशीर अडचणींशिवाय, कोणत्याही वेळी, कोणत्याही क्षणी, रात्री दिवसा केव्हाही एकेक जोडीदार बदलत राहण्याची सोय जर सहजसोपी झाली, तर कदाचित हे नैराश्याचे झटके कमी होतील. गुलामगिरी किंवा बंधनाचं आयुष्य जाचक वाटणार नाही.

पण तरीही खूप मोठा बदलसुद्धा नवीन प्रश्न निर्माण करतोच. आणि त्यातच तुम्ही अगदी थकून जाता. एक लक्षात ठेवा, कोणत्याही प्रश्नाचं निरसन हे फक्त सकारात्मकच परिणाम दाखवतं असं नाही. त्याला त्याची स्वत:ची नकारात्मक छटा असतेच. बदल जर हवा असेल तर त्यामागोमाग इतर त्रास होणार हे गृहीत धरायला हवं... वैताग, अस्वस्थता आणि दमवणूक यांनी आयुष्याला एक प्रकारची निराशेची किनार जोडली जाते. कारण या 'बदलाच्या' प्रक्रियेमध्ये प्रत्येक वेळी तुम्हाला तुमचा मर्दपणा, पुरुषत्व, तसंच स्त्रीला तिचं स्त्रीत्वं, सौंदर्य आणि सामर्थ्य सिद्ध करावं लागतं. – आणि या सगळ्या गोष्टी तर कधीतरी उतरत्या अवस्थेला जाणाऱ्या, वृद्ध होणाऱ्या! म्हणून मग प्रत्येक वेळी तुम्हाला ढोंगाचा आसरा घ्यावा लागतो.

आणि आयुष्य ढोंगीपणानं जगणं ही अवस्था सुखाची कधीच नाही. दिवसाचे चोवीस तास जोडीदाराबरोबर ढोंगीपणानं जगणं हे फारकाळ तग धरू शकत नाही. फार फार तर एखाद-दोन तास एखाद्या बीचवर अथवा सिनेमागृहातल्या अंधारात काही तास तुम्ही काढू शकता की ज्या ठिकाणी अंधारात तिचे केस खरे आहेत का रंगवलेले आहेत, तिचे दात खरे आहेत का खोटे आहेत किंवा ती जिवंत आहे का

मेलेली आहे हे तुम्ही पाहू शकत नाही. अंधारात काहीही चालतं... उलटअर्थी तुमच्याविषयी तिलासुद्धा काहीही कळू शकत नाही.

चोवीस तास एखाद्याबरोबर राहताना हा ढोंगीपणा कधीतरी उघडकीला येणारच. तो येतोच. नंतर खरेपणा नजरेला आल्यानं तुम्ही खरे दुःखी होता. "... हरे राम! मी आता आणखीनच मोठ्या खड्ड्यात पडलोय." हे तुमचे उद्‌गार येतात. तुम्ही जसजसे पुढे पुढे जाल तसे आणखीन मोठे खड्डे वाटेत येतील. कारण लहान लहान खाचखळगे ही सुरुवात असते. मोठे खाचखळगे पुढे तुमची वाट पाहत असतात.

तेव्हा सगळ्यात चांगला मार्ग म्हणजे बरोबर असलेल्या स्त्रीला तू समजून घ्यावंस! तिची काय अडचण आहे ते तू समजून घ्यायला हवंस. कारण ती तुझ्यासाठी अडचण म्हणून ठरत असेल तर स्वतःसाठी सुद्धा ती एक प्रकारची अडचणच असेल. तू जर तिच्यावर प्रेम करतोयस तर तिच्याविषयी करुणा बाळग. तिच्या अडीअडचणी समजून घ्यायचा प्रयत्न कर. या तुझ्या समजून घेण्यामुळे कदाचित बर्फ वितळू शकेल आणि ती सुद्धा मग तुझ्या अडीअडचणी समजून घ्यायचा प्रयत्न करेल. – यालाच प्रेम म्हणतात.

दोन व्यक्ती कोणताही कंटाळा न करता, वैतागून न जाता शांतपणानं, धीरानं आयुष्यातल्या अडचणी सोडवण्याचा प्रयत्न करतात, तेव्हा ती एक प्रकारची आयुष्यात काही शिकण्याची, आणि उन्नती करण्याची संधीच असते. प्रत्येक नातेसंबंध म्हणजे स्वतःच्या उन्नतीची संधी असते. तेव्हा त्याचा तिरस्कार न करता त्याच्या सगळ्या अवस्थांतून आनंद मिळवायचा प्रयत्न कर. सुखाच्या क्षणात तसा दुःखाच्या क्षणातही तो मिळवता आला पाहिजे. यालाच जीवन म्हणतात. चढउतार असलेलं जीवन! हे सारं तुम्हाला शिकायलाच पाहिजे. प्रत्येक गोष्ट चांगलीच होईल ही अपेक्षा करता कामा नये. त्यासाठी तुम्हाला स्वतःला आधी जागृत व्हावं लागेल. अणि मग नंतर तशा जोडीदारीणीला शोधावं लागेल. आणि हे फार कठीण आहे. पहिलं म्हणजे आपण जागृत होणं, 'आतून' प्रकाशित होणं हेच मुळी कठीण आहे. त्यानंतर तशी जागृत स्त्री शोधणं हे तर अशक्यप्रायच!

माणसाच्या संपूर्ण जीवनात अशा गोष्टी कधीच घडत नसतात. अगदी एखादा सुद्धा 'जागृत' पुरुष किंवा स्त्री आपल्यासाठी दुसरी जागृत व्यक्ती शोधू शकत नाही. त्याचं अगदी साधं कारण आहे. कारण का म्हणून एखादा शहाणा जागृत माणूस आपणहून खड्ड्यात उडी घेईल? कारण जागृत झाल्यानंतर सुद्धा जर तुम्ही त्याच त्याच खड्ड्यात उडी घेत असाल, तर मग 'जागृत' होण्याला अर्थच काय? 'स्वतः प्रकाशित होणं' किंवा जागृत होणं याचा अर्थ असा आहे की, जीवनातले खाचखळगे टाळता येणं! जागृत होण्याचं ते एक रहस्य आहे. 'तुम्ही आतून' प्रकाशित झाल्यशिवाय खाचखळगे टाळता येतच नाहीत. तुम्ही टाळायचं म्हटलं तरी ते तुमचा पाठलाग करतील. ती काही एका जागची स्थिर गोष्ट नाही की, तुम्ही

त्याभोवती फिराल आणि त्याच्यापासून दूर पळाल. ते खाचखळगे तुमच्यापेक्षा वेगवान आहेत.

एकदा मुल्ला नसरुद्दीन त्याच्या मित्राला सांगत होता, माझी बायको म्हणजे अक्षरश: उंदराचा पिंजरा आहे. तसं तर बायका नेहमीच योग्य मेळ घालणाऱ्या असतातच, शिवाय विलक्षण सावध असतात. एखादेवेळी जर तुम्ही मोठ्यानं बोललात, तर कदाचित त्यांना ऐकू जाणार नाही. पण नुसते हळूच पुटपुटलात तरीही त्यातला प्रत्येक शब्दन् शब्द त्या ऐकू शकतील. हे सांगत असतानाच त्याची बायको बाहेर आली आणि म्हणाली, ''काय सांगताय हो त्याला?... होय ! आहे मी उंदराचा पिंजरा... आणि तुम्ही कोण? तुम्ही उंदीर! नाही का? पण हे लक्षात ठेवा, पिंजरा काही उंदरामागे धावत नव्हता. तर उंदीर स्वत: आपणहून पिंजऱ्यामधे आला होता. काय? सांगत काय होतात मित्राला?''

पण ही गोष्ट खूप जुनी आहे. आताच्या पिंजऱ्यांना आता चाकं लावलेली आहेत. तेव्हा ते पळू शकतात. एकदा का त्यांनी उंदराला पाहिलं, नुसता वास जरी आला तरी ते उंदरामागे धावतात. उंदीर जवळ येण्याची ते वाट पाहत नाहीत.

तेव्हा विमल... हे चांगलं नाही का की, स्वत: जागृत होणं, खरं ज्ञान प्राप्त करून घेणं! तू आपला सरळ गौतमबुद्ध हो! डोळे मिटून बोधीवृक्षाखाली बस... तरच तुला आशा आहे.

पण डोळे मात्र मिटलेलेच असू दे हं ! कारण अनेक जुन्या धार्मिक ग्रंथांमध्ये असे उल्लेख आहेत की, जो कोणी खरा ज्ञानी होण्याच्या मार्गावर असतो, त्यापासून देवाच्या राजाला धोका असतो. त्यामुळे त्याचं सिंहासन डळमळायला लागतं. त्यामुळे त्या ज्ञानी होण्याच्या मार्गावर असलेल्या माणसाचं लक्ष विचलित करण्यासाठी स्वर्गातून अप्सरा येतात आणि त्याला विचलित करतात. कोणीतरी तरुण ज्ञानी माणूस या देवांच्या राजाला स्पर्धक म्हणून येणार आहे. या कल्पनेनं हा धोका टाळण्यासाठी या अप्सरांना पाठवलं जातं. त्या मग त्या ज्ञानी पुरुषासमोर मोहक नृत्य करतात...

अर्थातच पुराणातल्या त्या गोष्टींशी मला काहीच घेणं-देणं नाही. फक्त एकच! उंदराच्या पिंजऱ्याला चाकं असणं ही कल्पना काही नवीन आहे असं म्हणता येणार नाही. जुन्या पुराणांमधून अप्सरांच्या रूपानं ती मांडलेलीच आहे. ते फक्त पृथ्वीवरच अडथळे निर्माण करतात असं नाही, तर हे अडथळे स्वर्गातून सुद्धा येऊ शकतात. आणि तुमच्या 'प्रकाशित' होण्याला बाधा आणू शकतात... ती बाधा आणून झाली की नंतर हे अडथळे अदृश्य होतात आणि पृथ्वीवरच्या अडथळ्यांशी सामना करण्यासाठी तुम्हाला सोडून देतात. तेव्हा सावध रहा.

गौतमबुद्धानं तर शिष्यांना निक्षून सांगितलं होतं... ''चार पावलांच्या पुढे पाहण्याचा कधीही प्रयत्न करू नका. कारण कमीत कमी तुम्ही बायकांची पावलं

तरी ओळखू शकाल. बस्स! चार पावलानंतर नाहीच! स्त्रियांशी बोलू सुद्धा नका. त्यांच्यापासून दूर पळा! अगदी स्पष्ट सूचना बुद्धानं दिलीय. स्त्रीला स्पर्शसुद्धा करू नका. कोणतीही स्त्री आधी बसून गेलेल्या जागेवरसुद्धा तुम्ही बसू नका. अगदी फार झालं तर दहा मिनिटं तरी ती जागा मोकळी ठेवा. कारण ती दहा मिनिटं, ती जागा भारलेली असू शकेल!

आणि हे मी माझ्या मनाचं सांगत नाहीये. मी फक्त धार्मिक पुराणांमध्ये लिहिलेलं सांगतोय. एकच ग्रंथ नाही तर हिंदू, जैन, बौद्ध या तिन्ही धर्मग्रंथातंल्या हजारो पानांमध्ये सारख्याच कल्पना आहेत. यामधे काहीतरी अर्थ असेलच... सत्य एवढंच म्हणता येईल की प्रकाशित होण्याच्या, खरा ज्ञानी होण्याच्या मार्गावर असलेल्या व्यक्ती या वासना दाबून टाकून ज्ञानी व्हायला पाहत असतात.

इथं काही कुठला स्वर्ग नाहीये, कुठल्याही अप्सरा नाहीत, कुणाचंही सुवर्णसिंहासन डळमळत नाहीये... तर या मोह पाडणाऱ्या स्त्रिया (अप्सरा), या दबलेल्या वासनांमधून येत असतात. तुमचा शांतपणा, सहज भग्न होणारी तुमची बेहोशी... यामुळे तुम्ही त्याचे बळी होता.

तुमचा बेसावधपणा अनेक प्रकारचे भ्रम निर्माण करू शकतो आणि मग ते भ्रम, तुमची शांतता नष्ट करू शकतात... तुमची ओळख तुम्हाला पटण्याचा क्षण अगदी जवळ आलेला असताना, तशी भावना पराकोटीला गेलेली असतानाच हे अशा प्रकारचे भ्रम तुमची ती भारलेली अवस्था नष्ट करू शकतात आणि एका क्षणात तुम्ही धाड्कन खाली आपटले जाता, अगदी भुईसपाट! आजूबाजूला पाहता तर कोणीच स्त्री तिथं नसते, मोहमयी अप्सरा नसतात... ते सगळं अदृश्य झालेलं असतं. अशा प्रकारच्या स्त्रिया खरंतर पूर्वीही नसतात, पण तुमच्या दबलेल्या मानसिक कल्पनांचा तो भाग असतो.

तेव्हा दबलेल्या अवस्थेत राहू नकोस अणि स्वत:ला ओळखण्याचा, ज्ञानी होण्याचा प्रयत्न कर! पण तरीसुद्धा जमेल तितके डोळे बंद ठेवायचा प्रयत्न कर. कोणतीही संधी घेऊ नकोस. सावध राहणं केव्हाही चांगलंच. नाहीतर पुन्हा एकदा अडचणीत येशील.

अडचणीतून मार्ग काढण्याचा हा झाला एक मार्ग. आता दुसरा मार्ग म्हणजे स्त्रीला समजून घेणं. माणुसकीनं वागायला हवं. ती सुद्धा एक माणूस आहे. कोणतातरी सेतू निर्माण होण्याची शक्यता नक्कीच आहे. अशक्य काही नाही. असे पूल निर्माण करणं हा सुद्धा एक प्रकारचा मोठा अनुभव आहे. पूर्वी ज्या ठिकाणी संघर्ष होता तिथंच आता सुरेलपणा आलाय. ही अवस्था नक्कीच आत्मसाक्षात्कारी आहे... मी तर दुसऱ्या मार्गाचाच आग्रह धरेन. या सुरेलपणातून जेव्हा तू 'प्रकाशित' होशील, तेव्हा कोणतीही स्त्री अथवा पुरुष तुमचं हे प्रकाशित होणं विस्कटून टाकू शकत नाही–

कल्पनेनं निर्माण केलेल्या काही विचित्र कथांमुळे भ्रष्ट झालेल्या अशा कोणत्याच ऋषींना मी खरे ऋषी मानत नाही. त्यांच्या स्वत:च्या दबलेल्या वासनांमुळे ते भ्रष्ट होण्याच्याच पात्रतेचे होते. म्हणून मग स्वत:च्या समाधानासाठी त्यांनी या सुंदर सुंदर कथा निर्माण केल्या... ''आपला यात काही दोष नसून देवानंच या अप्सरांना पाठवलेलं आहे!'' अशा तऱ्हेच्या या कथा त्यांनी स्वत:हून निर्माण केलेल्या आहेत.

हे सगळं विचित्रच नाही का? तुम्ही ईश्वराच्या शोधार्थ भटकत असता आणि ईश्वर त्यात अडथळे आणतो असं म्हणण्यासारखंच आहे हे. या कथांप्रमाणे अर्थ काढायचा म्हटला तर तुम्ही ईश्वराचे भक्त असता आणि त्या बदल्यात ईश्वर तुम्हाला त्रास देतो. तुम्ही बायको-मुलांचा त्याग करता, कुटुंबाचा त्याग करता. तरीही ईश्वर समाधानी नसतो. तो आपला, सुंदर स्त्रियांना तुमचा तपोभंग करायला, पाठवतच असतो. जसं काही जास्तीत जास्त माणसं ज्ञानी होणं त्याला नकोच असतं. तो जणू काही तुमच्या ज्ञानी होण्याला, प्रकाशित होण्याला विरोधीच असतो. – हे असं कसं असू शकेल? परमेश्वराला तर तुम्ही 'प्रकाशित' व्हायला हवंच आहे, जर ईश्वर असेलच तर एखाद्या माणसाला खरं ज्ञान प्राप्त झालं तर तो अतिशय आनंदी होणारच. कारण त्याचंच अस्तित्व सिद्ध करण्यासाठी या ज्ञानी माणसांचा त्यालाच उपयोग होणार असतो.

तेव्हा विमल... स्त्रीला समजून घेणं हे सगळ्यात चांगलं. तुझ्यात आणि तिच्यात चांगल्या संबंधाचा पूल निर्माण कर. धीरानं घ्यायला शीक आणि माणुसकीनं वागायला लाग. मनुष्यस्वभाव ही फार नाजूक आणि अनेक उणिवा असलेली गोष्ट आहे. जशी ती समोरच्या माणसामध्ये असते, तशी तुझ्यातही असते. कदाचित तुला स्वत:चे दोष, तसेच तिला तिचे दोष दिसणार नाहीत. पण दोघांनाही एकमेकाचे दोष दिसतात. हीच तर मोठी अडचण आहे. ही फक्त तुझीच अडचण आहे असं नाही, तर प्रत्येक पुरुषाची अडचण आहे. एकमेकांचे दोष शोधण्याची दोघांचीही ताकद विलक्षण असते.

त्या दिवशी आनंदनं एक बातमी सांगितली. सोव्हिएट युनियनमध्ये क्रेन ड्रायव्हर असलेल्या बाईला एक दिवस एक अपघात झाला. तिची क्रेन एक दिवस इलेक्ट्रिक खांबावर आदळली... विजेच्या धक्क्यानं ती मेल्याचं डॉक्टरांनी जाहीर केलं. त्यांच्या पद्धतीप्रमाणे तिचं दफन करण्यापूर्वी दोन दिवस तिला तसंच ठेवलं होतं. उत्तरीय तपासणी करण्यासाठी एका डॉक्टरानं तिच्या शरीरावर एका ठिकाणी सुरी चालवली तो काय? तिथून रक्त आलं! त्याचा विश्वासच बसेना. ती चक्क जिवंत होती. ती शुद्धीवर आली, पण एक अद्‌भूत गोष्ट अशी घडली होती की यापूर्वी असं कधीच झालं नव्हतं– तिचे डोळे हे एक प्रकारचे एक्स-रे डोळे निर्माण झाले होते. आता ती क्ष-किरणांनी प्रत्येकाची छबी पाहू शकत होती– साहजिकच

हॉस्पिटलमध्ये ती अशा डोळ्यांसकट सरावाची झाली. पेशंट फक्त तिच्यासमोर उभा राहायचा आणि ती त्याला आरपार त्याचा फक्त हाडाचा सांगाडा पाहू शकायची. शरीराच्या कुठल्या भागात रोग आहे, कुठे फ्रॅक्चर आहे, कुठे कॅन्सर आहे, कोणत्या ठिकाणी ऑपरेशनची जरूर आहे, हे सहजपणे ती शोधू शकायची. परंतु तीव्र डोकेदुखीनं ती ग्रासलेली होती. कारण तिच्या डोक्यात आणि डोळ्यात प्रचंड प्रमाणात वीजप्रवाह खेळत होता. त्यामुळे फक्त सांगाड्याशिवाय ती काहीच पाहू शकत नव्हती.–

आनंदनं ही बातमी आणली... घाबरून म्हणाला... मी तर एकाच भूतानं पछाडलोय... पण ही स्त्री जेव्हा डॉक्टर्स, परिचारिका, पेशंट्स, रस्त्यावरचे बाकीचे लोक आणि आजूबाजूच्या सगळ्यांनाच सांगाडे म्हणून बघत असेल, तर काय होत असेल?

पण मी विचार केला... मस्त कल्पना आहे! समजा, कुठल्या तरी उपायांनी प्रत्येक स्त्रीला जर असे डोळे प्राप्त झाले... तर ती पाहू शकेल की विमलमध्ये काय दोष आहे? कुठे दोष आहे म्हणून? अर्थातच स्त्रियांना मुद्दाम अशा उपायांची गरजच नाहीये. कारण त्यांच्या आहे त्या नैसर्गिक डोळ्यांनी त्या सगळे दोष पाहू शकतात. जितकी अतिशयोक्ती करता येईल तितक्या प्रमाणात पाहू शकतात! खरंच, एखाद्या स्त्रीबरोबर राहणं म्हणजे एकप्रकारची शिस्तच बाळगणं, कठोर व्रतच पाळणं!

□□□

सत्र : सहा

परमेश्वर कुठून येतो? त्याला कोण निर्माण करतं? आईबाप नसलेला असा तो अनाथ आहे का? कुणी त्याला तयार केलंय? जगासाठी जर निर्मात्याची गरज आहे तर मग देवासाठी सुद्धा निर्मात्याची गरज आहे. ही समजूत एकवेळ बालबुद्धीला पटू शकेल आणि त्यांचं समाधान करू शकेल. पण लाखो माणसंसुद्धा त्याच समजुतीत आहेत. देवळांमधून, अग्यारीतून, मशिदीतून लोक अशा ईश्वराची प्रार्थना करत असतात की जो केवळ एक गृहित आहे!

शाश्वत जगासाठी ईश्वर काय करत होता?

प्रिय ओशो...

बरेच दिवस मला असुरक्षित वाटतंय. मी पाहतो, मला अपरिचित असलेल्या, माहीत नसलेल्या गोष्टींविषयी मी किती प्रमाणात नाराजी दाखवतो? – अशा प्रसंगी ते सावरून घेण्यासाठी मी आणखीन आणखीन मूर्खपणा करतो. जसा काही तुरुंगवास वाटतो. आणि त्याच वेळी खोलवर असंही वाटतं, कळतं की, यालाच जीवन म्हणतात की जे मला आहे तसं स्वीकारलं पाहिजे. स्वत:कडे बघणं हे अतिशय कठीण वाटतं... आणि नंतर असुरक्षिततेची भावना जास्तच प्रबळ व्हायला लागते.

तुम्ही काही सांगू शकाल?

अनुभाषा, आपण नेहमीच चुकीच्या मार्गानं मनाला वळण लावलंय. खरं पाहता सुरक्षितता म्हणजे कशाची तरी भीती असणं आणि असुरक्षितता म्हणजे पुन्हा पुन्हा आनंद मिळवणं. असुरक्षितता म्हणजे नेमकं काय? याचा अर्थ 'उद्या' जो असतो तो 'आज' फिरून येणारा नसतो... याचाच अर्थ 'उद्या' कदाचित तुम्ही जिवंतसुद्धा नसाल. म्हणजेच प्रत्येकाने प्रत्येक क्षण असा जगला पाहिजे की जसा काही तो शेवटचा क्षण आहे!

सुरक्षित जीवन हे कंटाळवाणं असणार आहे. जसं पुन्हा पुन्हा एकच चित्रपट पाहणं! यात केव्हा काय होणार आहे याविषयी प्रत्येक गोष्ट माहीत असणं... पण यात तुम्ही फक्त एकदाच चित्रपट पाहाण्याचा आनंद घेऊ शकता... तुम्ही जर मूर्ख असाल तर गोष्ट वेगळी–

असुरक्षितता हे जीवनाचं खरं विणकाम आहे. तुम्ही असुरक्षिततेला परिचित नसाल, तर आयुष्य कधीच समजून घेऊ शकणार नाहीत. ऋतू बदलणारे आहेत, हवामान बदलणारं आहे... पाऊस येणार, वसंत येणार, प्रत्येक गोष्ट बदलत जाणार! एकही गोष्ट गृहित नाही. यालाच अनिश्चितता म्हणता येईल. तुम्हाला प्रत्येक गोष्ट कायम राहणारी, निश्चित अशी हवी असते. पण प्रत्येक गोष्ट कायम राहिली तर काय परिणाम होईल, याचा तुम्ही कधी विचार केलाय? तुम्ही तेच तेच अन्न रोज खाता, रोज तेच तेच ऐकता, तेच तेच बोलता!

आणि या भयानक जगण्याला कुठे अंतच नसतो! तुम्ही एखाद्या दुःस्वप्नातच जगत असता.

पण अनिश्चित अवस्थेत माणूस ताजातवाना, जिवंत आणि धाडसी बनतो. कारण, माहीत असतं की गोष्टी बदलणार आहेत. तो स्वतः न बदलता... बदल करण्याकडे अनुकूल असतो. म्हणून तिथं परिवर्तनाला, बदलाला मोठा वाव असतो.–

पूर्वीच्या काळी म्हणत असत की, खऱ्या माणसाचं लक्षण असं आहे की, जो सूर्यास्ताच्या वेळी जिथे असेल, तिथे सूर्योदयाच्या वेळी नसणार, किंवा सूर्योदयाच्या वेळी जिथं असेल तिथं सूर्यास्ताच्या वेळी नसणार. तो सतत फिरत राहणारा, वाहणारा असतो. तो काही एखादं दुर्लक्षित डबकं नक्कीच नसतो.

पण आपल्या मनाला असंच वळण लागलेलं असतं की, आपण असुरक्षिततेला घाबरत राहतो. आपलं संपूर्ण आयुष्य, आर्थिक दृष्ट्या, राजकीय दृष्ट्या, धार्मिक दृष्ट्या सुरक्षित कसं राहील याविषयी आपण सतत प्रयत्नशील असतो. प्रत्येक क्षेत्रात आपल्याला सुरक्षितता हवी असते. पण सुरक्षितता म्हणजे मृत्यू! जगण्याचा मृत्यू– म्हणजे प्रत्येक येणारा 'उद्या' हा 'आजच्यासारखा' असणार आणि प्रत्येक 'आज' हा कालच्यासारखा असणार.

असं तुम्ही जगता?... आहे का तिथं आनंदाचं नाचणं, गाणं? चालत राहणं, वाढत राहणं, धोके पत्करणं, आव्हान स्वीकारणं, हे आहे तिथं? धोका पत्करण्यात, कोणत्याही क्षणी काहीही घडू शकेल हे स्वीकारण्यातच जीवनातली सार्थकता आहे.

अनुभाषा, तुझा प्रश्न आहे, "मला असुरक्षित वाटतंय, मला माहीत नसलेल्या गोष्टीविषयी मला नापसंती आहे," इ.

हे म्हणजे तू पूर्णपणे उन्नतीकडून अधोगतीकडे येत आहेस. तुम्ही अवस्था तुला बदलायला हवी. असुरक्षित किंवा अनिश्चित अवस्था ही न आवडण्यासारखी निश्चित नाही. उलट ही अवस्था प्रेम करण्यासारखी आहे, आनंदाची, उत्सवाची आहे. कारण येणारा प्रत्येक 'उद्याचा' दिवस हा नवीन काहीतरी घेऊन येणारा असणार आहे.

असुरक्षिततेची भीती असल्यामुळे काहीही माहिती नसण्याची भीतीही तुला वाटते. पण काहीही माहिती नसणं ही जाणिवेच्या अवस्थेची सर्वांत वरची पायरी आहे. पण तुला वरच्या पायरीचीच भीती वाटते. कारण तिथून खाली पडण्याचा धोका असतो असं तुला वाटतं! म्हणून मग अत्यंत सपाट अशा डांबरी रस्त्यावरून चालण्याचं तू पसंत करतेस. म्हणूनच जाणिवेच्या अगदी खालची पायरी तुला जास्त आवडते की जिथून खाली पडण्याचा धोकाच नसेल.

हजारो माणसं अशा अगदी साध्या साध्या धोक्यांपासून दूर राहण्याचं पसंत

करून जगतात जिथून खरं म्हणजे जास्तीत जास्ती खाली पडण्याचा धोका असतो. कमीत कमी धोक्यामध्ये जगणं हे जास्त सुरक्षित वाटतं... मग खरं म्हणजे जगलंच नाही, तर जास्तीत जास्त सुरक्षित असणार नाही का?

मृत माणसं असुरक्षित असतात असं आत्तापर्यंत कुणीच ऐकलं नाही. दफनभूमी ही सर्वांत जास्त सुरक्षित जागा! एकदा का तुम्ही तुमच्या थडग्यात प्रवेश केलात की कुठलीच भीती नाही. एवढंच काय, मृत्यूसुद्धा तुम्हाला काहीही करू शकत नाही. कारण एक माणूस दोन वेळा मरू शकत नाही.

माणूस नेहमीच सुरक्षिततेसाठी चुकीचे आधार निर्माण करत असतो. त्याला पक्कं माहीत असतं की हे आधार कधीतरी निखळणार आहेत, पण तरीसुद्धा तो आपल्याभोवती त्यांचे ढीग जमवत असतो. काळ हा कधीही या गोष्टी विचारात घेत नसतो. तसंच जीवनसुद्धा या तकलादू आधारांचा विचार करत नसतं. खरं म्हणजे तुम्ही काहीही केलंत तरीही तुम्ही असुरक्षितच राहता. ही निसर्गाची खरी कृपाच आहे. कारण सुरक्षिततेसाठी तुमच्याजवळ बँकेत पैसा असतो, तुमच्याजवळ मोठा विमा असतो... सगळं काही असतं. पण ही सगळी तरतूद तुम्हाला मूर्ख बनवण्यासाठी असते. कारण मृत्यूपुढे या गोष्टी काय कामाच्या? विमा काय किंवा बँकेतला पैसा काय? मृत्यूपुढे त्याचं काय?– किंवा जीवनाच्या वाहत्या तसंच बदलत्या प्रवाहापुढे त्याचं काय? तुम्ही त्याला रोखू शकत नाही. ही तर पर्वतातून वेगानं वाहणारी नदी आहे – प्रचंड धबधब्यांच्या रूपानं दऱ्याखोऱ्यातून वाहत सागराला मिळणारा हा प्रचंड प्रपात आहे. त्यात या गोष्टी केव्हाच अदृष्य होतात.

सुरक्षिततेची भावना ही नेहमी जास्तीत जास्त ज्ञानसंचय करण्याच्या मागे असते. कोणत्याही गोष्टीबद्दल आपण अज्ञानी राहता कामा नये कारण अज्ञान म्हणजे असुरक्षितता हे मनात पक्कं असतं. सगळं माहितेय ना? मग आपण सुरक्षित! असं काहीसं आपलं मन असतं.

अगदी एवढ्या एवढ्या गोष्टीबद्दल सुद्धा आपल्याला कळलं पाहिजे हा तुमचा प्रयत्न असतो. प्रवासात सहप्रवासी भेटला की लगेच तुम्हाला त्याचं नाव कळायला पाहिजे असतं. तो कुठे चाललाय, कुठल्या धर्माचा आहे. उद्योगधंदा काय करतो? सगळं सगळं माहिती पाहिजे असतं. कारण काय सांगावं? हा एखादा वेडा सुद्धा असेल आणि मध्यरात्री छातीवर येऊन बसला तर काय घ्या?...

या विचारानं... केवळ सुरक्षिततेसाठी तुम्हाला त्याची माहिती पाहिजे असते. म्हणूनच मंडळी सतत विचित्र माणसांना घाबरून असतात.

समूहापेक्षा वेगळं पण तुमचं तुमच्या पद्धतीचं स्वत:चं असं जीवन जरी तुम्ही जगत असाल, तरी लोकं घाबरतात. कारण त्याचा अर्थ तुम्ही 'समाजाबाहेरचे' असा घेतला जातो. तुम्ही 'विचित्र'! असा घेतला जातो. आणि यामुळेच लोक आपल्या मेंदूत अशा ज्ञानाचा भरणा करत राहतात की जे खरोखरच काही वेळा निरर्थक

असतं. केवळ एक 'ज्ञानकोश' म्हणून ते जगत राहतात.

मला आठवतंय, आमच्या गावात एक ब्राह्मण राहत होता. तो म्हणजे एक लहान पोपटच होता.! असा माणूस मी त्यानंतरही कधी पाहिला नाही. 'ऑक्सफर्ड डिक्शनरी' संपूर्ण जशीच्या तशी त्यानं पाठ केली होती. तेच त्याचं मोठं कर्तृत्व! – कोणताही शब्दार्थ तुम्ही त्याला विचारा... कॉम्प्युटरसारखा तो अगदी त्याच्याजवळ तयार!... ताबडतोब तो डिक्शनरीतला अर्थ जसाच्या तसा सांगायचा. आपल्याला इंग्रजी भाषा उत्तम अवगत आहे अशा चुकीच्या समजुतीखाली तो वावरत होता...

कारण नुसती ऑक्सफर्ड डिक्शनरी पाठ करून कुणीही त्या भाषेत पारंगत होऊ शकत नाही. कारण भाषा ही रोजच्या 'जगण्यातली' अपूर्व गोष्ट आहे. ती संभाषणातून तसंच संवादातून आणि लोकांच्या जगण्यातून येत असते. ऑक्सफर्ड डिक्शनरी ही केवळ फक्त थोडीशी मदत करू शकेल...

पण ती शेवटी डिक्शनरीच! तो माणूस एखादं सुद्धा वाक्य तयार करू शकायचा नाही. कारण डिक्शनरीत फक्त शब्दच असतात. वाक्यं नसतात. त्याला संपूर्ण भाषेचं ज्ञान होतं, पण एखादं वाक्य तयार करणं त्याला जमायचं नाही.

हुशार माणसांची हीच परिस्थिती असते. अज्ञानाबद्दल त्यांना नेहमी भीती वाटत असते. त्यांच्या अज्ञानावर ते ग्रंथांचा मारा करत राहतात आणि त्यावर ज्ञानाचा जाड थर देऊन मोकळे होतात. पण मूळ गाभ्यात ते अडाणीच असतात. पूर्वी होते तसेच!

पण अज्ञान हे झाकलं जात नाही, तर ते भोळेपणात रूपांतरित होतं... अडाणी, अज्ञानी माणसाला जाणता माणूस म्हणून म्हणवून घ्यायला हवं असतं असं नाही, तर सृष्टीमधलं एक गूढ आणि चमत्कारिक म्हणून बनायचं असतं. धार्मिक माणसाचं हेच वागणं असतं. बुद्धिमान माणूस म्हणूनच कधीही धार्मिक नसतो.

अनुभाषा... तुझी विचार करण्याची पद्धतच मुळी पूर्ण चुकीची आहे. निश्चितपणे! थोडीथोडकी नाही, तर संपूर्ण चूक आहे. अनिश्चितता हा माणसाच्या आयुष्यातला स्वाभाविक भाग आहे, हे तुला समजून घेतलं पाहिजे. त्याला तुम्ही टाळू शकत नाही. तो भाग जर टाळता येत नसेल, तर मग त्यापासून आनंद मिळवणं हे जास्त शहाणपणाचं नाही का? ते टाळता येणं शक्य नसेल तर भिंतीवर डोकं आपटण्यात काय हंशील?... तेव्हा अनिश्चित, असुरक्षित अशा अवस्थेतून सुंदर अनुभव घ्यायला शिकणं हे सगळ्यात चांगलं! त्या अनिश्चिततेचं चांगल्या अनुभवात रूपांतर करता यायला पाहिजे. तेच योग्य!

मनुष्य हा प्रकृतीबद्दल अस्तित्वात असलेल्या सर्व गोष्टींबद्दल सर्वज्ञ कधीच होऊ शकत नाही आणि तसं त्यानं ठरवलं तर ते धोक्याचंच आहे. सर्व काही माहीत असावं या आकांक्षेमध्ये तुम्ही सुरक्षित होऊ शकाल. तुम्हाला बरीचशी माहिती मिळण्याचीही शक्यता आहे. पण या ज्ञानग्रहणाच्या प्रवासात एक मूळ गोष्ट

तुम्ही विसरता, ती म्हणजे, काळानुसार तुम्हाला बदलत जायला हवं! फक्त ज्ञानग्रहण हे तुम्हाला मदत नाही करू शकत. बदल हा आवश्यक आहे... तुमच्या जाणिवांच्यातला बदल आवश्यक आहे. या बदलामुळे तुम्ही कदाचित ज्ञानी नाही होऊ शकणार... पण जास्तीत जास्त योगी मात्र होऊ शकाल.

आयुष्यातली, तसंच प्रकृतीतली प्रत्येक न् प्रत्येक गोष्ट, अगदी लहानशा गवताच्या पात्यापासून ते आकाशातल्या ताऱ्यापर्यंत, सर्व काही अद्‌भूत आहे. कोणतेही धर्मग्रंथ किंवा कोणतंही शास्त्र याचं उत्तर देऊ शकलेलं नाही. हे दोन्ही प्रकार सुद्धा गृहितांचाच आधार घेतात... जगातले धर्म हे देवाचं गृहित पुढे करतात. ही गोष्ट अगदी शोचनीय आहे. हे खऱ्याखुऱ्या धार्मिकपणाचं लक्षण नाहीच, हे तर आपलं अज्ञान झाकण्यासाठीचे बालीश प्रयत्न आहेत.

देव जग निर्माण करत असताना तिथं कोणीही साक्षीदार नव्हतं, आणि स्वाभाविकच तिथं कुणी साक्षीदार असणं शक्यच नाही. नाहीतर असा अर्थ होतो की, जग पूर्वीपासूनच अस्तित्वात आहे आणि कोणीतरी त्याला साक्षीदार आहे...

माणसाच्या मूर्खपणाला सीमाच नाही. ख्रिश्चन लोक समजतात की, देवानं जग निर्माण केलंय. पण ही समजूत तशी पुरेशी नाही. त्यांना खरं म्हणजे जगाच्या निर्मितीची तारीख, वर्ष, दिवस सगळं माहीत असायला हवं. अगदी तपशीलवार माहिती असायला हवी! आणि खरं पाहता त्यांनी तसे हिशेबही केलेले आहेत. हे हिशेब त्यांनी कसे काय केलेत कुणालाच माहीत नाही... कारण त्यांच्या म्हणण्यानुसार जिजसच्या जन्मापूर्वी चार हजार चार वर्षांपूर्वी जग निर्माण केलं गेलंय.

अर्थातच तो सोमवारच असणार आणि ती जानेवारीची पहिली तारीखच असणार. कारण मधल्याच कुठल्यातरी तारखेला तो कसा काय सुरुवात करणार? खरं म्हणजे जिथं कुठे आणि जेव्हा ते निर्माण करण्याची सुरुवात झाली असेल ती जानेवारीची पहिली तारीखच असणार. कारण बरोबरच आहे, जग असल्याशिवाय कॅलेंडर कसं काय अस्तित्वात असेल?

अशा एक हजार एक प्रश्नांना कुठलेही ख्रिश्चन ब्रह्मज्ञानी उत्तर देऊ शकले नाहीयेत. अगदी एक सुद्धा! शाश्वत काळासाठी देव काय करतो? अगदी निश्चित असं चार हजार चार वर्षांपूर्वीच जिजसच्या जन्माआधी त्यानं जग का निर्माण केलं असेल?... यात कोणतं गुपित असेल? यापूर्वी तो कुठे होता? आणि अगदी मूळ प्रश्न असा की देव आला कुठून? कुणी त्याला निर्माण केलं? आईबाप नसलेला असा तो निराधार आहे का? जग निर्माण करण्यासाठी जर निर्मात्याची गरज असेल, तर देव निर्माण करण्यासाठी ती असणारच.

ही गृहित समजूत एकवेळ लहान मुलांना पटू शकेल आणि त्यांना त्यात आधार वाटेल, पण हजारो लोक देवळातून, अग्यारीतून, मशिदीतून देवाला प्रार्थना करत राहतात की जी खरं पाहता पूर्वापार चालत आलेली फक्त एक समजूत आहे.

जेव्हा केव्हा माणूस खरंच कधीतरी प्रगल्भ होईल परिपक्व, होईल तेव्हा आमच्या या खोट्या समजुती पाहून हसेल आणि म्हणेल... ''या इतिहासात किती मूर्खांचा भरणा आहे हा?... ते चुकीच्या परंपरागत समजुती जपतात आणि त्यांची पूजाही करतात.''

दोन अधिक दोन म्हणजे चार! हे एक गृहित आहे, पण तुम्ही काही त्याची पूजा करत बसत नाही... हो ना? दोन अधिक दोन बरोबर चार... या गृहितापेक्षा तुमचा देव काही जास्त अर्थानं प्रकट होत नाही.

पण शास्त्रसुद्धा फारसं काही समाधानकारक सांगू शकत नाही... ते एका विशिष्ट मर्यादेपर्यंत एवढंच म्हणू शकतात की, ''जवळजवळ चार अब्ज वर्षांपूर्वी... अमूक अमूक... त्यांचे हिशेबसुद्धा धार्मिक माणसांच्या हिशेबांइतकेच मूर्खपणाचे, बोगस असतात... चार हजार चार वर्षं किंवा चार लाख वर्षं किंवा चार अब्ज वर्षं... या अनुमानापर्यंत तुम्ही कसे काय येऊ शकता? हा शुद्ध विचित्रपणा आहे. ते असं म्हणतात की कोणत्यातरी प्रचंड स्फोटामधून या जगाची उत्पत्ती झाली... स्फोट! पण कशाचा? आता देवाला बाजूला सारून जगाच्या उत्पत्तीचा निर्माता कोण? तर कुठला तरी स्फोट! समजणं सुरू झालं. हा कुठल्यातरी प्रचंड शक्तीचा स्फोट आहे असं त्यांचं म्हणणं! म्हणजेच शक्ती तिथं पहिल्यापासून असणार आणि शक्ती तिथं असणार म्हणजे अस्तित्वंही असणार!

या सगळ्यामध्ये गौतमबुद्ध सर्वांत तर्कानं चालणारे वाटतात. महावीर तर्कानं चालणारे वाटतात. ते कोणत्याच निर्मितीला मानत नाहीत... जग कुणीतरी निर्माण केलंय या म्हणण्याला त्यांचा विरोध आहे. त्यांच्या म्हणण्याप्रमाणे जग आहेच, आणि ते आहे तिथंच आहे... फक्त बदलत जाणारं आहे.

यापूर्वी जगाचं अस्तित्व नव्हतंच आणि एकाएकी एकदम ते निर्माण झालं हा विचार तुम्ही करूच शकत नाही. तो तर्काला धरून नाहीये. एका क्षणापूर्वी तिथं काही नसणं आणि एखाद्या क्षणानंतर तिथं सर्व काही निर्माण होणं ही तर जादूच म्हणायला हवी. म्हणजे देव हा रस्त्यावरचा जादूगारच म्हणायला हवा. पण जादूगाराजवळ फक्त हातचलाखी असते... रिकाम्या टोपीतून तो पाखरू काढतो... तसं दाखवतो. कारण खरं म्हणजे ते तिथं असतंच. फक्त जादूगारानं तुमच्यापुढे भ्रम निर्माण केलेला असतो आणि मग तुम्ही समजता, टोपी रिकामी आहे.

गौतमबुद्ध म्हणतात, ''जगाच्या निर्मितीची कल्पनाच मुळी मूर्खपणाची आहे. त्यामुळेच अनेक वेड्यासारखे प्रश्न, आणि उत्तरं पुढे येतात.'' पण असं वाटतं की का म्हणून मंडळींना हे सारं जाणून घ्यायचं असतं? कदाचित त्यांची ती मानसिक गरज असेल, किंवा साऱ्या विश्वाची ती मानसिक गरज असेल. हीच तर सुरक्षित भावनेची गरज! देवानं जग निर्माण केलंय... ही भावना बाळगण्यात तुम्हाला बरं वाटतं.

खरंच हे सगळं विचित्र आहे. देवानं जग निर्माण केलंय का नाही, हा विचार माझ्या मनात कधीही येत नाही. कशाला पाहिजे ती काळजी? त्या निर्मितीशी माझा संबंध कोणत्या तरी प्रकारानं आहे का? कोणत्याही मार्गानं विचार केला तरीही माझ्यावर त्याचा परिणाम होत नाही. जीवनाचं जे काही रहस्य असेल ते आहे तसं स्वीकारायची माझी तयारी आहे. तुम्हाला असलेल्या असुरक्षिततेच्या भीतीवर कुठल्यातरी गृहित गोष्टीची मलमपट्टी करणाऱ्या धर्ममार्तंडांना तसंच शास्त्रज्ञांना माझा मनापासून विरोध आहे. –प्रकृतीची अद्भूतता मान्य करणाचा मोह शास्त्रंदेखील आवरू शकलेली नाहीत.

ती अद्भूतता आपल्याला माहिती नाही !– पण 'आम्हाला माहीत नाही' हे कबूल करण्याचं धाडस आत्तापर्यंत एकाही शास्त्रज्ञानं दाखवलेलं नाहीये.

खरं पाहता विज्ञानाच्या या योजनांमुळे हळूहळू आमच्या ज्ञानाच्या कक्षा रुंदावत चाललेल्या दिसतायत आणि आमचा अज्ञानीपणा हळूहळू कमी होताना दिसतोय.– तर्कानं असं अनुमान आपल्याला काढता येईल... की, कदाचित लाखो वर्षं जावी लागतील, पण एकवेळ अशी येईल की, आपल्याला सर्व काही माहीत होईल, सर्व गोष्टींचं ज्ञान प्राप्त होईल; एकही गोष्ट अशी राहणार नाही की ज्याविषयी आपल्याला माहिती नसेल.

पण मला मात्र हे पटत नाही. या विश्वाविषयी माहिती करून घेणं हा शास्त्रांचा प्रयत्न आहेच. पण त्याचं गूढ उकलणं त्यांना जमणार नाही. अगदी थोडीफार उकल होऊ शकेल.– तुम्ही परमाणूचं विभाजन करता आणि नंतर मत मांडता की परमाणु हा इलेक्ट्रॉन, प्रोटॉन आणि न्यूट्रॉन या तिन्हीमुळे बनलेला आहे. आणि तुम्ही समजता की या माहितीचा पुरवठा तुम्हीच जसा काय केलाय. पण मूळ प्रश्न असा आहे की, परमाणू हा इलेक्ट्रॉन्स, प्रोटॉन्स आणि न्यूट्रॉन्स या तिन्ही गोष्टींमुळेच का बनलेला आहे? हा तर अजून न उलगडलेला चमत्कार ! हे तर आणखीन सूक्ष्म गूढ!

खऱ्या समजूतदार माणसाला हे निश्चितच मान्य होईल की जीवनाची बांधणी म्हणजेच अनिश्चितता, असुरक्षितता! आणि आपल्याला अज्ञात असलेल्या गोष्टी म्हणजे या अद्भूत आणि गूढ सृष्टीचाच एक भाग !... आपल्याला जे काही ज्ञात असतं ते फार वरवरचं असतं, तसंच ते बदलणारं असतं. शिवाय कदाचित आज जे निश्चित स्वरूपात असेल ते उद्या अनिश्चित स्वरूपात असू शकेल!

तुमच्या हे लक्षात आलंय का की, या तीस वर्षांमध्ये 'सायन्स' (विज्ञान) विषयावर फार मोठं खंडात्मक लिखाण झालेलं नाही. फक्त नियतकालिकं, मासिकं एवढीच फक्त प्रकाशित होत आहेत... काळानुसार पुस्तकं कालबाह्य ठरतील या भीतीनं लोक पुस्तकं लिहीत नाहीत.– हा स्फोट फारच मोठा! नाही का? जुनी शास्त्रं चुकीची ठरतात. नवीन शास्त्रं येतात. जुन्या परंपरागत समजुती, गृहितं नाश

पावतात. नवी गृहितं फिनीक्स पक्ष्याप्रमाणे जुन्या समजुतींच्या राखेतून परत निर्माण होतात. त्यांना माहीत असतं की, या समजुतीही काही काळानंतर गळून पडणार आहेत.

शास्त्रीय शोधाबाबत, जर त्यांचा इतिहास लिहायचा प्रयत्न कराल तर तुम्ही वेळेचा अपव्यय करता असं होईल म्हणून शास्त्रज्ञ हे नेहमी पुस्तकं न लिहिता पेपर्स लिहितात. ते पेपर्स वाचतात. पुस्तकं नाही! कारण शास्त्रज्ञांच्या सभेमध्ये पेपर वाचला जाऊ शकतो. पण पुस्तक नाही. विद्यापीठात पेपर वाचला जाऊ शकतो, पण पुस्तक नाही. त्या वेळी, त्या क्षणी तेवढं तरी खरं, सत्य मानलं जातं. कारण 'उद्याचं' कुणाला माहीत नसतं!

लोकाची समजूत होती की, अल्बर्ट आईन्स्टाईनला कधीही खोटं ठरवलं जाणार नाही. पण त्याला तसं ठरवलं गेलं. 'खूप मोठा बुद्धिमान माणूस' म्हणून त्याची असलेली लोकप्रियता पुढे कमी झाली. त्याच्या सापेक्षतावादाच्या सिद्धान्तातल्या इंच न् इंच भागाची चिकित्सा केली गेली. आणि त्यानंतर त्यापेक्षा चांगले सिद्धान्त जगाच्या पुढे आले.

पण आता एक गोष्ट निश्चित झालेली आहे, ती म्हणजे, तीनशे वर्षांच्या अनुभवातून पुढे आलेले शास्त्राधार असं दाखवतात की, कोणतेही सिद्धांत खरीखुरी माहिती किंवा ज्ञान देऊ शकत नाहीत. ती केवळ तात्पुरती गृहितं असतात. एखादा कुशाग्र बुद्धीचा, तर्कशुद्ध विचार करणारा माणूस उत्तम प्रतीच्या शास्त्रीय उपकरणांद्वारे ती गृहितं साफ मोडून टाकतो...

चार्लस् डार्विन याचा उत्क्रांतिवादाचा सिद्धांतसुद्धा फार काळ बरोबर ठरू शकला नसल्याने डार्विनही आज मान्य केला जात नाही. मनुष्यप्राण्याची उत्पत्ती माकडापासून झाली असावी ही कल्पना खरोखरच पटण्यासारखी आहे. कारण माणसाच्या रूपातलं माकडाचं साधर्म्य पाहता दुसरा कोणताही पुरावा आवश्यक आहे असं नाही. पण तरीही हजारो वर्षांपासून माकडं ही माकडंच राहिली आहेत. आणि माणूस हा माणूसच राहिलाय. आपण असं काही पाहत नाही की, माणूस परत मागे गेलाय आणि माकड बनून तो झाडावर चढतोय किंवा शेपटी वाढवतोय, उड्या मारतोय! किंवा असंही दिसत नाही, आधुनिक माकडं झाडावरून खाली रस्त्यावर येऊन उभी राहातायत. दोन पायावर आणि म्हणतायत... ''आता मी माणूस आहे' म्हणून!''

एकही शास्त्रीय सिद्धांत आज पूर्णपणे खरा ठरलेला असा आपण पाहत नाही. प्रत्येक गोष्ट बदलली जातेय. आणि ती इतक्या वेगानं बदलतीये की कदाचित भविष्यकाळात ती नुसत्या पेपरमधेही वाचायला मिळणार नाही.

एक थोर गणिती, फारच थोर गणिती! गोडेल त्याचं नाव! तर तो गणितावर एक ग्रंथ लिहीत होता. आयुष्यभराचे प्रयत्न त्याचे त्यासाठी कामी आले होते.

तब्बल चाळीस वर्षं त्यानं या पुस्तकासाठी खर्च केली होती... जगाला एक परिपूर्ण गणितावरचा ग्रंथ बहाल करायचा या ईर्ष्येनं त्यानं त्यात कोणतीही उणीव ठेवली नव्हती. खरोखरच प्रचंड बुद्धिमान माणूस होता तो! त्याची ग्रंथनिर्मिती अगदी अखेरच्या टप्प्यावर आलेली असतानाच... अक्षरश: एक छोटंसं कोडं घालून बर्ट्रांड रसेलनं त्याची चाळीस वर्षांची तपश्चर्या धुळीस मिळवली.

बर्ट्रांड रसेल हा सुद्धा उत्तम गणिती होता. 'प्रिन्सीप्रिया मॅथेमेटिका' हा त्याचा गणितावरचा ग्रंथ सुद्धा खूप मोठा होता. माझ्यासारख्या थोड्याफार वेड्या माणसांशिवाय त्याचा तो ग्रंथ कुणी वाचला असेल असं वाटत नाही. असो! तर एक अडचण त्याच्या लक्षात आली. – ब्रिटिश सरकारनं असा फतवा काढला होता की, सगळ्या ग्रंथालयांनी त्यांच्या जवळ असलेल्या ग्रंथांची पूर्ण एक सूची करावी आणि त्याची एक प्रत त्या ग्रंथालयाकडे ठेवावी आणि दुसरी प्रत मध्यवर्ती लायब्ररीमध्ये पाठवावी. यामुळे संपूर्ण देशामध्ये एकूण किती ग्रंथ आहेत ते समजेल! सगळ्या ग्रंथपालांनी सूची तयार केली. आणि शेवटी एका हुषार माणसाच्या मनात एका प्रश्नानं गोंधळ निर्माण केला. लायब्ररीमध्ये ठेवल्या जाणाऱ्या या सूचीचं कसं काय वर्गीकरण करायचं? कारण ती सूची म्हणजे सुद्धा एक ग्रंथच झाला होता. तर मग हा सूचीचा ग्रंथसुद्धा त्या सूचीमध्ये नोंदवायचा का नाही? तो जर नोंदवला नाही, तर सरकारचा आदेश मोडल्यासारखं होणार... कारण आदेश असाच होता... लायब्ररीत असलेल्या सर्वच सर्व ग्रंथांची नोंद सूचीमध्ये असायला हवी!, म्हणजे आदेशाप्रमाणे या सूचीच्या ग्रंथाची नोंद त्यात असायलाच पाहिजे. पण ते मूर्खपणाचं होणार. कारण यादीचा अंतर्भाव परत यादीत करणं म्हणजे वेडेपणाच!

लहानशा गावातलं ते ग्रंथालय! ग्रंथपाल कोड्यातच पडला... त्याने विचार केला, हे असंच आपण मध्यवर्ती ग्रंथालयाकडे पाठवू म्हणजे झालं! कशाला काळजी करा! पण मध्यवर्ती ग्रंथालयाकडे हाच आदेश होता... सगळ्या पुस्तकांची यादी करून एक प्रत त्यांच्याजवळ आणि दुसरी प्रत सरकारकडे पाठवावी! मध्यवर्ती ग्रंथालयातला ग्रंथपाल चांगला शिकलेला आणि जरा जास्तच हुषार होता. पण त्यालाही कळेना... यादीच्या पुस्तकाचा समावेश परत यादीत करायचा? कसा काय? हे तर हास्यास्पद दिसणार? पण नाही केला तर आदेश धुडकावला असं होणार!–त्यानं सरळ बर्ट्रांड रसेलकडे ही अडचण सांगितली... "तुम्ही एवढे मोठे गणिती... तुम्हाला हे कोडं सोडवायलाच हवं!"

बर्ट्रांड रसेलनंही खूप विचार केला. पण काहीही उत्तर मिळेना. यादीमध्ये ते यादीचं पुस्तक घालणं हे बरोबर नव्हतं. तसंच ते नाही घातलं, तर एका पुस्तकाच्या नोंदीशिवाय यादी पूर्ण करावी लागणार होती... तेही बरोबर नव्हतं.

त्याला गोडेलची आठवण झाली. –

एक ज्येष्ठ गणिती! चाळीस वर्षं एका गणितावरच्या पुस्तकावर अमाप कष्ट

घेतलेला! परिपूर्ण आणि कोणतीही उणीव नसलेलं असं त्याचं ते पुस्तक!... रसेलनं ही अडचण त्याच्याकडे पाठवली... हे कोडं उलगडून दाखवण्याची त्याला विनंती केली. गोडेलनं त्याचा प्रचंड ग्रंथ जवळजवळ पूर्ण करत आणलेला होता. अगदी अखेरचं पान चाललं होतं. त्याची ठाम समजूत होती की, गणितासारखा विषय हा जगातले सगळे प्रश्न सोडवू शकतो... पण हा पुस्तकांच्या सूचीचा प्रश्न त्याला नाही सोडवता आला... पुस्तकांच्या यादीत... यादीचं पुस्तक नोंद करावं का नाही?

त्याला स्वत:ला प्रचंड धक्का बसला... संपूर्ण आयुष्यातला गणिती अनुभव पाठीशी असतानाही हे छोटंसं कोडं सोडवता आलं नाही... म्हणून प्रचंड कष्टानं निर्माण केलेला तो ग्रंथ त्यानं छापलाच नाही. प्रकाशित केलाच नाही... त्याला प्रचंड नैराश्य आलं. त्यानं ते कोडं रसेलकडे परत पाठवलं आणि सांगितलं, ''मी माझा हा ग्रंथ प्रकाशित करणार नाही. संपूर्ण जीवन खर्ची घालून हा ग्रंथ मी निर्माण केला, पण मला हे साधं छोटंसं कोडं सोडवता आलं नाही. हा पराभव आहे... म्हणून हा ग्रंथ मी प्रकाशित करणार नाही.''

सृष्टीतली कोडी उलगडण्याचा प्रयत्न विज्ञानानं आत्तापर्यंत बराच केलेला आहे, त्यापूर्वी वेदान्तांनीही तो केलाय. – पण ''देवानं जग निर्माण केलंय'' ही समजूत एकदा पक्की केली की, आपण सुरक्षित होतो. देव हा पिता आहे असं म्हटलं की आपल्याला संरक्षण मिळतं. तो काळजी करणार आहे... त्यानंच सगळं ठरवलेलं आहे. मग चिंता कशाला? देव दयाळू आहे. म्हणून तर मुसलमान मंडळी म्हणतात 'रहेमान रहीम'.... तो दयाळू आहे म्हणून तर काळजीचं कारण नाही. एवढंच काय, त्याच्या दयाळूपणामुळेच तुमच्या पापांना सुद्धा क्षमा केली जाईल. कारण तुमच्या पाप करण्याच्या कुवतीपेक्षा त्याच्या करुणेची शक्ती मोठी आहे.

एवढ्याशा साठ-सत्तर वर्षांच्या छोट्या आयुष्यात तुम्ही किती पापं करणार? अगदी दिवसा, रात्री कोणत्याही वेळी खाणं-पिणं-स्नान न करताही त्या वेळेमध्येही तुम्ही पाप करायचं ठरवलंत– फक्त पापच करत राहायचं- अगदी पाळण्यात असल्यापासून ते स्मशानात जाईपर्यंत प्रत्येक क्षणी जरी तुम्ही दुष्कृत्यं करायची ठरवलंत, तरीही देवाच्या कृपादृष्टीला ती कमीच वाटणार–

तुम्हाला क्षमा केली जाणार... अशा प्रकारच्या घट्ट समजुतीमुळे तुम्ही निश्चिंत आयुष्य जगता– खूप मोठा आधार मिळतो. फक्त देवावर विश्वास ठेवायचा!

धर्मशास्त्रांनी या सुरक्षित भावना, निश्चिंतता आणि मानसिक आधारांची निर्मिती केली आणि आता विज्ञानही तेच करतंय. विज्ञानाला सर्वकाही ज्ञात आहे. तुम्हाला काळजी करायचं कारण नाही. अशा भाबड्या कल्पना मांडून विज्ञानही दिशाभूल करतच आहे. 'विज्ञान' या शब्दाचा अर्थच मूळी सगळ्यांची माहिती! सर्वज्ञात!

पण मला परत परत तुम्हांला आग्रहानं सांगावंसं वाटतं की, धर्मशास्त्र काय

किंवा विज्ञान काय, तत्त्वज्ञान काय, यांपैकी कोणतंही शास्त्र जे माणसाच्या प्रयत्नानं काम करतं ते या सृष्टीचं कोडं कधीच उलगडू शकणार नाही.

तुम्हाला गरज आहे ती धैर्यानं या क्षणभंगुरतेला तोंड देण्याची! फक्त तोंडच देणं नाही, तर ते आनंदानं स्वीकारणं. या सृष्टीतल्या अद्भूत गोष्टींपासून तुम्ही आनंद घ्यायला हवा. झाडं-झुडपं, विशाल सागर, पर्वतांच्या रांगा, चंद्र-तारे या प्रत्येक गोष्टी खरोखरच अद्भूत आहेत. गूढ आहेत. समुद्रकिनाऱ्यावरच्या एखाद्या छोट्या गुळगुळीत दगडापासून ते अखिल विश्वापर्यंत प्रत्येक गोष्ट गहन आहे. तेव्हा त्यातलं काही ज्ञात होणं ही शक्यताच नाही! काहीही ज्ञात नसणं हे योग्याचं लक्षण आहे. अनिश्चितता हा तिथपर्यंत जाण्याचा मार्ग आहे. आणि संन्यासी न होण्यासाठी हा मार्ग अवलंबणं भाग आहे.

अनुभाषा, तुझा मूळ प्रश्नच चुकीचा आहे. पूर्णपणे चुकीचा आहे. नाहीतर तुला काही अडचण नाही. हा प्रश्न मनात नसेल, तर या सगळ्या अनिश्चिततेपासूनही आनंद घेऊन तू नाचू-गाऊ शकतील. या असुरक्षित अशा गलबताच्या मध्यभागी तू प्रेमानं विहार करू शकशील.

एखाद्या गोष्टीचं अज्ञान हे दुसरं काहीही नसून निव्वळ निष्पापपणा आहे. आणि असुरक्षितता ही सतत बदलत जाणारा एक भव्य देखावा आहे. सतत ताजातवाना, नवीन! या सृष्टीमध्ये एकाही गोष्टीची पुनरुक्ती नाही.

तू ऐकलंच असशील की "इतिहासाची पुनरावृत्ती होत असते!" कारण माणसाच्या मूर्खपणाच्या गोष्टींनी तो भरलेला असतो. पण प्रकृती ही फार बुद्धिमान आहे. ती कोणत्याच गोष्टींची पुनरावृत्ती करत नाही. ती कधीही दुसरा जिजस निर्माण करत नाही. दुसरा मोझेस, चांगासु, तसंच दुसरा बुद्ध, दुसरा सॉक्रेटीस ती तयार करत नाही. तिची निर्मितिक्षमता प्रचंड आहे. अक्षय आहे.

होय... पण माणसाच्या इतिहासाची मात्र पुनरावृत्ती सतत होत असते. कारण माणसाचं जीवन चाकोरीबद्ध असतं. तुम्ही जर तुमच्या आयुष्याकडे पाहिलंत, तर लक्षात येईल की, त्याच त्याच गोष्टी आपण परत परत करत असतो. हळूहळू या परत परत करण्याच्या क्रियेत तत्परता येते. तुम्ही एक यंत्र म्हणून बनून जाता. तुमच्या जाणिवा बोथट होऊन जातात. कारण जाणिवा जागृत राहण्यासाठी नवीन अनुभवांची गरज असते. कारण नवीनतेलाच प्रतिसाद मिळत असतो. जुन्या गोष्टींना नाही!

आयुष्य हे अनिश्चित आहे ही केवढी सुखाची गोष्ट आहे. प्रेम सुद्धा क्षणभंगुर आहे. शिवाय आपण नेहमीच अनेक गोष्टी माहीत नसलेल्या अशा अवस्थेत असतो. आपण लहान बालकासारखं राहू शकतो. फुलपाखरामागे धावणं, शंखशिंपले गोळा करणं, जसे काही हिरेमाणकं गोळा करतोय या भावनेनं रंगीत दगड गोळा करणं आणि त्यातून अपरिमित आनंद मिळवणं खरोखर सारं काही रोमहर्षक

आहे.–

माझ्या लहानपणी खूप खूप खिसे असलेला पोशाख मला आवडायचा. आमचा शिंपी माझ्यावर भयंकर चिडायचा. तो म्हणायचा, "माझी पत तू घालवून टाकणार आहेस. यापुढे कोणीही माझ्याकडे कपडे शिवायला टाकणार नाही... हा.... हा... काय पोशाख आहे का? चार खिसे पुढच्या बाजूला, कडेला बाहीवर, पँटवर आणखीन खिसे... हे... काय आहे? तू तर वेडा आहेसच... पण मलाही तू वेडा करणारेस... मी त्याला म्हणायचो, "मला एवढे खिसे लागतातच. कारण नदीतले रंगीबेरंगी दगड मला अतिशय आवडतात. त्यांनी हे सगळे खिसे मी भरून टाकतो." जेव्हा हे सगळे खिसे त्या दगडांनी भरून टाकायचो आणि घरी यायचो तेव्हा झोपताना सुद्धा ते माझ्याबरोबर असायचे. घरातले सगळे जण रागवायचे. "या दगडांना काय... तू समजतोस तरी काय? हिरे-माणकं-रत्नं?"

मी म्हणत असे, "ते मला माहीत नाही. पण ते खरोखर इतके सुंदर आहेत की मला त्यांच्याशिवाय झोप लागत नाही. ती माझी संपत्ती आहे... ते रात्रीही माझ्याजवळ आहेत ही भावना फार महत्त्वाची आहे..."

काहीही माहीत नसणं हे खरोखर निष्पापतेचं लक्षण आहे! अनिश्चितता आणि अज्ञान या दोन गोष्टी खूप मूलभूत आहेत. या दोन अवस्थांत जर तू मनमोकळी राहू शकतेस, तर तू नक्कीच शहाणी आहेस. जागृत आहेस... या दोन गोष्टींच्या विरुद्ध जायचा प्रयत्न केलास तर तुझ्या 'ज्ञानी' होण्याला बाधा येईल. शहाणपणाला बाधा येईल.

□

प्रिय ओशो...

काहीतरी भग्न करणारा, अगदी खोलवर अचानक एकाएकी काहीतरी उलथापालथ करणारा हा अनुभव आहे असं वाटतंय. या पडझडीच्या प्रत्येक लहान सहान भेगांमधून सुद्धा अश्रू वाहतायत आणि त्यामुळे चंद्रप्रकाशातल्या या रत्नखचित वातावरणात मनातले हे दगडधोंडे स्वच्छ होतायत. पूर्णपणे बहरून आलेल्या, प्रगाढ शांतीचा अनुभव देणाऱ्या, रात्रीत फुलणाऱ्या या बागेचा आस्वाद घ्यायला मी असमर्थ आहे. कारण माझे डोळे रिकामे आहेत. अश्रू, अश्रू, अश्रू. अश्रूंचा महापूरच! ओशो, हे खरोखर शक्य आहे का? सत्य आहे का? या रात्रीत मी सर्वच्या सर्व 'डोळे'च बनून गेलोय आणि तुमचे आशीर्वाद म्हणजे पहाटेचे दवबिंदू.

देवगीत, आनंदाचे अश्रू, शांतीचे अश्रू, निःशब्दतेचे अश्रू, ही खरोखर अनमोल गोष्ट तुझ्याजवळ आहे. हसणं, हसण्यातली आनंदाची भावना, ती उंची कधीही गाठू शकत नाही. अश्रूंचं सौंदर्य प्रकट करायला खरोखर शब्द अपुरे आहेत. तुझे डोळे ही तुझ्या शरीरातली सर्वात पारदर्शक आणि स्वच्छ अशी गोष्ट आहे. त्यामुळे तुझे अश्रू हे अगदी हृदयातल्या गाभ्यापासून येणारे असे आहेत. कुणीही या अनुभवाला कधी भयंकर अनुभव म्हणून समजू नये. हृदय भग्न करणारा अनुभव म्हणून याला एका अर्थानं म्हणताही येईल. कारण तुमच्यातल्या असत्य आणि खोट्या गोष्टींचा नाश तो करतो. पण त्यामुळे मन स्वच्छ होऊन त्यातला नितळपणा नजरेस येतो की जो खराखुरा तुमच्यात असतो. मरणाच्या पंथाला लागलेल्या खोट्या गोष्टींच्याकडे अजिबात लक्ष देऊ नका. त्या कधीही जिवंत राहाणाऱ्या नाहीत. त्या ढोंगी आहेत. तुझ्या हृदयात वाढत असणाऱ्या सत्याच्या जाणिवेवर लक्षपूर्वक ध्यान दे. ते तुझं खरं अस्तित्व आहे. या तुझ्या खऱ्या अस्तित्वाचा शोध जो झालेला आहे, त्याचं स्वागत म्हणजे हे अश्रू आहेत.

तू विचारतोयस, ''हे शक्य आहे का? हे खरं आहे का?'' होय, देवगीत, हे शक्य आहे. कोणाच्याही बाबतीत हे घडू शकतं. तुझ्यातली ही सर्वात महत्त्वाची खरी अशी गोष्ट आहे. तुझ्या अश्रूंशिवाय काहीही खरं नाही. पण या अश्रू ढाळणाऱ्या

वृत्तीला एक नकारात्मक बाजूपण आहे. ते जर दु:खामुळे, हालअपेष्टांमुळे आले असतील, तर मात्र ते नकारात्मक मानावे लागतील. मग मात्र ते तुमच्याभोवती रात्रीचा अंधार निर्माण करू शकतील. आणि ते जर आनंदानं, सुखानं येत असतील तर मात्र तुमच्या नकळत तुमचं हृदय उजळवून टाकण्याची किमया ते करू शकतील... आणि आता हेच तुझ्या बाबतीत घडतंय...

तू म्हणतोयस, ''काहीतरी भग्न करणारा, अगदी खोलवर अचानक, एकाएकी, काहीतरी उलथापालथ करणारा हा अनुभव आहे असं वाटतं. त्या पडझडीच्या प्रत्येक लहान लहान अशा भेगाभेगातून अश्रू वाहतायत, चंद्रप्रकाशातल्या रत्नखचित वातावरणात हे मनातले विखुरलेले दगडधोंडे स्वच्छ होतायत. पूर्ण बहरून आलेल्या, प्रगाढ शांतीचा अनुभव देणाऱ्या, रात्री फुलणाऱ्या बागेचा आस्वाद घेणं मला जमत नाहीये कारण माझे डोळे रिकामे झाले आहेत. अश्रू. अश्रू.. अश्रू... अश्रूंचा महापूर. हे खरोखर शक्य आहे का? खरं आहे का? या रात्रीमध्ये मी तर फक्त 'डोळेच' बनून गेलोय आणि सकाळी मात्र तुमच्या आशीर्वादाचे दवबिंदू!''

देवगीत... तुझ्या बाबतीत जो अनुभव आहे तसंच माझ्या जवळच्या सर्वांच्याच बाबतीत घडावं असं वाटतं. जे माझ्याजवळ आहेत... शरीरानं नव्हे, तर आध्यात्मिक पातळीवर जवळ आहेत त्या सर्वांच्या बाबतीत हे घडायला हवं. जे दुर्लक्षित आहेत त्यांना आनंदी, उत्साही करण्यासाठी हा क्षण फार महत्त्वाचा आहे. अशा लोकांचं मी स्वागत करीत. तू तुझ्या थडग्यातून बाहेर येतो आहेस– पुनर्जन्माच्या वाटेवर तू आहेस... एक गोष्ट सांगतो.

एकदा एक प्रेतयात्रा चालली होती. टेकडीच्या माथ्यावर ती पोचली तोच प्रेतवाहक गाडीचं मागचं दार अचानक उघडलं गेलं. बरोबरची अंत्ययात्रेला आलेली मंडळी समोरच्या दृश्यानं भयचकित झाली, कारण त्या गाडीतली शवपेटी त्या मागच्या दारातून घरंगळत बाहेर पडली होती आणि उसळ्या घेत, खडखडाट करत टेकडीच्या उतारावरून खाली खाली पडत होती. टेकडीच्या तळाशी त्याच वेगानं ती एका औषधाच्या दुकानात शिरली. आश्चर्यानं भयभित नजरेनं तो केमिस्ट पाहतो तोच ती काऊंटरवर आदळली. पापणी लवते न लवते तोच त्यातलं प्रेत त्याला म्हणालं... 'ही शवपेटी थांबवण्यासाठी काहीतरी मला द्या हो!'' –

तू असाच कॉफीनमधून बाहेर येतोयस. हा प्रवास निश्चितच लांब पल्ल्याचा असणार! धक्कादायक असणार, पण हा प्रवास मृत माणसाला पुन्हा जीवन देणारा असणार आहे. तू परत जीवनाकडे येतो आहेस. तू मेलेला होतास. पण आता तुला आयुष्य म्हणजे खरं काय हे कळेल. हजारो मंडळी अजून कॉफीनमध्येच आहेत. त्यांना आयुष्याचा अर्थ अजूनही कळलेला नाहीये–

प्रकृतीचं खरं महत्त्व आणि खरा अर्थ संपूर्णपणे आणि तीव्रतेनं समजून घेणं म्हणजेच आयुष्याचा अनुभव घेणं! आणि हाच खरा मार्ग आहे. कोणतेही तात्त्विक

विचार या सृष्टीतला सखोलपणा आणि सुंदर बहरलेलं जग, तसंच तुझ्यातला वाईटपणा हा समजावून सांगणार नाहीत–

म्हणून जीवनाचा रस प्राशन करणं हाच एक खरा मार्ग जो आत्तापर्यंत माणसांनी, दगडामध्ये, झाडामध्ये, नदीमध्ये, माणसांच्यात आणि प्राणिमात्रांच्यात तसंच पशुपक्ष्यांमध्ये देव शोधून तयार केलाय. ही सृष्टी उघडझाप करणाऱ्या दिव्यांसारखी आहे. आपण फक्त त्या वातावरणाशी आपले सूर जुळवून घ्यायचे, इतकंच! आणि मग एकाएकी तुमच्या आयुष्याचा परमानंदाचा क्षण येतो की, ज्याचा पूर्वी कधी अनुभव घेतलेला नसतो.

तुझ्या अश्रूंचं स्वागत करण्यासाठी एक विनोद सांगतो. एक सदगृहस्थ आणि एक पाद्री एकदा गोल्फ खेळत होते. त्या सद्‌गृहस्थाला गोल्फ खेळणं जमत नव्हतं. 'ओह शीट् मी फसलोच...'' हे प्रत्येक शॉटच्या वेळी तो बोलायचा आणि प्रत्येक वेळी चुकायचा. अर्धा खेळ होईपर्यंत पाद्रीनं सहन केलं. आणि अतिशय सभ्यपणानं तो त्या गृहस्थाला म्हणाला, ''ही धिक्काराची घाणेरडी भाषा का वापरतोस, मित्रा! कदाचित ईश्वर वरून येईल आणि तुला शिक्षा देईल.''

हे शब्द पाद्र्याच्या तोंडून निघतात न निघतात तोच एक आगीचा लोळ आला आणि क्षणात तो पाद्री त्यात भाजून निघाला. ढगांच्या गडगडाटातून एक गंभीर आवाज उमटला, ओह डॅम, मी चुकलोच!

ठीक आहे, मनीषा?

होय, ओशो.

□□□

सत्र : सात

इथं कोणीही कुणाचा विचार करत नसतं. एवढंच काय, दुसऱ्याचा विचार करणं म्हणजे त्याच्या स्वातंत्र्याला बाधा आणणं! त्याच्या व्यक्तिगत आयुष्यावर अतिक्रमण करणं ! दुसऱ्याविषयी तुमच्या मनात प्रश्न निर्माण व्हायला तुम्ही कोण? प्रत्येकाच्या मोठेपणाचा आदर राखणं आणि त्याचं स्वातंत्र्य अबाधित ठेवणं हा तुमचा नम्रपणा आहे... असं नम्र तुम्हाला बनवण्यासाठीच माझे सगळे प्रयत्न आहेत.

तुझ्या-माझ्यामध्ये अंतर असण्याचं कारण तुझा अहंकार!

प्रिय ओशो

इतर सर्वजण तुम्हाला प्रश्न करत असताना किंवा आपल्या भावना तुमच्यासमोर प्रकट करताना मी पाहतो तेव्हा लक्षात येतं की, माझ्या भावना, मग ते अश्रू असोत वा आनंद, प्रेम असो, पण त्या प्रकट करण्यासाठी मला शब्द सापडत नाहीत. तशी खूप उत्कट इच्छा असते. पण जमत नाही. मला स्वत:ला प्रकट करण्यासाठी शब्दांची खरंच गरज आहे का?

प्रेम नित्यमो, भाषा ही गरजेची आहेच. पण नेहमीच ती गरजेची असते असं नाही. शब्दांचा उपयोग जरूर आहे. पण प्रत्येक ठिकाणी नाही. अशा काही जागा निश्चित आहेत की ज्या ठिकाणी शब्द अपुरे पडतात, ते वांझोटे ठरतात. आणि खरं पाहता त्याच जागा जास्त महत्त्वाच्या असतात की जिथं शब्द अपुरे पडताता.

भाषेमधे मांडता येणाऱ्या गोष्टी या निव्वळ ऐहिक, सांसारिक असतात. पण भाषेमधून निसटलेल्या गोष्टी किंवा भाषेचं माध्यम ज्याला लागत नाही अशा गोष्टी पवित्र असतात. प्रेम, शांती या गोष्टींविषयी कोणत्याच काळात कुठेही लिहिलं गेलं नाहीये. उलटपक्षी हे शब्द माणसाच्या मनोदौर्बल्याचं लक्षण म्हणून, अगदी वाईट म्हणूनच वापरले गेलेले आहेत. कारण शांतपणाच्या माध्यमातून मनुष्य भाषा बोलू शकत नाही किंवा फक्त अश्रू ढाळण्यातूनही तो बोलू शकत नाही. खरं म्हणजे खूप मोठा अनुभव कमीत कमी शब्दात सांगण्याचा प्रयत्न माणसानं केलाच पाहिजे, पण तसं करताना मात्र ते काहीतरी वेडंवाकडं होऊन बसतं–

तशी तर काही गरज नाही... तू जर या शांत अवस्थेतच समाधानी असशील, शब्दांच्या फार फार पलीकडचं असं काही तुझ्या हृदयात उमलत असेल, जे फक्त तुझ्या अश्रूंमधूनच बाहेर पडू शकत आहे, ते व्यक्त करणं हे शब्दांपेक्षा फारच मोठं असं आहे. शब्दांनी जेवढं व्यक्त करता येईल त्यापेक्षा कितीतरी पटीनं नुसत्या

अश्रूंमधून प्रकट होईल.

शब्दांना तसं पाहता फार मर्यादित अर्थ आहे. तसंच अश्रूंचं! आपल्याला अज्ञात असलेल्या गोष्टींचा फक्त इशारा देतो आपण अश्रूंमधून! जसं काही आकाशातल्या चंद्राकडे फक्त बोट दाखवणं! पण ते अश्रूसुद्धा गाण्यातून आले तर फारच उत्तम! आणि नृत्यामधून आले तर अतिउत्तम! पूर्णपणे अस्सल!

तू म्हणतोस काहीच व्यक्त करावंसं वाटत नाही. ही अवस्था म्हणजे वाऱ्या-वादळानं न थरथरणाऱ्या, शांतपणे, स्तब्धपणे देवळात तेवणाऱ्या ज्योतीसारखी आहे. एखादी ज्योत तुझ्या 'अंतरंगात' तेवत असल्याचं लक्षण आहे. – ही ज्योत पूर्णपणे शांत, नि:शब्द आहे, पण तरीही ती आजूबाजूच्या जागेला भारून टाकतेय. ते भारलेले किरण तुझ्या शरीराबाहेर पडू पाहतायत, तुझ्या डोळ्यांतून, तुझ्या हातातून बाहेर येऊ पाहतायत. हे सारं तू स्वत:हून करत नाहीयेस, तर ते आपोआप घडतंय! म्हणूनच ते सुंदर आहे. म्हणूनच काहीच व्यक्त न करताही ते आपोआप व्यक्त होतंय. काहीही न बोलता ते काहीतरी बोलू शकतंय.–

पण मला तुझी अडचण कळतेय. इतरांचे प्रश्न ऐकणं ही फक्त तुझीच अडचण नाही, तर आपल्या सगळ्या शिक्षणातली, संगोपनातली अडचण आहे. आपण नेहमीच इतर लोक काय करतात याकडे लक्ष देत असतो, आणि इतर सगळेच ही गोष्ट करतायत म्हणजे निश्चितच त्यात काही अर्थ असेल असं वाटायला लागतं. यासाठी सगळे लोक सारखे प्रश्न विचारत असतात. 'प्रश्न करण्यातून' भावनांचं प्रकटीकरण कमी करणं तुला जमत नाही. कदाचित तुला असंही वाटत असेल की, आपलं काहीतरी चुकतंय म्हणून!

तुलना करण्याच्या सवयीशिवाय दुसरी कोणतीही गोष्ट चुकीची नाही. तुलना करणं, अनुकरण करणं हे खरोखरच चूक आहे. जी मंडळी सतत प्रश्न करत असतात ती मंडळी बहुदा अनुभवाची सखोलता जाणत नसावीत, त्यांचे अनुभव फार वरवरचे असावेत. ते अनुभव शब्दात मांडण्याची भाषेची निश्चितच कुवत असते, म्हणून ही मंडळी भाषेचे आधार घेतात. त्यांचे प्रश्न हे कदाचित उत्तम बुद्धिमत्तेचे असतील सुद्धा, पण मनाच्या पार जाणारे निश्चित नसतात... मनाच्या पलीकडच्या अनुभवाशी त्यांना काहीही देणं-घेणं नसतं.

ते कदाचित स्वच्छ वाणीचे असतील, व्यासंगी असतील, बुद्धिमान असतील... पण पोपटसुद्धा विद्‌वान असू शकतो. तसं नाही, तर फक्त पोपटच विद्‌वान असतात. जसा पोपटांना स्वत: उच्चारलेल्या शब्दामागचा अर्थ माहीत नसतो, तसंच विद्‌वान मंडळीचं असतं. त्यांना माहिती कशाचीच नसते, फक्त त्यांच्याजवळ शब्दसंपत्ती भरपूर असते, आणि त्यातला अगदी सूक्ष्मातला सूक्ष्म फरक ते जाणू शकतात. व्यक्त करण्याची त्यांची कुवत भरपूर असते, पण त्यांच्यापाशी व्यक्त करण्यासारखं काहीही नसतं. त्यांचे शब्द हे पोकळ असतात.

म्हणून काहीजण आपल्या विद्वत्तेच्या उत्सुकतेपोटी, काहीजण आपल्या ज्ञानाचं प्रदर्शन करण्यासाठी, प्रश्न करत राहतात. त्यांना उत्तराची अपेक्षा असतेच असं नाही. कारण उत्तर त्यांना माहीत असतं. पण 'मला' ते उत्तर माहीत आहे का नाही या गोष्टीचा ते तपास करत असतात. खरोखरच प्रश्नांमध्येसुद्धा वेगवेगळे प्रकार असतात. काहीजण अगदीच बालीश असतात. एक माणूस सतत विचारत असतो की त्याला पहिल्या रांगेत बसायला मिळावं! म्हणजे असं दिसतं की जणू काही तो पहिल्या रांगेत बसण्यासाठीच इथं येतो. कारण तो सतत भीती घालत असतो की, पहिल्या रांगेत बसायला मिळालं नाही, तर तो इथून निघून जाईल. माझ्या 'विरुद्ध' जाईल.– माझ्या विरुद्ध प्रचार करेल. त्याची अशा तऱ्हेची विचित्र वागणूक पाहता तो पहिल्या रांगेत बसण्याच्या योग्यतेचा नसतोच. तो मूर्खच वाटतो. तो मला भीती घालू शकतो किंवा धमकीनं पाहिजे तसं करून घेऊ शकतो! पण असं त्याला वाटतंच कसं?

आणि पहिल्या रांगेत बसण्याचा एवढा आग्रह तरी का? तर फक्त अहंकारापोटी! इथं खरं म्हणजे तुम्ही विनयशील झालं पाहिजे. इथं पहिल्या रांगेत बसणारे लोक अनेक वर्षांपासून इथं बसताहेत. ते स्वत:मध्ये नाहीत. फार पूर्वीपासून ते 'स्व' पासून दूर गेलेले आहेत. आणि म्हणूनच ते पहिल्या रांगेत आहेत. माझ्या जास्त जवळ! जणू काही त्यांच्या निर्वाणानंतरच्या जागेवर! आता ते इथल्या पहिल्या रांगेला परिचित झालेत. आता ते कुठे नाहीतच! कुठेच नाहीत. तुमच्यासारख्या मंडळींना मात्र शेवटच्या रांगेत बसावं लागेल. पहिल्या रांगेत बसायची तुमची इच्छा असेल तर स्वत:ला विसरून जा. विरून जा. तुमच्या अहंकारातून तुमचे प्रश्न निर्माण होतात. तुम्ही आंधळे असणार, नक्कीच आंधळे असणार... कारण तुम्ही कोणत्या प्रकारचे प्रश्न करता याची तुम्हाला काहीच माहिती नसते.

'कुणी' पहिल्या रांगेत बसावं याबद्दल मी स्वत: काहीच ठरवत नाही. ते स्वतंत्रपणे घडत असतं. हळूहळू मंडळींचा अहंकार जसजसा गळून पडतो, तसतसे लोक माझ्या जवळ जवळ यायला लागतात.

तुमच्यातला अहंकार हा तुमच्या आणि माझ्यामध्ये अंतर निर्माण करतो. एवढंच काय? पण हा 'अहंकारच' मुळी तुझ्यामाझ्यातलं अंतर आहे...

हे अंतर असू नये असं तुला वाटत असेल, तर प्रश्न विचारणं सोडून दे! तुला तुझा अहंकार सोडावा लागेल. क्षणात हे तुझ्यामाझ्यातलं अंतरही नाहीसं होईल. आणि तुला जाणवेल की, तू पहिल्या रांगेत आला आहेस म्हणून!

नित्यमो... फक्त प्रश्न प्रश्न आणि प्रश्न! काही लोक प्रश्न विचारतात त्यामागे मी आधी काहीतरी बोललेलो असतो त्याचा संदर्भ असतो. पण पुढे जे सांगणार असतो ते पूर्णपणे कदाचित विरुद्धपण असतं. पण मंडळींचं माझ्या आधीच्या बोलण्याकडेही लक्ष नसतं आणि नंतरच्या बोलण्याकडेही नसतं. कारण ते, जे माझं

बोलणं ऐकत असतात त्यांना त्यातली विसंगतता कळत नाही. त्यांनी जर 'सखोलपणे' अगदी 'मनापासून' जर माझं बोलणं ऐकलं तर त्यातून माझ्या विधानांचा ते सुंदर मिलाफ घडवून आणू शकतील. माझ्या विधानात विसंगतता वाटली तर समजावं तुम्ही हा मिलाफ घडवायला योग्य नाहीत. तुम्हाला ऐकायला आलं नाही, कळलंही नाही.

काही लोक प्रश्न करत राहतात त्याचं कारण इतकंच की त्यांना इतरांना दाखवायचं असतं की ते आध्यात्मिकरीत्या किती उंचीवर गेलेत ते ! एखाद्या दिवशी ते आकाशापर्यंत पोचतात, दुसऱ्याच दिवशी मैत्रीण सोडून गेली तर हे उंचावर गेलेलं त्यांचं आध्यात्मिक विमान त्या क्षणी खाली कोसळतं. एखाद्या दिवशी, त्यांच्यातला मत्सर, अहंकार पूर्णपणे नष्ट झालेला असतो आणि पुढच्या क्षणीच ते प्रश्न विचारतात, "या मत्सराचं आता काय करू?" कदाचित मला वाटतंय, तो परत आलाय. खरं म्हणजे तो त्यांच्यातून गेलेलाच नसतो. तसं पाहता "आपल्याला मत्सर नाहीच" या कल्पनेत ते रमलेले असतात. मत्सर दाखवण्याची जी संधी आत्तापर्यंत नव्हती ती आता मिळालीय असं वाटतं. तू म्हणतोस... इतरांना प्रश्न करताना मी पाहतो. तेव्हा... पहिल्यांदाच सांगतो हे अगदी चूक आहे. कारण तू माझी उत्तरं ऐकण्यासाठी इथं आलायस... त्यांचे प्रश्न ऐकण्यासाठी नाही.

"त्यांच्या भावना ते कोणत्या पद्धतीनं व्यक्त करतात ते पाहण्यासाठी मी त्यांचे प्रश्न ऐकतो." असं तू म्हणतोयस. पण तू कशा काय पाहू शकणार त्यांच्या भावना? तू फक्त त्यांचे प्रश्न ऐकू शकतोस, पण त्या भावना त्यांच्यात आहेत का नाहीत, हे कसं तुला कळणार? काहीच मार्ग नाही. खरं म्हणजे त्यांना तशा भावना नसतात, त्यांना त्या प्रश्न विचारून व्यक्त करणंच सोपं असतं! आणि जे भावनेनं ओथंबलेले असतात त्यांना त्या व्यक्त करणं नेहमीच अवघड असतं.

"मला उत्कट इच्छा असूनही माझे अश्रू, तसंच माझं प्रेम आणि आनंद व्यक्त करण्यासाठी मला शब्द सापडत नाहीत." अशी काळजी तू विनाकारण करतोस. तुझ्या डोळ्यांतलं पाणी त्यासाठी पुरेसं आहे, तुझां प्रेमळपणा पुरेसा आहे. –

प्रश्न करण्याची काही गरजच नाही. फक्त तुझ्या अश्रूंचे दोन थेंब कागदावर पडू दे, त्याखाली लिही L-U-V, love! पूर्ण शब्दही लिहू नकोस. कारण नाहीतर ते फार बुद्धिप्रधान वाटेल किंवा असं कर... जशी लहान मुलं, जे संन्यासी आहेत, ती मला पत्र पाठवतात. ती फारसं काही लिहीत नाहीत, फक्त हृदय आणि बाण यांचं चित्र काढून पाठवतात. त्यातून ती सगळं काही व्यक्त करतात. एखाद्या कवीच्या कवितेपेक्षाही ते जास्त जाणवणारं असतं. कवी तरी, आणखीन जास्त काय लिहू शकतो?... म्हणून अश्रूंचे फक्त दोन थेंब पुरेसे आहेत. तेच खरं अंत:करणपूर्वक आणि अर्थपूर्ण व्यक्त करणं! या गोष्टीचा प्रश्न कधीच निर्माण होत नाही. हे केवळं व्यक्त करणं आहे... प्रेम किंवा अश्रू हे प्रश्न नाहीतच. ते फक्त तुझी उत्कटता

दाखवतात. तुझ्यामध्ये अशी 'एखादी' जागा आहे याचं ते दर्शन असतं.

"मी कसा आहे हे दाखवण्यासाठी खरंच मला शब्दांची गरज आहे का?'' असं तू म्हणालास. मुळीच तशी गरज नाही. फक्त तुला मनापासून तशी गरज वाटत असेल तरच विचार! इतर विचारतात म्हणून, तसंच केवळ त्यांच्याशी तुलना किंवा त्यांचं अनुकरण म्हणून विचारू नकोस. तुला अंत:करणापासून गरज असेल तरच विचार... शब्दांचा उपयोग कर. त्यात काहीच बिघडत नाही. पण तरीही मी परत परत सांगतो की, कधीही अनुकरण करू नकोस. – तुलना करू नकोस. इतर लोक करतात म्हणून फक्त कोणतीही गोष्ट करू नकोस. तशी समजा, तू केली नाहीस, तर लोकं काय म्हणतील? कदाचित तुला प्रेम नाही, माया नाही, असंच ना!

इथं 'तुझा' विचार करत बसायला कोणाचीही तयारी नाही. तो तसा कुणी करणार पण नाही. कारण दुसऱ्याचा विचार करणं म्हणजे त्या व्यक्तीच्या स्वातंत्र्याला बाधा आणणं! त्याच्या वैयक्तिक आयुष्यावर अतिक्रमण करणं! दुसऱ्याविषयी तुझ्या मनात विचार यायला तू कोण? प्रत्येकाच्या मोठेपणाचा आदर राखणं आणि त्याचं स्वातंत्र्य अबाधित ठेवणं यातच विनयशीलता आहे. तुम्हाला असं विनयशील बनवण्यासाठीच माझे सगळे प्रयत्न आहेत.

खरं म्हणजे 'त्याचा' नुसता विचार ही सुद्धा एक प्रकारची सूक्ष्म ढवळाढवळच म्हणता येईल.

सौ. आयझॅक मरणाच्या पंथाला लागलेल्या होत्या. क्षीणपणे त्या म्हणाल्या, रोझन... मला तुझ्याकडून एक वचन हवंय... माझ्या आईबरोबर 'त्याच' मोटारीत बसून तू माझ्या अंत्ययात्रेला यायचंस!

"ठीकय्'' रोझन म्हणाले. ''पण माझा संपूर्ण दिवस मात्र वाया जाणार!''

□

प्रिय ओशो

काही दिवसांपासून मी इथं तुमच्याजवळ आहे. तेव्हापासून जाणवतंय की बाकी सगळी दुनिया हा वेड्यांचा बाजार आहे. आणि तुमची ही एकमेव अशी वेड्यांची जागा आहे की ज्या ठिकाणी आम्ही शहाणे बनतो. पण आम्ही परत जेव्हा बाहेरच्या जगात प्रवेश करू, तेव्हा पुन्हा वेडं होण्यापासून कसा काय बचाव करायचा? आणि वेडेपणा हा संसर्गजन्य आहे. ज्या ज्या वेळी मी बाहेरच्या जगात गेलेय त्या प्रत्येक वेळी मी सर्वांच्या दृष्टीनं 'साधारण माणूस' असते.

पूजा कविना, बाहेरच्या जगात जाणाऱ्या सर्वच संन्यासी-संन्याशिणींचा हा मोठा प्रश्न आहे. इथं जसे त्या असतात तसेच जर ते बाहेर वावरत असतील, तर निश्चितपणे त्यांना विचित्रच समजलं जाईल. तिथं त्यांना अयोग्य ठरवलं जाईल. ते कदाचित त्यांची नोकरी घालवून बसतील, त्यांचा जोडीदार घालवून बसतील, जवळजवळ प्रत्येक गोष्ट त्यांच्या हातातून जाऊ शकेल. कदाचित आपण वेड्यांच्या इस्पितळात आहोत असंही त्यांना वाटेल. अगदी अशीच तू वागते आहेस जसे इतर सर्व वागतायत! बाहेरच्या जगात जाते आहेस ना? मग पुरेसा वेडेपणा धारण कर. त्यांच्यामध्ये योग्य ठरेल अशी वाग.

फक्त एक गोष्ट लक्षात ठेवायची... ती म्हणजे तो तुझा अभिनय आहे, अगदी ठरवल्यासारखा अभिनय कर की ज्यामुळे तुला आणि इतरांना विनाकारण त्रास होणार नाही. आणि मुख्य म्हणजे तू अभिनय करू शकतेस. कारण या बाहेरच्या जगात तू वावरलेली आहेस. तिथल्या भूमिका कोणकोणत्या आहेत हे तुला चांगलं माहितेय. – दुसऱ्या कोणी सांगायची गरजच नाही. आत्तापर्यंतचं तुझं संपूर्ण आयुष्य त्याच मोठ्या वेड्यांच्या जगात गेलेलं आहे. त्या जगाची भाषा तुला परिचित आहे, त्यांच्या पद्धती परिचित आहेत. त्यांची धाटणी तुला माहीत आहे. तेव्हा फक्त अभिनय कर. 'साधारण' होऊ नकोस... फक्त 'साधारण' असल्याचा अभिनय कर. खोलवर समजून

रहा की हे वेड्यांचं जग आहे म्हणून.

दुसऱ्या शब्दात सांगायचं म्हणजे सावधतेनं समाजाबरोबर जुळवून घे. दक्ष राहून वाग, म्हणजे तुझ्या जाणिवा कायम जाग्या राहतील आणि मग तडजोड करावीच लागणार नाही. बाहेरच्या जगात इतर स्त्रिया लिपस्टिकचा वापर करतात. तू सुद्धा करू शकतेस. काहीच अडचण नाही. जरी तसं करणं घाणेरडं असलं तरीही! सगळेच लोक आपले ओठ रंगवतात त्याला करणार तरी काय? ज्या देशांमध्ये चुंबन घेण्याची सवय आहे त्या दृष्टीनं ही सवय अत्यंत वाईट आहे. कारण एका स्त्रीचं चुंबन घेतल्यानंतर शंभर जणांना तुम्ही ते दिल्यासारखं होतं. – ही गोष्ट आरोग्याच्या दृष्टीनं पूर्णपणे हानीकारक आहे. भयानक आहे. नुकतंच निदर्शनाला आलंय की नुसत्या चुंबनानं सुद्धा एडस्सारखा भयंकर रोग होऊ शकतो.

एस्किमो लोकांचं वागणं हे खरोखरच आरोग्यपूर्ण खबरदारीचं म्हणता येईल. ती मंडळी एकमेकांच्या प्रेमात असतात तेव्हा एकमेकांच्या नाकावर नाक घासतात. शतकानुशतकं त्यांना 'चुंबन' या गोष्टीतला घाणेरडेपणा माहीत आहे. एकमेकांची लाळ मिसळणं हे निश्चितच निरोगी किंवा उत्तम आरोग्याचं लक्षण नाही. एस्किमोंनी जेव्हा पहिल्यांदा ख्रिश्चन मिशनरीज्ना पाहिलं तेव्हा त्यांचा विश्वास बसला नाही. कसले आहेत हे लोक?... कारण एस्किमोंची प्रेम दाखवण्याची पद्धत ही पूर्णपणे आरोग्यपूर्ण होती– नाकाचा भाग हा नेहमी स्वच्छ असतो, थंड असतो. शिवाय नाक एकमेकांवर घासणं ही थोडी गमतीची गोष्ट पण आहे. अर्थात ही पद्धत ज्या भागात प्रचलित नसेल तिथं तू मुळीच असं काही करू नकोस. तसं कोणाशी करायला गेलीस तर विनाकारण अडचणीत येशील... तेव्हा या सगळ्यापेक्षा सुद्धा त्या जगाशी त्यांच्या पद्धतीनं मेळ घालून वागणं हे जास्त चांगलं. सर्वसाधारण असं वाग! फक्त खोलवर एवढं लक्षात ठेव की तुझा अभिनय कुठला आणि तुझ्यातला खरेपणा कुठला? तुला स्वत:ला व्यक्तिमत्त्वाआड राहावं लागेल... या इथं माझ्या इथं काय होतं? तर तुमचं बाह्य व्यक्तिमत्त्व तुम्ही दाराआड ठेवू शकता आणि तुमचं खरं स्वरूप घेऊन तुम्ही वावरू शकता. पण जेव्हा तुम्ही दाराबाहेर... बाहेरच्या जगात जाता तेव्हा विशिष्ट व्यक्तिमत्त्वाचं पांघरूण तुम्हांला ओढून घ्यावंच लागतं. त्याबद्दल काळजी करायचं कारणच नाही.–

एकदा शिक्षकांनी बेट्टीला विचारलं,... ''सांग बर 'ट्रिकल' या शब्दाचा अर्थ?''

बेट्टीनं उत्तर दिलं, ''ट्रिकल म्हणजे हळूहळू पळणे.''

''अगदी बरोबर'' शिक्षक म्हणाले, ''आता सांग. 'ॲनिक्डोट' (Anecdote) चा अर्थ काय?''

बेट्टीनं उत्तर दिलं, ''एक छोटी गमतीशीर गोष्ट !''

''बरोबर!'' शिक्षक म्हणाले, ''आता या दोन शब्दांचा उपयोग करून एखादं वाक्य कर बरं!''

बेट्टीनं क्षणभर विचार केला आणि म्हणाली.. होय... मला माहितेय... हे पहा वाक्य...

''आमचा कुत्रा आपली गंमतशीर छोटी शेपूट हलवत हलवत रस्त्यावरून हळूहळू पळाला.'' (वाक्यात उपयोग करताना गोष्टीचा अर्थ शेपूट)

मुलांना एखाद्या गोष्टीबद्दल त्यांची म्हणून एक समज असते. त्यांचं म्हणून एक आकलन असतं. आणि तुम्ही जेव्हा मुलांशी बोलत असता तेव्हा 'त्यांची' भाषा आणि त्यांची समज ही जाणून घ्यायलाच लागते. बेट्टीनं जे सांगितलं ते तिच्या आकलनाप्रमाणे, तिच्या समजुतीप्रमाणे योग्यच आहे. तिनं दोन्ही शब्दांचे वेगवेगळे अर्थ आधी सांगितलेच होते. फक्त शिक्षकांनी तिच्या आकलनाप्रमाणे तो अर्थ समजून घेतला. शब्दकोशातला अर्थ, जो बेट्टीनं सांगितला तो समजून घेतला. कारण बेट्टीनं खरंच रस्त्यात असा कुत्रा पाहिला होता. त्यामुळे तिच्या अनुभवानुसार ती बोलत होती. (इथं 'टेल' या उच्चाराचे दोन अर्थ असल्याने, Tail आणि Tale.)

जेव्हा तू बाहेरच्या जगात जाशील तेव्हा लगेचच 'इथल्या' अनुभवांबद्दल बोलू नकोस. नाहीतर लोक तुला वेडं समजतील. तुझ्या डोक्यात काहीतरी बिघाड झालेला आहे असं त्यांना वाटेल. तू जर परमानंदाविषयी, आत्यंतिक सुखाच्या भावनेविषयी, शांती, प्रेम याविषयी बोलायला लागलीस तर लोकं ऐकून घेतील, पण त्यांना त्याचा अर्थ समजणार नाही. आणि अर्थात त्यात त्यांची चूक काहीच नाही. तुम्ही जेव्हा त्यांच्या जगात जाल तेव्हा त्यांची भाषा बोला, नाहीतर अशी एखादी व्यक्ती शोधून काढा की, जी तुमचा अनुभव जाणू शकेल. जी व्यक्ती कधीतरी 'आतपर्यंत' पोचलेली असेल. त्या व्यक्तीला कदाचित अंतिम अनुभव म्हणजे एक्स, वाय, झेड. पर्यंतचा अनुभव नसेल मिळाला. पण तिनं ए. बी. सी.ची सुरुवात तर केली असेल? ... तर अशी एखादी व्यक्ती जर सापडली तर मात्र बाहेरच्या जगात तुला काहीतरी आशेला जागा आहे असं मानायला हरकत नाही.

याच प्रकारच्या अडचणींमुळे सूफी साधू मंडळी जवळजवळ बाराशे वर्षं भूमिगत अवस्थेत राहिली होती. कारण मुसलमान मंडळी ही तसं म्हटलं तर माथेफिरू, धर्मवेडी मंडळी! सूफी जन्माला आले ते याच मुस्लिम प्रांतामध्ये! खरे पाहता सूफी म्हणजे मुस्लिम धर्माचा खराखुरा अर्क! पण जे अत्यंत खोलवर या मार्गात गेलेले आहेत तेच खरे सूफी! नाहीतर वरवर पाहता मुस्लिम धर्माच्या ते विरोधी वाटतात. कारण फारच वरवर ज्या धर्माची स्थापना झालेली असते तो त्याच्या मूळ पायाभूत विचारसरणीला विरोधीच असतो... हेच पाहा... जैन हे महावीराला विरोध करतात, बौद्ध हे बुद्धाला विरोध करतात आणि ख्रिश्चन हे जीझसला विरोधी आहेत. याचं एक अगदी साधं कारण आहे. ते म्हणजे या मूळ धर्मसंस्थापक व्यक्ती या खरोखर क्रांतिकारक, सुधारक विचारांच्या होत्या. आत्यंतिक आदर्श विचारसरणीच्या होत्या... त्यामुळे अशा विचारसरणीची प्रत्यक्षात अंमलबजावणी

करणं केवळ अशक्य ठरतं. त्यामुळे त्यांच्या शब्दांचा साधारण समाजाला योग्य तो अर्थ लावणंच भाग पडतं! 'साधारण' समाजामध्ये योग्य बसेल, जिवंत राहील अशाच पद्धतीनं त्यांच्या शब्दांमध्ये बदल करून सांगावा लागतो... त्यांना 'साधारण' म्हणूनच बनवावं लागतं. 'सामान्य' रूपात बनवावं लागतं. ख्रिश्चन धर्म सामान्य आहे, पण जीझस सामान्य नाही.

जीझस हा या इथल्या वातावरणाला योग्य आहे. आमच्या वर्तुळात चपखल बसेल असा आहे. एवढंच काय, पण त्याचा क्रॉस घेऊन तो इथं जरी आला तरी कोणीही इथला मनुष्य त्याची विशेष नोंद घेणार नाही किंवा त्याला आक्षेप घेणार नाही. उलट इथली मंडळी त्याचा तो क्रॉस बाजूला ठेवायला त्याला मदत करतील आणि मग बाजूला बसतील. ''आपल्याला इथं याची काही गरज नाही, तेव्हा तुम्ही तो बाहेर ठेवला तरी चालेल'' असं म्हणून बाजूला होतील. इथं, या ठिकाणी, कोणत्याही व्यक्तीचं स्वागत होऊ शकतं. पण मुस्लिम किंवा इतर कोणत्याही संस्थापित धर्माचं तसं नाही. तिथं प्रश्न निर्माण होतात.

सूफी हे खरोखरचे मुस्लिमच! पण अल्-हिलाज-मन्सूर आणि सर्माद मारले गेल्यानंतर सूफींना भूमिगत व्हावं लागलं. दुसरा मार्गच नव्हता. आणि 'भूमिगत होणं' याचा अर्थ असा होता की, 'सामान्य' होणं! सामान्य जनता जसं वागेल, जशी अपेक्षा करेल त्याप्रमाणे आचरण ठेवणं!

तुम्हाला जर सूफी योगी पाहायचा असेल तर फार कठीण आहे ते. कारण तो कदाचित सामान्य माणसासारखा तुमच्या समोरपण बसलेला असेल. तो एखादा चांभार असू शकेल, सुतार असू शकेल, एखादा कुंभार असू शकेल. तो कोणताही सर्वसामान्य माणूस असेल. अशा माणसाच्या जवळून तुम्ही अनेक वेळा गेला असाल. 'या गावात एक सूफी योगी राहतो' एवढंच लोकांना माहीत असेल, पण प्रत्यक्ष तो सूफी योगी कोण हे अजिबात माहीत नसणार. ते म्हणणार, ''आम्हाला नाही माहीत कोणी सूफी साधू.''

एखादा जो कोणी अगदी या साक्षात्कारी लोकांच्या वर्तुळात परिचित असेल किंवा ज्याची या मार्गातली काही वाटचाल असेल तोच ओळखू शकेल. आणि असे लोक किती असणार? अगदी थोडे, फार फार तर एखादा डझन! तेच फक्त या सूफींचा खरेपणा ओळखू शकतील. ते गुप्तपणे मध्यरात्री एकमेकांना भेटतात. त्यातला एखादा जरी तुम्हाला दिसला आणि शोध घेतल्यानंतर तुम्हाला भेटला आणि त्याला जर मनोमन खात्री पटली की तुम्ही खरोखरचे आत्मशोधक आहात, तर तो तुम्हाला म्हणणार, ''मी प्रथम आमच्या मुख्य स्वामींची परवानगी घेईन आणि नंतर अगदी सुरुवातीच्या, प्राथमिक सभेला घेऊन जाईन.'' असं म्हटल्यानंतर तो तुम्हाला सांगेल की, ''अमुक अमुक दिवशी रात्रीच्या वेळी अमुक वेळेला तू मला भेट!''

त्यानं ठरल्याप्रमाणे तुम्हाला तिथे नेल्यानंतर तुम्ही आश्चर्यचकितच होऊन जाल. कारण ज्या माणसाभोवती जवळजवळ बारा लोकं कोंडाळं करून बसलेले आहेत, त्या माणसाला जवळजवळ रोजच्या रोज तुम्ही पाहिलेलं असतं. इतके दिवस तुम्ही सूफी योग्यासाठी शोधाशोध केलेली असते. आणि तो दुसरा तिसरा कोणी नसून एक चांभार असतो, हे तुमच्या लक्षात येतं तेव्हा तुम्ही आश्चर्यचकित होता. आता मात्र तो चांभाराच्या वेषात नसतो. तो तिथं बसलेला असतो एखाद्या राजासारखा! आणि बाकीचे बाराजण अतीव भारावलेल्या अवस्थेत, अगदी खोलवर त्याच्या पायाशी वाहून घेतल्यासारखे, प्रेमळ नजरेनं पाहात बसलेले असतात. संपूर्ण वातावरण जसं काही सुवासिक असतं.

बाराशे वर्षं, हजारो सूफी योगी माणसांनी आपलं आयुष्य दिवसभरात असं सामान्य तऱ्हेनं घालवलेलं आहे आणि रात्रीच्या वेळी एखाद-दोन तास समविचारी माणसांबरोबर, त्या मार्गावरच्या माणसांबरोबर हृदयं मोकळी केली आहेत.

म्हणूनच ज्या वेळी बाहेरच्या जगात जाशील तेव्हा 'सामान्य' म्हणून वागणूक ठेव. कारण समाजात तुला उपद्रवी माणूस म्हणून जगायचं नाहीये आणि काही मिळवायचं पण नाहीये.

एकदा टॉम साहेबांच्या केबिनमध्ये गेला आणि म्हणाला, ''सर, उद्या दुपारी मला सुट्टी द्याल का? माझ्या आजीवर उद्या अंत्यसंस्कार आहेत...''

साहेब म्हणाले, ''काय रे, काही महिन्यांपूर्वी याच कारणासाठी तू सुट्टी मागितली होतीस!''

टॉम म्हणाला, ''होय! पण आजोबांनी परत लग्न केलं, साहेब!''

अशा प्रकारच्या वेड्या जगात जिथं आजोबा परत परत लग्न करतात... तशीच वाग... लोकांचं लक्ष वेधून घेण्यासारखी वागू नकोस. ते तुला नावं ठेवतील, तुझी निंदा करतील. त्यांनी आत्तापर्यंत अशा साक्षात्कारी मंडळींना दगडांनी ठेचून मारलेलं आहे. त्यांनी आत्तापर्यंत कुणालाही दया दाखवली नाहीये. दयाळू असण्याची त्यांची कुवतच नाही. तेव्हा त्यांच्या रागाला किंवा हिंसेला उत्तेजन देण्याची गरज नाही. हुतात्मा होण्याची काही गरज नाही.

तुझं साध्य काय आहे? तर उलगडा करून घेणं, शांतपणानं! एखादा दिवस तुझ्यासाठी योग्य नसेल तर काळजी करू नकोस. लक्षात घे, काही फुलं रात्रीच फुलतात... सर्वजण झोपल्यानंतर!

भारतामध्ये असं एक सर्वांत सुवासिक फूल आहे ते म्हणजे रातराणी! हे अगदी छोटं फूल आहे. पण बहर येतो तो हजारोंनी! सर्व झाड एकदम फुलून जातं. अतिशय तीव्र सुवास असतो. एका ठिकाणी माझ्या बंगल्यासमोर एक रातराणीचं झाड होतं. माझे शेजारी झाडाबद्दल तक्रार करायला लागले, ''तुम्हाला झाड तोडावंच लागेल. कारण याच्या तीव्र सुवासानं आम्ही रात्रभर झोपू शकत नाही.''

संपूर्ण शेजारचा परिसर त्याच्या वासानं भरून जायचा.

मी अनेक माळ्यांना आत्तापर्यंत विचारलंय... ही रातराणी... हे फूल जर रात्री फुलणारं आहे, तर दिवसा अशाच प्रकारचं फुलणारं एखादं फूल निश्चित असणार... त्याला दिनराजा म्हणत असावेत...

एकाही माळ्यानं मला नीट माहिती दिली नाही. पण काश्मीरमध्ये अगदी अशाच प्रकारचं फूल पाहिलं. कारण मला खात्री होती की, सृष्टीमध्ये प्रत्येक गोष्टीचा समतोल राखला जातो. ही रातराणी स्त्रीरूप मानलं, तर पुरुषरूप कुठेतरी असणारच. आणि तसं फूल पाहिल्यानंतर मला आश्चर्यच वाटलं, कारण पुरुषफूल हे अगदीच भिकार आणि केविलवाणं होतं. आकार अगदी रातराणीसारखाच, फक्त मोठा... पुरुषी मोठा! ही फुलंसुद्धा हजारोंनी एकदम बहरतात. पण वास? शून्य! तेव्हा काळजी करू नकोस. तुला दिवसाच्या प्रकाशात या सामान्य जगात तुझं खरं स्वरूप उघडं करण्याचं कारण नाही. तिथं तू विनाकारण अडचणीत येशील. फक्त 'आतून' स्वत:ची उन्नती करण्याचा मार्ग कायम ठेव. आणि तुझा अभिनय कधीही उघडकीला येणार नाही याची दक्षता घे. तू अभिनय कर. कारण इतरांना अडचण करायची तुझी इच्छा नाहीये. आणि तुझी खरी उन्नती ही तुझ्या 'आतमध्ये' आत्म्यामध्ये आहे.

सूफी सांगतात की, प्रार्थना या नेहमी मध्यरात्री कराव्यात. तुमच्या घरातली माणसंसुद्धा गाढ झोपेत असतील तेव्हाच कराव्यात. तुम्ही प्रार्थना करताय, ध्यान करताय हे कोणालाही कळता कामा नये. तुमची प्रार्थना ही तुम्ही आणि कोणी अज्ञात व्यक्ती यांच्यातली फक्त 'कुजबुज' असायला हवी. तुम्ही स्वत:चं प्रदर्शन मांडता कामा नये.

❑

प्रिय ओशो

तुमच्या बागेमध्ये एक सुंदर आंब्याचं झाड आहे आणि ते तुमचं खूप आवडतं झाड आहे. मी सुद्धा या आंब्याची भरपूर चव घेतलीय. पण आता मात्र मला जास्त आंबे खाण्याची मनाई केली गेलीय. तुमच्या आचाऱ्यानं तर एका वेळी एकच फळ देऊन मला जास्तच उद्युक्त केलंय. या नवीन कडक निर्बंधाला मी पण प्रामाणिक राहिलोय. ॲडम-ईव्हच्या बागेसारखा मी संभ्रमातच पडलोय. पूर्ण पिकलेल्या आंब्याच्या वासानं मी रात्रभर झोपू शकत नाही. मला मना केलेलं फळ हे सफरचंद नसून आंबा आहे... कृपा करून मदत करा.

मिलारेपा, आंबा हे फळ त्या दरिद्री सफरचंदापेक्षा निश्चितच चांगलं आहे. योग्य आहे. पण प्रश्न असा आहे की, सफरचंदाची कथा ही ख्रिश्चन कथा आहे. कारण ख्रिश्चन देशांमध्ये आंब्याचं पीक होत नाही. नाहीतर खात्रीपूर्वक त्याचीच कथा तयार झाली असती. इडनच्या बागेत जर सफरचंदाऐवजी आंबे असते तर देवानं ॲडम-ईव्हला सुद्धा ते खाण्याची मनाई केली असती. सफरचंदाची तुलना आंबा या फळाबाबत कधीच होणार नाही. पण आंबे हे फक्त पूर्वेकडच्या देशात पिकतात. जसे भारतात ते पिकतात! असंख्य विविध प्रकारांमध्ये त्याचं पीक होतं. भारतामध्ये आंब्याला फळांचा राजा म्हटलं जातं. आंब्याच्या तुलनेत सफरचंद कुठेच बसू शकत नाही. म्हणूनच आंब्याचा समावेश ख्रिश्चन कथांमध्ये करणं अवघड आहे. कारण ख्रिश्चन देवाला आंब्याची चव माहिती नाही. ही कथा जर भारतात घडली गेली तरच शक्य आहे. प्रत्येक कथेला तिचा म्हणून एक इतिहास, भूगोल असतो. तिचं म्हणून एक वातावरण असतं. ती काही एकदम आकाशातून पडत नाही.

एकदा एका अनाथाश्रमातल्या तीन मुली आश्रम सोडून जाणार होत्या. त्यासाठी तिथल्या मदर सुपीरिअरनं त्या तिघींना ऑफीसमध्ये बोलावलं आणि शेवटचा म्हणून उपदेश केला– ''हे पहा आता तुम्ही बाहेरच्या जगात, पापी जगात चालला आहात. पुरुष जातीबद्दल मला

तुम्हाला सावध केलंच पाहिजे. त्या जगात तुम्हाला पुरुष भेटतील, ते तुम्हाला एखादं सरबत पाजतील, खोलीत नेतील, आणि... तुमच्यावर अत्याचार करतील. जाताना तुमच्या हातावर दोन-तीन पाऊंड्स ठेवतील आणि भ्रष्ट करून हाकलून देतील....''

हे सगळं ऐकल्यानंतर मुली त्यांना म्हणाल्या, ''क्षमा करा मदर, पण तुम्ही काय म्हणालात? हे वाईट पुरुष आम्हाला फक्त दोन-तीन पाऊंड्सच देतील म्हणून?''

''होय!... पण का ग? असं का विचारता?'' एक मुलगी म्हणाली, ''नाही! तसं नाही... पण इथले पाद्री तर आम्हाला फक्त एक सफरचंद देतात...''

ख्रिश्चनांच्या चौकटीत आंबा कुठेच बसत नाही. कारण आंब्यासाठी निराळ्या जगातले निराळे प्रांत जरुरीचे असतात. इडनच्या बागेमध्ये एकसुद्धा आंब्याचं झाड नाही. आणि इथं... इथं तर तुम्हाला इतके मिळतात की तुम्हाला मनाई करावी लागते. पूर्णपणे नाही... कारण आंब्याचं झाड हे माळ्याकडून लावलं जातं! जुन्या माळ्याकडून ते लावलं जातं. गेली बारा वर्षं तो त्या झाडाची इथं काळजी वाहतोय.

त्यानं ते इथं माझ्यासाठी लावलंय. तू जेव्हा त्याला सांगितलंस की, झाड आता बहरून आलंय आणि फळं यायला सुरुवात झाली आहे. शिवाय तुला ती फळं हवी आहेत! तेव्हा त्याचं काम सुरू झालं. कारण अर्धवट पिकलेले आंबेच झाडावरून काढावे लागतात. नाहीतर पूर्ण पिकलेली फळं आपल्याला मिळायच्या आधी पक्षी ती खाऊन टाकतात.

आणि पक्षी कोणतीच भाषा जाणत नाहीत. हिब्रू नाही, संस्कृत नाही, इंग्रजी नाही अन् हिंदी नाही. तुम्ही त्यांना मना करू शकत नाही. त्यांनी ईडन बागेतल्या जसा प्रत्येक झाडाचा आस्वाद घेतलेला असतो, तसाच ते इथल्याही प्रत्येक झाडाचा घेतात. शिवाय ते थव्याथव्यानं येतात. जर आंबे पिकले तर उघडच त्यांचा सुंदर वास यायला लागतो आणि पक्षी लगेच त्याला आकर्षित व्हायला लागतात. म्हणूनच ते पूर्ण पिकण्यापूर्वीच झाडावरून काढावे लागतात. नंतर ते घरामध्ये एखाद्या उष्ण जागेवर, गवताखाली, पालापाचोळ्याखाली ठेवावे लागतात. आणि मग ते पूर्णपणे पक्व होतात. आता मिलारेपा, हाच माझा आता माळी आहे! तिथं बरेच माळी आहेत, पण योगायोगानं हे झाडमात्र त्याच्या प्रांतात येतं. त्यामुळे तिथं झोपं येणं किती अवघड आहे हे मी समजू शकतो. त्यानं त्याच्या खोलीतच आढी लावली आहे. तेव्हा कुणीच झोपू शकणार नाही. ते जसजसे जास्त पिकत जातील तसतशी झोप मिळणं कठीण जाईल.–

तुला संपूर्ण मज्जाव केलेला नाही. फक्त एकदा एक फळ! इतरांची काळजी करू नकोस. ऊठ! आणि फक्त एक फळ खा! त्यामुळे उलट चांगली झोप मिळेल. पण एकापेक्षा जास्त नाही. कारण काहीतरी शिस्त पाहिजेच. उगाच वाटेल तसं

वागून तुझं स्वातंत्र्य घालवून बसू नकोस. हेच तुला लक्षात घेतलं पाहिजे. तू तर मुक्त आहेस. आणि एक फळ हे दोनापेक्षा नक्कीच चविष्ट असतं. 'थोडक्यात गोडी' म्हणतात त्याप्रमाणे. तू जितका जास्त फळ खायचा प्रयत्न करशील, तितकी त्यातली गोडी हरवून जाईल. हा तर प्रसिद्ध अर्थशास्त्रातला कायदा. तू जर सारखे आंबेच खात बसलास... अगदी सातत्यानं, तर तुझ्या खोलीतून तूच पळत बाहेर येशील आणि वेड्यासारखा ओरडत राहशील... आंबे... आंबे... तू वेडाच होशील.

म्हणूनच प्रत्येक गोष्टीला मर्यादा आहे. तीच मर्यादा मी तुझ्या आंबे खाण्याला घालतोय, म्हणजेच तू त्यातल्या परिपूर्णतेचा आनंद घेऊ शकशील. एका रात्री फक्त एकच! आणि आंबा हे काही लहान-सहान फळ नाही. म्हणूनच एकच पुरे आहे. फक्त मध्यरात्री एकच!

शांतचित्तानं बस... हातात आंबा घे... त्यावर खोलवर चिंतन कर, ध्यान कर! घाई करू नकोस. कारण तू काही चोर नाहीस. तुला दिलं गेलंय. तेव्हा शांतपणानं खा. अठ्ठेचाळीस वेळा प्रत्येक घास चावून चावून खा. पचनाचं हेच तर शास्त्र आहे. अठ्ठेचाळीस वेळा एक घास खाणं हे जवळजवळ अठ्ठेचाळीस आंबे खाण्यासारखं आहे. एका घासातून किती जास्तीत जास्त संख्येनं आनंद घ्यायचा हे तुझ्यावर अवलंबून आहे. त्यातून खरोखरच तू प्रचंड आनंद मिळवू शकतोस. नंतर झोपी जा... अशा प्रकारे तुझी प्रत्येक रात्र ही 'अरेबियन नाईट' म्हणून समजली जाईल.

ठीक आहे, मनीषा?

होय, ओशो.

□□□

सत्र : आठ

तुझ्या स्वत:च्या 'ज्ञानप्रकाशात' तू मार्गक्रमणा कर. मग जे काही घडेल त्यातून तुला शांती, समाधान आणि कृतार्थताच लाभेल. या अफाट जगात फार मोठा यशाचा धनी कदाचित तू होऊ शकणार नाहीस, किंवा प्रसिद्धीही तुला मिळू शकणार नाही. पण जो काही असशील तो पूर्णपणे स्वत:चा असशील. आणि जो मनुष्य स्वत:चा असतो, तो स्वाभाविकच चिंतनशील असतो, शांतीपूर्ण असतो. कोणाचं काही हिरावून घेण्याची, त्यावर कब्जा करण्याची त्याची वृत्ती नसते, कारण करण्यासारखं काही राहून गेलंय असं त्यानं काही मागं ठेवलेलंच नसतं!

मार्गातले अडथळे दूर करून मार्ग सुरळीत, स्वच्छ करा!

प्रिय ओशो

ज्या वेळी मी पुण्यात आलो तेव्हा पूर्वी कधीही वाटलं नव्हतं इतकं निश्चितपणे या वेळी वाटलं की, मी माझ्या घरी आलोय. सध्या मी असं पाहतोय की, तुमचे शब्द माझ्या कानावर पडत असतात, पण मी 'ऐकत' नसतो. काही क्षणीच मी ऐकत असतो. हा माझ्यातला बदल, मोकळं होणं मला सध्या जाणवतोय. प्रिय स्वामी... खरं ऐकणं... किंवा खरं ऐकावं कसं याबद्दल मला मार्ग दाखवू शकाल?

प्रेम रामर्षी, तू विचारलेला प्रश्न जरासा विचित्र आहे. तू म्हणतोस की, काही वेळा तुझ्या इच्छेनं तू ऐकतोस. तुझ्यातला हा बदल किंवा साक्षात्कार तुला जाणवतोय. तेव्हा ऐकणं ही काही अशी गोष्ट नाही की जी तुझ्या आवाक्याबाहेरची आहे. 'ऐकण्याची' तू इच्छा धरू शकतोस, ते मान्य करू शकतोस, तरीही विचारतोस की, ऐकावं कसं? हे म्हणजे तुला डोळे आहेत, तू सर्वकाही पाहू शकतोस तरीही 'कसं पहायचं' हा प्रश्न करण्यासारखं आहे. त्यापेक्षा प्रश्न निराळ्या तऱ्हेनं विचारणं जास्त चांगलं. कदाचित तोच तुझा उद्देश असावा. मनाच्या परवानगीनं तू 'ऐकतोस' हा तुझा गैरसमज आहे. तुझ्या अंत:प्रेरणेमुळे तू माझे शब्द ऐकतोस, असं जर असेल, तर तुझा प्रश्न मूर्खपणाचाच म्हणावा लागेल. खरी गोष्ट अशी आहे की, काहीतरी तुझ्या 'आत' घडतंय आणि म्हणून तू 'ऐकायला' उद्युक्त होत आहेस. ही काही तुझी अंत:प्रेरणा नाही, हा काही तुझ्या मनाचा कौल नाही. हे फक्त 'घडणं' आहे. कुणीतरी 'करणं' नाही. आणि जेव्हा जेव्हा हे असं घडतं तेव्हा तुला खूप मोठ्या बदलाची जाणीव होते, सृष्टीकडे पाहण्याची नवीन दृष्टी मिळते. सृष्टीतली सुंदरता पाहण्याची दृष्टी मिळते.

तुझी गैरसमजूत असते की 'तू' ऐकायच्या तयारीत आहेस म्हणून! तुझ्या अंत:प्रेरणेनं तू माझं ऐकतोयस असं तुला वाटत असेल तर संपूर्ण प्रश्न चुकीचा आहे.

हे सारं काही तू विसरून जा. फक्त आनंद घे. काही वेळा ऐकणं, काही वेळा न ऐकणं... ऐकणं ही क्रिया आपली आपणच दृढ होईल. ही काही मुद्दाम शिकण्यासारखी कोणती कला नाही. तुझ्या 'आतून' मुळापासून तुझा विकास होण्याची वाट पहावीच लागेल. तेच तर कसब आहे. जास्त जास्त ऐकत राहणं म्हणजे घडत राहणं आणि जास्त जास्त 'मनानं' निखळ होणं!

तू जे काही प्रयत्न करू शकतोस ते सारे नकारात्मक आहेत. होकारात्मक नाहीत... नकारात्मक म्हणण्याचा माझा उद्देश असा की तुझ्या 'ऐकण्यामधे' जे अडथळे येतायत् ते तू दूर करू शकतोस.

बळजबरीनं तू 'मोकळा' स्वच्छ होऊ शकत नाहीस. पण अगदी बारकाईनं निरीक्षण करू शकतोस. मग पहा की तू 'काही वेळेलाच' मोकळा होतोस आणि काही वेळा स्वत:ला मिटून घेतोस... ही जी मिटून घेण्याची अवस्था आहे त्यातले अडथळे तू दूर करू शकतोस.

मोठमोठ्या डॉक्टरांचं हेच मत आहे की, आरोग्य चांगलं राखण्यासाठी औषधं कामी येत नाहीत. बरं होण्याची ताकद ही तुमच्या 'आत' असते. वाटेतले अडथळे दूर झाले की, ही बरं होण्याची ताकद सुरळीतपणे काम करायला लागते. पण हा मार्ग सुरळीत करण्यासाठी, वाटेतले अडथळे दूर करण्यासाठी तुम्ही नेमकं उलट वागता. आणि म्हणून वाट पहा... अगदी विश्वासानं वाट पहा. कारण तू कितीही नकारात्मक वागलास तरीही ते 'घडणार' आहे.

म्हणूनच 'का घडत नाही' याला कोणतंही कारण नाही. फक्त 'अडथळा' हेच कारण आहे. आणि ते दूर करण्यासाठी फार जास्त पण नाहीत... एकच अडथळा! तो म्हणजे मन! ते आधीच कोणत्यातरी गोष्टीच्या अधीन असणं! असं दुसऱ्याच कोणत्या तरी गोष्टीनं मन व्यापून गेलेलं असेल, तर तू मोकळा होऊ शकणार नाहीस. पण ते असं आधीच कुणाच्यातरी अधीन नसेल, तर मात्र 'मोकळं' होण्याला कुणी अडवू शकणार नाही. पण खरं म्हणजे प्रत्येकाचं मन हे कोणत्या तरी गोष्टीच्या अधीन असतंच, काही वेळा त्या गोष्टी क्षुल्लकही असतात. तू जर लक्षपूर्वक पाहिलंस तर तुझं तुलाच हसू येईल, किती मूर्खपणा आपण करतोय आणि 'ऐकणं' या गोष्टीला किती मर्यादा घालतोय.

ऐकायला येणं हे अर्थातच आपोआप घडतं कारण तुम्हाला कान असतात आणि ते योग्य प्रकारे त्यांचं कार्य करत असतात. पण 'आतपर्यंत' ऐकण्याचं तंत्र या कानांना जमत नाही. ते फक्त ध्वनी पोचवण्याचं साधन म्हणून काम करतात. पण कोणत्याही गोष्टीच्या अधीन नसलेलं स्वच्छ मन जर त्या ऐकण्यामागे असेल, तर मात्र ही श्रवणभक्ती खरंखुरं 'आतून ऐकणं' बनू शकते. जसं म्हणतात, 'जीवाचे कान करून ऐकणं!' आणि अशा अंतरंगापासून ऐकण्याशिवाय समजणं हे दुरापास्तच. म्हणून कोणत्या गोष्टीच्या अधीन तुमचं मन आहे हे लक्षपूर्वक पहा आणि त्या गोष्टी

मनातून काढून टाका...

सकारात्मक प्रयत्नासाठी अगदी थेट मार्गानं जाऊ नकोस. कारण चांगल्या गोष्टी मिळण्यासाठी तो मार्ग नव्हे. ज्या वेळी तुमच्यातला कर्ता-करविता अनुपस्थित असतो, तेव्हाच या चांगल्या गोष्टी मार्गात येत असतात आणि व्यापलेलं मनसुद्धा कर्ता असू शकतं.

मन रिकामं करणं सहज शक्य होतं. ते तुम्हाला स्वत:ला करावं लागतं. स्वत:ची कृती असते, पण 'ऐकणं' ही अशी गोष्ट आहे की, तुमच्या आवाक्याबाहेरची आहे. तिला 'तुम्ही' कह्यात ठेवू शकत नाही. तिच्या दडपणामुळे तुम्ही ती तुमच्या मनाच्या अधीन करता इतकंच. पण एक गोष्ट तुम्ही निश्चित करू शकता ती म्हणजे मन कोणत्याही गोष्टीच्या अधीन न करणं.

कोणकोणत्या गोष्टींनी आपण मन व्यापून टाकतो? कशाकशाचा आपण विचार करतो? का म्हणून तऱ्हेतऱ्हेचे विचार करण्यासाठी त्यांना आपण खाद्य देत असतो? आत्तापर्यंत एवढ्या आयुष्यामधे त्या विचार करण्यामुळे असं काय मोठं चांगलं निर्माण झालंय? हा वेळेचा अपव्यय नाही का? आणि चीनच्या अजस्त्र भिंतीप्रमाणे ते खूप मोठा अडथळा होऊन तुमच्या आयुष्यात उभे ठाकलेले असतात.

सगळे धर्म, सगळी तत्त्वं, संस्कृती, शिक्षित समाज हे सगळे जण नकळत तुमचं मन सतत अधीन राहण्याला खतपाणीच घालत असतात. 'ऐकणं' या बाबतीत विचार करायचा झाला तर या सर्व गोष्टी तुम्हाला बहिरेपणा देत असतात. तुम्ही शहाणे होणं, समजूतदार होणं त्यांना मान्य नसतं. कारण तुमच्या शहाणपणात त्यांच्या कल्पित कथा नाहीशा होणाऱ्या असतात. आणि ही सर्व मंडळी त्या कल्पित समजुतींच्या आधारे पांगळं जीवन जगत असतात. या कल्पित कथा तुमच्या मेंदूत घट्ट बसवून त्या तुम्हाला खऱ्या वाटाव्यात यासाठी प्रयत्न करत असतात. उदाहरणार्थ... सगळे धर्म हे विषयवासना दाबून ठेवण्यावर भर देत असतात. ज्या क्षणी एखादी नैसर्गिक गोष्ट दडपली जाते, त्याच वेळेला ती मनाच्या अधीन होते. दडपली गेलेली शक्ती तुमच्या मनाच्या आसपास रेंगाळत राहते. लैंगिक विषय हे मग मेंदूचं दुखणं होऊन बसतात. कारण तुम्ही त्याचा विचार करत राहता.

एक म्हातारा माणूस एकदा एका डॉक्टरांकडे गेला... अतिशय अशक्तपणा त्याला वाटत होता. आणि जणू काही आयुष्याचा शेवटच जवळ आला आहे असं वाटत होतं. डॉक्टरांनी तपासून सांगितलं, 'मी फारसं काही करण्यासारखं तुमचं दुखणं नाही. फक्त एक सल्ला देतो की तुमचे लैंगिक संबंध निम्म्यानं कमी करा.'

त्या म्हाताऱ्यानं प्रश्न केला, 'ठीक आहे... निम्मं कमी करणं मान्य... पण विचार करण्यात का बोलण्यात कमी करायचं?' याचाच अर्थ 'प्रत्यक्ष लैंगिक कृती'

ही केव्हाच आयुष्यातून पार झालेली होती. फक्त विचार आणि बोलणं एवढंच शिल्लक होतं.

सगळ्या धर्मांनी तुमची ही वैचारिक शक्ती फक्त विचारांत आणि बोलण्यात परिणत केलेली आहे. हेच तुमचं मन अधीन असणं. मी तुला एक महत्त्वाचं उदाहरण देतो. समजा एखाद्या गोष्टीवर बंदी घातली, तिच्याबद्दल नापसंती दर्शवली, किंवा तिला विरोध दर्शवला, मनाई केली, तर उलट त्या गोष्टीबद्दल जास्त आकर्षण निर्माण होतं आणि हे आकर्षण मग आपलं मन व्यापून टाकतं. तुम्ही दुसरं काहीही करत असलात तरीही मन या गोष्टीनं व्यापलेलं असतं.

अनेक देवळांमधून मी पाहिलेलं आहे, मंडळी देवासमोर हात जोडून उभी असतात. पण लक्ष सगळं असतं बाहेर ठेवलेल्या पादत्राणांवर! ते समजतात की आपण देवाची प्रार्थना करतोय म्हणून! पण प्रत्यक्षात मात्र ते त्यांच्या पादत्राणांची प्रार्थना करत असतात. कुणीतरी आपली पादत्राणं चोरेल या विचारानं त्यांचं मन व्यापलेलं असतं. या अशा गोष्टी दुर्लक्षित करायला हव्यात. मुस्लिमांनी यात उत्तम मार्ग काढलाय. ते मशिदीत जाताना पादत्राणं आतमधे आपल्याबरोबर नेतात. आणि बसायच्या ठिकाणी एकमेकांना जोडून ठेवून त्यावर ते बसतात. तेव्हा अशा वेळी कुणाचीच भीती नाही... अन्यथा पादत्राणांचा विषय मनात इतका घोळत राहतो की परमेश्वराचा तो अपमानच असतो.

मनाच्या अधीन असणाऱ्या गोष्टीकडे, की ज्या तुझ्या ऐकण्याच्या प्रक्रियेमधे भिंत निर्माण करतायत. त्यांच्याकडे लक्ष दे आणि त्या दूर करण्याचा प्रयत्न कर. ते फारसं कठीण नाही. फक्त त्यातली निरर्थकता लक्षात घेतली की मग या गोष्टी निघून जाणं फार सोपं आहे.

सिडने हा एका मानसोपचारतज्ज्ञाकडे जातो... डॉक्टर म्हणतात, 'ठीक आहे सिडने... तू फक्त मी विचारतो त्याची उत्तरं दे...' डॉक्टर त्याला एक त्रिकोणी वस्तू दाखवून विचारतात, 'सांग बरं हे काय आहे?'

सिडने म्हणतो, 'हे तर कीहोल आहे... पण त्याच्या पलीकडे... काय, चाललंय काय?...'

नंतर डॉक्टर त्याला एक आयताकृती दाखवून विचारतात... 'हे काय आहे सांग बरं?'

'ही तर हॉटेलची खिडकी आहे... काय चाललंय तिकडं?' सिडने उत्तरतो.

नंतर डॉक्टर त्याला गोल वस्तू दाखवतात. विचारतात, हे काय आहे सांग? तो उत्तरतो, 'ही जहाजाच्या बाजूची खिडकी आहे. पण खिडकीपलीकडे काय चाललंय?'

त्याच्या या उत्तरांनी डॉक्टर म्हणतात... ठीकाय! तू तर लैंगिक विषयानं पछाडलेला आहेस.

सिडने ताडकन म्हणतो, 'मी पछाडलोय काय?... आणि तुम्ही? तुमचं काय? ही सगळी घाणेरडी चित्रं इतक्या वेळ तुम्ही मला दाखवताय... तुमचं काय?'

कोणत्यातरी गोष्टींनी व्यापलेलं मन हे असं नेहमीच स्वतःच्या समजुतीप्रमाणे कल्पना लढवत असतं. कारण त्यांच्या स्वतःच्या विचारांनीच ते पूर्णपणे भरलेलं असतं. कोणाचं दुसऱ्याचं 'ऐकणं' हे त्या प्रक्रियेत बसतच नाही.

रामर्षी, तुला हे चांगलं माहीत आहे, 'ऐकणं' हे आपोआप कधीतरी घडणार आहे. आणि तुझ्यात होणारा प्रचंड बदल हा तुला निश्चितच अनुभवाला येणार आहे. पण तू लक्षपूर्वक पाहिलेलं नाहीस की घडणं हे आपोआप चालूच असतं त्यासाठी मुद्दामहून काही करावं लागत नाही. एकदा का तुला कळलं की, काहीतरी घडणं चालू आहे की मग आपोआप सगळी तुझी नकारात्मक कृती नाहीशी होते. तू फक्त अडथळे दूर कर, काहीतरी आपोआप घडण्याला बाधा आणणाऱ्या, तुझ्या स्वयंस्फूर्त पोचण्याला बाधा आणणाऱ्या अडथळ्यांना दूर कर, अंतःकरण पूर्णपणे उमलून येण्याच्या क्रियेत अडथळा आणणाऱ्या गोष्टी दूर कर... आणि लक्षात ठेव, घडणं निर्माण होण्यासाठी काहीही वेगळं कौशल्य लागत नाही. 'घडणं' ही गोष्ट म्हणजेच तुझ्या पलीकडचं काहीतरी आहे. ती एखाद्या मंद वाऱ्याच्या झुळुकीसारखी येते, त्यासाठी दारं-खिडक्या उघड्या ठेवणं एवढंच तू करू शकतोस. पण हा झाला नकारात्मक भाग. कारण फक्त दारं-खिडक्या उघड्या ठेवणं हाच झुळूक येण्याचा निश्चित मार्ग नाही. झुळूक अशी काही त्या बंद दार-खिडक्यांमागे वाट पाहत नसते... की तुम्ही त्या उघडायचा अवकाश की, झुळूक आत येणारच!... पण एवढं मात्र खरं की उघडं दार हे त्या झुळुकेसाठी निमंत्रण मात्र आहे. उघडं दार त्या मंद झुळुकेला एवढं मात्र सांगते की, 'मी तयार आहे... तू केव्हाही आलीस तरी तुझं इथं स्वागतच होईल. तुला परत पाठवलं जाणार नाही... मी तुझ्यासाठी तयार आहे.' म्हणूनच थोडंसं विरोधी वाग आणि वाट पहा. हळूहळू तुझ्यातला बदल हा खोलवर होत जाईल आणि मनाचं सतत अधीन असणं हे अदृश्य होईल. जेव्हा जडजवाहीर मिळवण्यात तू यशस्वी होऊ शकशील, तेव्हा साहजिकच साध्या खड्यांमधली तुझी आवड नष्ट होईल. तुला जेव्हा खरेखुरे गुलाब तुझ्या मार्गात मिळू शकतील, तेव्हा खोट्या, प्लॅस्टिकच्या फुलांमधे काय रस वाटणार? खरं पहाता आपल्याला काही करावं लागत नाही. गोष्टी घडतच राहतात, उच्च स्थानाशी निगडित रहा, खालचा मार्ग आपोआप अदृश्य होईल. उच्चतेकडे वाटचाल सुरू केलीस की मग, त्या वाटचालीचा तुझ्यापर्यंत पोचण्याचा मार्ग फक्त तयार करावा लागेल.

प्रकृती ही निरनिराळ्या मार्गांनी, तऱ्हेतऱ्हेच्या मार्गानं तुझ्यापर्यंत यायचा प्रयत्न करत असते. पण स्वतःला तू बंद करून घेतलेलं असतं. एकही खिडकी उघडी नसते. एकही दार उघडं नसतं. भीतीपोटी, सुरक्षिततेपोटी या भिंतीच्या अगदी

छोट्या-छोट्या भेगापण आपण बुजवलेल्या असतात. पण ही तर सुरक्षितता नाहीच. ही आहे आत्महत्या!

उघड ती सगळी दारं आणि खिडक्या... येऊ दे सूर्यप्रकाश, येऊ दे वारा, पाऊस! येऊ दे प्रकृतीतले सगळे रंग! आणि करू दे तुझं अस्तित्व ताजंतवानं! खरंच हा खराखुरा आनंद तू मिळवू शकतोस. स्वत:ला कोणतीही पीडा करवून न घेता किंवा संत-महात्मा न बनता, कोणत्याही अस्वस्थ करणाऱ्या गोष्टी न करता, योगाच्या कसरती न करता- की ज्या कसरती फक्त तुमच्या शरीराची ओढाताण करीत असतात. हा अमर्याद आनंद तू मिळवू शकतोस. अत्यंत सहजपणे, स्वस्थपणे! इथं उपास करण्याची गरज नाही, काटाकुट्यांच्या गादीवर झोपायची गरज नाही, जगाचा त्याग करण्याची गरज नाही. या सगळ्या मूर्खपणाच्या गोष्टी आहेत. हां! तुम्हाला अगदी संतच बनायचं असेल तर मात्र हे जरुरीचं आहे. मूर्खपणा हा संतपदाचा पायाच आहे. पण तुला जर का खराखुरा 'माणूस' बनायचं असेल, समज असलेला माणूस बनायचं असेल, तर या कोणत्याच गोष्टीची गरज नाही. गरज आहे ती मार्गातली विघ्नं दूर करण्याची. 'ऐकणं!... अंतरंगापर्यंत ऐकणं...' हे कधी घडतंय ते लक्षपूर्वक पहा... ते घडत आहे का नाही हे पहा. तुझ्या मनात कोणते मतभेद आहेत? ते दूर केलेच पाहिजेत.

ते करण्याची प्रत्येक माणसाची कुवत असते. पण माणूस काय करतो? तर मन कोणत्या ना कोणत्या गोष्टीत गुंतवून ठेवण्याच्या सवयीचा गुलाम बनतो. मन सतत अधीन ठेवायचं ही त्याची सवय... कारण एकच! सगळे करतात म्हणून! आणि दुर्दैवानं याच समूहातून तुम्ही निर्माण झालेले आहात. अगदी चुकीच्या समूहात तुमचं संगोपन, वाढणं होत असतं आणि हाच एक मुळातला दोष आहे. अर्थात त्याला काहीच पर्याय दिसत नाही.

अनेक वेळा काही मुलं जंगलात सापडलेली आहेत, ती लांडग्यांकडून वाढवली जातात. सहा-सात वर्षांपूर्वी असंच लांडग्यांनी वाढवलेलं एक मूल लखनौजवळ, जंगलात सापडलं. चौदा वर्षांपूर्वी ते हरवलेलं होतं. कुठेच ठावठिकाणा न मिळाल्यानं त्याच्या आईवडिलांनी त्याची आशाच सोडली होती. लांडग्यानं ते उचललं होतं. अत्यंत सुरेख आणि निरागस असं ते मूल प्रेमानं लांडग्यांनी वाढवलं. लांडगीणींनी त्याला दूध पाजलं.

चौदा वर्षं ते मूल लांडगा म्हणून जगलं. त्यांच्या बरोबरच्या त्याचा आयुष्यामुळे अनेक गूढ गोष्टींचा उलगडा झाला. जेव्हा तो सापडला तेव्हा तो दोन पायावर उभाच राहू शकत नव्हता. कारण दोन पायांवर चालणं त्याला माहीतच नसल्यानं तो सतत चार पायांवर धावायचा. संगोपनाचा हाच तर परिणाम. स्वाभाविकच कोणत्याही भाषेतला एखादा शब्दसुद्धा तो बोलू शकत नव्हता. पण लांडग्यांची भाषा मात्र तो बिनचूक वापरत होता. तो पळायचा पण खूप वेगानं... केवळ लांडगाच असा पळू

शकेल!

या सगळ्या गोष्टींतून हेच पहायला मिळतं की, विशिष्ट वातावरणातलं संगोपन, पालनपोषण हे त्या त्या प्रमाणे माणसाला तयार करत असतं.

त्याला त्यानंतर लखनौ हॉस्पिटलमधे ठेवलं गेलं. सुरुवातीला सगळ्या प्रकारचे मसाज करून त्याला दोन पायांवर उभं करण्याचे प्रयत्न डॉक्टरांनी सुरू केले. त्यासाठी सहा महिने लागले. तरीही त्याच्या पळण्याचा वेग कमी होईना. साखळ्या घातल्याशिवाय डॉक्टर्स त्याला कुठेही जाऊ देईनात. त्याला अजूनही जंगलामधे लांडग्यांच्या कळपातच जायचं होतं. त्यानंतर त्यांनी त्याला त्याचं नाव उच्चारायला शिकवायला सुरुवात केली. त्यांनी त्याला 'राम' हे नाव दिलेलं होतं. हा एक शब्द, शिकण्यासाठी पूर्ण एक वर्ष लागलं... जवळजवळ सगळी भाषा शिकण्यासारखं हे श्रेय होतं.

साधारण दोन वर्षं हॉस्पिटलमधे राहिल्यानंतर तिथेच तो वारला. माझ्या मताप्रमाणे त्याच्या कुवतीबाहेरच्या गोष्टी बळजबरीनं त्याच्याकडून करवून घेतल्यामुळेच तो मरून गेला. त्याचं चौदा वर्षांचं जगणं... या वयात मुलं जवळजवळ वयात येतात... या पायरीनंतर जीवशास्त्रीय वाढ बहुतेक थांबलेली असते. म्हणूनच पहिली चौदा वर्षं ही शिकण्याच्या दृष्टीनं फार फार महत्त्वाची असतात. एवढंच काय माणूस सुद्धा वयाच्या ऐंशीव्या वर्षी जाणता असतो तो फक्त संख्येनुसार. पण गुणांचा विचार करता तो चौदा वर्षांचाच राहिलेला असतो. जीवशास्त्रानुसार गुणांची वाढ तिथेच थांबलेली असते. जोपर्यंत माणूस स्वत:हून सुधारणा करत नसतो तोपर्यंत!

दुसऱ्या महायुद्धानंतर हजारो सैनिकांची मानसशास्त्रीय परीक्षा घेतली गेली तेव्हा एक आश्चर्यकारक गोष्ट आढळली, ती म्हणजे त्या सर्वांचं मानसिक वय हे चौदा वर्षांपेक्षा कमी होतं. कुणी तीस वर्षांचा होता, कुणी पस्तीस, तर कोणी चाळीस वर्षांचा होता. पण त्यानं काहीच फरक पडला नव्हता. कारण त्यांचं सर्वांचं मानसिक वय चौदा वर्षांपर्यंत होतं.

चौदा वर्षांपर्यंत निसर्ग तुम्हाला अशा अवस्थेत आणून ठेवतो की, त्यापुढे निसर्गाचं कार्य संपलेलं असतं. त्यापुढचं कार्य जर तुम्ही तुमच्या हातात घेतलंत, स्वत:मधे वाढ करण्याचं, तर मात्र तुमचं मानसिक वय वाढू शकतं. नाहीतर फक्त शरीराची वाढ होत राहते आणि मनाची वाढ तेवढीच राहते. कमी राहते.

दुर्दैवानं आपल्याकडे मुलांचं संगोपन अगदी सुरवातीपासून या मार्गानं करण्याचा प्रघात नाही की ज्या ठिकाणी चिंतन, ध्यानधारणा या गोष्टी त्यांना स्वाभाविक वाटतील. शांती ही नैसर्गिक अनुभवाची गोष्ट त्यांच्यासाठी निर्माण होईल, सृष्टीकडे पाहण्याची स्वच्छ, मोकळी दृष्टी ही स्वाभाविक गोष्ट त्यांना वाटेल! आणि नव्या युगातल्या नव्या माणसाविषयी माझी हीच कल्पना आहे... की ज्यामधे अगदी

सुरवातीपासूनच... निसर्ग आणि प्रकृती यांच्याशी थेट संवाद साधण्यायोग्य वातावरणात त्याची वाढ झाली पाहिजे. त्याला कोणत्याही गोष्टीची मना केली जाणार नाही, त्याची कोणतीही गोष्ट दडपली जाणार नाही. कारण कोणतेही निर्बंध किंवा दडपण म्हणजे मन कशाच्या तरी अधीन होणं आणि चिंतन, मनन, ध्यानधारणेसाठी या गोष्टी तर धोकादायकच!

ज्या क्षणी तुम्ही चिंतन आणि ध्यानधारणेला बसायची सुरवात करता, तत्क्षणी तुम्ही आश्चर्यचकित होता. घाबरून जाता... कारण असंख्य दिशेनं वेगवेगळ्या विचारांचा मारा तुमच्यावर व्हायला लागतो. तुमचं संपूर्ण मन हे एक प्रकारची वावटळ बनून जातं. इतर साधारण वेळांमधे ते शांततेनं घडत असतं. फारशी अडचण निर्माण करत नाही. पण ज्या क्षणी ध्यानधारणा सुरू होते, त्या क्षणी मनातली विचारांची वावटळ, ही एक प्रकारचं आव्हान म्हणून मनाकडून स्वीकारली जाते. कारण चिंतन, मनन, ध्यानधारणा या गोष्टी म्हणजे मनोव्यापारांचा मृत्यूच असतो. आपलं मन हे अनेक अडथळे निर्माण करत असतं आणि त्यामुळे ध्यानधारणा घडू शकत नाही. 'आतपर्यंत किंवा अगदी आत्म्यापासून ऐकणं, शांततेनं ऐकणं हे सुद्धा चिंतनच आहे...'

आपलं संगोपन, आपलं वाढणं चुकीच्या वातावरणात होत असलं, तरीही आपण तितके बुद्धिमान नक्कीच असतो की हे अडथळे पार करू शकतो. म्हणूनच कोणतीही नैसर्गिक गोष्ट दाबून टाकू नका. निसर्गाच्या विरुद्ध जाऊ नका. सगळं जग का विरुद्ध असेना, पण तुम्हाला जे वाटेल तेच करा. परिणाम काय होईल याची काळजी न करता तुम्हाला स्वत:ला जसं बनावंसं वाटतंय तसं बना. असं केल्यानंच तुम्ही कशाच्याही अधीन राहणार नाहीत... त्याची मुळंच तुम्ही उपटून काढू शकाल.

मी एका प्रसिद्ध कवीबद्दल एक गोष्ट ऐकलीय. त्याला पन्नास वर्षं पूर्ण झाली म्हणून सुवर्णमहोत्सवी समारंभ चालला होता. प्रत्येकजण पेयपान करीत होता, नाचत होता, गात होता. एकाक्षणी सगळ्यांच्या लक्षात आलं की, कवी इथं कुठं दिसत नाहीये. म्हणून त्याचा परममित्र, एक वकील मित्र त्याला शोधायला बाहेर पडला. त्याला दिसलं, बागेमधे एका झाडाखाली, अंधारात, अतिशय दु:खी अवस्थेत हे कवीमहाशय बसले होते. वकील मित्र म्हणाला, 'हे बघ... हे बरोबर नाही. ही मंडळी 'तुझा' सुवर्णमहोत्सव साजरा करतायत आणि तू इथं बाहेर येऊन बसलास? आतमधे येऊन त्यांच्या आनंदात सामील झालास तर फार फार चांगलं होईल. कारण खूप लांबलांबून ते आले आहेत.'

कवी म्हणाला, 'हे माझं असं झालंय ते सगळं तुझ्यामुळे!... तुला आठवतंय... पंचवीस वर्षांपूर्वी मी तुझ्याकडे येऊन विचारलं होतं की मी जर बायकोचा खून केला तर काय काय परिणाम होतील म्हणून!' तू म्हणाला होतास... 'असं काही करू

नकोस... नाहीतर फार फार तर मी फाशीपासून तुझा बचाव करू शकेन... पण तुला कमीत कमी पंचवीस वर्षं जन्मठेप तरी होईलच!' असं म्हणून तू मला खून करण्याची मनाई केली होतीस.'

वकील म्हणाला,'होय... आठवतंय मला! ती संध्याकाळ... पण... पण त्याचं... आता काय?'

कवी म्हणाला, 'आठव जरा! आज पंचवीस वर्षं लोटली आहेत. त्या वेळी मी जर तुझं ऐकलं नसतं तर आज या घटकेला मी मुक्त मनुष्य म्हणून तुरुंगातून बाहेर आलो असतो आणि मोकळा झालो असतो. आज तुला ठार करावं असं वाटतंय... इतका मी रागावलोय. संपूर्ण आयुष्यभर खऱ्याखुऱ्या तुरुंगात डांबणारा 'तूच' माणूस आहेस.'

माणसं इतरांच्या सल्ल्यानं नेहमी वागत असतात... पण तुमच्या अंतरंगातल्या प्रकाशात तुम्ही तुमची वाट शोधा आणि मग पहा काय घडतं ते. तुम्ही शांतीचा अनुभव घ्याल, समाधान आणि साफल्याचा अनुभव घेऊ शकाल. तू कदाचित खूप यशस्वी माणसू होणार नाहीस, कदाचित प्रसिद्ध माणूस बनणार नाहीस. पण जो काही बनशील तो तू 'तुझाच' स्वतंत्र असशील.

आणि जो माणूस स्वत:चा असतो तो चिंतनशील असतो. शांतीपूर्ण असतो. कुणाच्याही अधीन नसतो. कारण त्याच्या आयुष्यात न करण्यासारखं असं काहीच करायचं राहून गेलेलं नसतं. किंवा कोणतीही गोष्ट त्यानं अपुरी सोडलेली नसते. त्याची कोणतीच इच्छा त्यानं दडपलेली नसते, कोणतीही उत्कट अभिलाषा त्यानं दाबून ठेवलेली नसते. खरं म्हणजे कोणत्याही गोष्टीच्या तो अधीन नसतो.

म्हणूनच सोडून दे तो मनाचा अधीनपणा, मनाचं गुंतलेपण! ते एक नकारात्मक जगणं आहे आणि नंतर बघ, चिंतनशीलता, शांती, मनाचं मोकळेपण ही फळं कशी आपोआप तुझ्यापर्यंत चालत येतात ती!

□

प्रिय ओशो

मला 'आतून' असं एक प्रकारचं रिकामपण जाणवतंय. आनंदाच्या प्रसंगी तसंच दुःखाच्या प्रसंगीही ही रिकामपणाची भावना सतत मला जाणवतेय. असफलतेची ही भावना वाटते. एवढंच काय, पण तुमच्या उपस्थितीत सुद्धा ही भावना जात नाही... आणि तेच मला डाचतं! हे तुम्हाला लिहितानासुद्धा माझे अश्रू थांबत नाहीयेत. प्रिय स्वामी... हे असं का घडतंय याचा उलगडा होण्यासाठी कृपा करून मदत करा!

केंद्रा, तुझ्या दृष्टीनं प्रश्न विचारणं सोपं आहे, पण माझ्या दृष्टीनं याचं उत्तर देणं तितकं सोपं नाही. कारण मी खरं उत्तर दिलं तर तू दुःखी होशील. आणि मी तर खरं उत्तर दिल्याशिवाय काहीच बोलणार नाही. अनेक वेळा मंडळी अतिशय सुंदर भाषेमधे प्रश्न विचारतात. परंतु प्रत्यक्षात घटना वेगळ्याच असतात. की ज्या घटना त्रास निर्माण करणाऱ्या असतात. आणि जोपर्यंत या घटना तुमच्या समजून-उमजून वागण्यानं घडतायत् त्याअर्थी तुम्ही अंधारातून बाहेर येऊ शकणार नाही, तसंच या रितेपणाच्या भावनेतूनपण बाहेर पडू शकणार नाही.

सध्या बरेच दिवस मी तुला पाहतोय. सध्या तू बँकेतल्या शिलकीच्या प्रेमात पडली आहेस... माणसाच्या नाही! तुझी पैशाबद्दलची आसक्ती प्रचंड आहे. आणि तीच तुला अडचणीत आणतेय. एखाद्या सर्वसाधारण स्त्रीप्रमाणे तू खरेदीमधे आनंद मिळवतेस. तू अमर्याद उधळपट्टी करतेस आणि तुझ्याजवळ पैसेही नाहीत. त्यामुळे साहजिकच असा कोणी तरी तुला शोधावा लागतोय की जो तुला पैसे पुरवू शकेल.

इतके दिवस तू जॉनबरोबर होतीस. आणि जॉनसुद्धा अगदी मनापासून तुझ्यावर प्रेम करत होता. पण अचानक इमर्सनसारखा अमेरिकेतला श्रीमंत माणूस तुला भेटला आणि जॉनला तू अशा पद्धतीनं सोडून दिलंस की, जसा काही तुझ्या आयुष्यात तो कधी आलाच नव्हता. नंतर तू इमर्सनबरोबर फिरायला लागलीस.

तू इमर्सनला इथे आणलंस... तुला वाटलं तो इथे राहील. पण तो तर पक्का भेकड निघाला. काही शोधण्याचा त्याचा उद्देशही नव्हता किंवा तशी त्याची उत्कट इच्छाही नव्हती. तो तुझ्याच मनोवृत्तीचा निघाला.

इमर्सन हा हस्याचा मुलगा. या हस्याची गोष्ट अशी आहे, ज्या वेळी नवऱ्यापासून ती विभक्त झाली तेव्हा नवऱ्याच्या पैशावर कोणताही अधिकार न सांगता, कोणतीही अपेक्षा न ठेवता ती विभक्त झाली. कारण यातच तिचा मोठेपणा होता. आणि ज्या स्त्रिया नवऱ्याच्या पैशाची फिकीर न करता धडाडीनं नवऱ्यापासून विभक्त होतात त्यांच्याबद्दल मला नेहमीच आदर वाटतो... आता आपण पाहतो सर्वसाधारणपणे मुलगा हा अशा प्रसंगात आईबरोबर जातो. पण इथं मात्र ज्या वेळी मुलाच्या लक्षात आलं की, वडिलांजवळ बरीच पुंजी आहे आणि त्यातली कपर्दीकपण न घेता आई बाहेर पडतेय तेव्हा मुलगा सुद्धा स्वार्थापोटी वडिलांबरोबर राहिला. त्यानंही बँकेतल्या शिलकीवरच डोळा ठेवला.

इमर्सन इथं राहू शकला नाही, कारण ते शक्यच नव्हतं. त्याला वडिलांच्या जवळ राहावंच लागणार होतं, कारण त्यांच्याजवळ पैसा आहे. ज्या वेळी त्याचे वडील या जगातून जातील, त्या वेळी इमर्सन हा अमेरिकेतला सर्वांत श्रीमंत माणूस होईल...आत्तातर तो तुझ्यापेक्षा श्रीमंत आहेच.

जॉन हा धैर्यवान माणसू आहे. माझ्या कामासाठी पैसा उपयोगात आणताना त्यानं मोठा धोका पत्करलाय. एवढंच काय, त्यानं स्वत:च्या भविष्याची तसंच सुरक्षिततेचीही काळजी केली नाही. आता सध्या इमर्सन तर गेलेलाच आहे... तू आता परत जॉनला जाळ्यात पकडायचा प्रयत्न चालवला आहेस, पण आता मात्र पूर्वीसारखं नाहीये. जॉन आता डोळस झालाय. त्यानं आत्तापर्यंत तुझ्या स्वभावाची पारख केलीय. तुझा खरा ओढा कुठे आहे ते त्याला चांगलं माहीतेय... तुझ्या बाबतीत हे जे सारं घडतंय त्यामुळेच एक प्रकारची रितेपणाची, अंधकाराची भावना तुला छळतेय... यात आध्यात्मिक असं काहीही नाही. इतर कोणी तुझा प्रश्न ऐकला तर नक्कीच त्यांना हा आध्यात्मिक प्रश्न वाटू शकेल... कारण तुझा अश्रुपात! इथल्या प्रत्येक माणसासाठी हे फारच छान आहे की स्वत:ची कहाणी अशी रंगवून सांगायची! कारण मी काही तुमच्या कहाण्या खणून काढू शकत नाही...

तर! आता कुणाबरोबर तरी स्थिर हो... कुणाच्या बँकेतल्या शिलकीचा विचार न करता स्थिर हो. तुझ्या मनातल्या कल्पनांना फाटा दे. प्रेम म्हणजे आर्थिक मामला नाही. तुझं पैशावरचं प्रेम हे तुला कधीच मदतीला येणार नाही. तेव्हा कोणत्यातरी जिवंत माणसावर प्रेम कर... पैशाचा विचार न करता! मग पहा तुझे अश्रू, तुझं रितेपण पळून जातं का नाही ते! ते जर नाही गेलं, तर मात्र मला विचार! पण यापुढे जॉनला त्रास देऊ नकोस. जॉन तुझ्याबरोबर जेव्हा होता तेव्हा कधीच सावध नव्हता.

मार्गातले अडथळे दूर करून मार्ग सुरळीत, स्वच्छ करा! । १३५

पण मी मात्र सावध होतो. कारण त्या वेळी उरुग्वेमधे माझ्याच घरात तुम्ही दोघं रहात होतात. त्यामुळे तुझं प्रेम हे खरं नाही हे मला कळत होतं. त्या प्रेमात फारसं गांभीर्य नाही आणि त्यात माणुसकी नाही, हे पण मला जाणवत होतं. तू त्याला फसवत होतीस... पण मी वाट पाहत होतो. कारण असे संबंध फार काळ टिकणारे नसतात. कारण त्यानंतर लवकरच तू जॉनपेक्षा श्रीमंत माणूस शोधलासच!

तू जर खरोखरच श्रीमंत माणसाच्या प्रतीक्षेत असशील तर घाई करू नकोस. शांतपणानं घे. कोणीतरी वाटेवर असेलच. पण त्यानंतर सतत तुला प्रेमाचं नाटक मात्र करावं लागेल. आणि खरेदी करून पैसा उधळणं ही काही खूप महत्त्वपूर्ण गोष्ट आहे असं नाही. मनाचं रितेपण घालवण्यासाठी प्रेमाची गरज असते. तू एखाद्या भिकारी माणसावर प्रेम करून कृतार्थ होऊ शकतेस! आणि एखाद्या राजावर प्रेम करून मात्र कदाचित तू कफल्लकच राहू शकतेस. तुझ्या अस्तित्वातलं परिवर्तन हे पैशामुळे कधीच होऊ शकणार नाही.

म्हणून ज्या ज्या वेळी प्रश्न करशील तेव्हा मनाचा स्वच्छपणा ठेव, खरेपणा ठेव! प्रत्येक वस्तुस्थिती लिहून काढ. कारण प्रत्येकाच्या आयुष्यातल्या घटना लक्षात ठेवणं मला शक्य नाही, कारण तुमची काही माहिती नसताना मी उत्तर देणं हे निरुपयोगीच होईल.

तू हुशार आहेस, तुझी कुवतपण आहे. पण तू बिघडून गेलेली आहेस... तुझी हुशारी आणि कुवत ही प्रेम करण्यात चांगल्यापैकी आहे. त्यामुळे एखाद्या धनवान माणसाला जाळ्यात ओढणं तुला सहज शक्य असतं. पण तुझ्या आयुष्याचं हेच जर का ध्येय बनलं तर मात्र तुला खूप दुःख भोगावं लागेल. कारण तारुण्य हे क्षणिक असतं... लवकर लयाला जाणारी गोष्ट आहे ती! जाळ्यात मासा पकडण्याची तुझी कुवत दिवसेन्‌दिवस कमी होत जाणार आणि मनाचं रितेपण आणखीन आणखीन खोलवर रुतत जाणार.

जॉन पुन्हा एकदा तुझ्या जाळ्यात अडकला नाही याचा मला फार आनंद झाला. जॉनसाठी तसंच तुझ्यासाठीही! कारण याच एका गोष्टीमुळे तू भानावर येशील... तुझ्या आयुष्यातल्या या परिस्थितीमुळे तू निराशावादी बनली आहेस. आयुष्याची फक्त काळी बाजू बघणारी. एखादा मूर्खपणानं पैसे खर्च करणारा माणूस आता तू जाळ्यात पकडू शकत नाहीस. ते तुझ्या स्वाभिमानाच्या विरुद्ध आहे. फक्त पैशासाठी एखाद्यावर प्रेम करणं, त्यात पैशाला महत्त्व देऊन माणसाला गौण लेखणं हे म्हणजे... वेश्या व्यवसायच! हे काही प्रेम नव्हे. या गोष्टी तुला जास्त जास्त नैराश्यमय अंधकारात लोटतील आणि इथं माझ्याजवळ, घटना जशा घडल्या आहेत त्यांच्याकडे मोकळ्या दृष्टीनं बघायला शिकावंच लागेल. तरच यातून आपण काही योग्य मार्ग काढू शकू... बदल घडवून आणू शकू...

तू अजिबात भ्रमात राहू नकोस.

नुकतीच निराशावादी माणसाची मी व्याख्या वाचली... निराशावादीपणा हा जन्मजात नसतो, तर काटेकोरपणे अंगी बाणवलेली ती एक सवय असते. अत्यंत वाईट गोष्टी तुम्ही परत परत करत राहता आणि अंतिम परिणाम म्हणजेच नैराश्यवाद!

निराशावादी माणसाला, नेहमीच चांगलं चाललेलं असतानाही त्यात काहीतरी वाईट घडतंय अशी भावना होत असते.

चार पाती असलेलं एखादं गवतसुद्धा उपटायला तो माणूस घाबरत असतो. कारण नाग-साप चावतील ही भीती त्याला सतत छळत असते. तो जेव्हा शुभप्रभात म्हणत असतो तेव्हा मनानं एकदम निरिच्छ राहतो. आणि एखादी संधी जेव्हा त्याचं दार ठोठावत असते तेव्हा तो गोंगाट होतोय म्हणून तक्रार करत असतो. तू अजून लहान आहेस. त्यामुळे नैराश्यवादी होण्यापूर्वी स्वत:ला सावरू शकतेस... मनाशी प्रामाणिक राहून थेट आरपार स्वत:कडे पहा. तू जे आत्तापर्यंत वागत आली आहेस, ती तुला हुशारी वाटत असेल. पण तो शुद्ध कपटीपणा आहे. आणि कपटीपणा हा बुद्धिमत्तेला फार मोठा अडथळा आहे. तो काही शहाणपणा नाही.

अजूनही वेळ गेलेली नाही. तू लहान आहेस... अजूनही मार्ग बदलू शकतेस. आता मात्र प्रेम करशील ते माणसाची बँक शिल्लक न पाहता कर. प्रेम हीच मुळी जगातली मौल्यवान गोष्ट आहे.

❑

प्रिय ओशो

सूफी म्हणतात की, प्रत्येकाला आयुष्यात जगण्यासाठी काही एक उद्देश हवा आणि तो उद्देश तुम्ही शोधून काढायला हवा. हा प्रश्न माझ्या मनात येतो तेव्हा वाटतं की, मी यापुढे आपल्या या सौहार्दाच्या समूहात (commune) राहणार नाही. कारण तिथे याचं कारणच नाही. कारण माझ्या दृष्टीनं महत्त्वाची गोष्ट एवढीच होती की, मी तुमच्यासमवेत होते. मी कोणत्या प्रकारचं काम करते या कारणानं काही फरक पडेल का? कृपा करून आपण या बाबतीत काही सांगू शकाल?

इव्हा, हे पहा... सूफींनी जे सांगितलंय ते तुला समजलेलं नाही. त्यांच्या म्हणण्याप्रमाणे खरोखरच प्रत्येक माणसाजवळ आयुष्यात जगण्यासाठी काही उद्देश हवा. ध्येय हवं! त्यांच्या म्हणण्याचा अर्थ असा की, प्रत्येक माणसाला एक अद्वितीय असं व्यक्तिवैशिष्ट्य असतं, असाधारण असं त्याचं कार्य असतं. सृष्टीमधलं कधीही न बदलणारं असं त्याचं म्हणून स्थान असतं. आणि ही वैशिष्ट्यं तुमची तुम्ही शोधायला हवी असं सूफीचं म्हणणं. तो उद्देश शोधून काढण्याबाबत त्यांचा आग्रह नसतो. तर 'तुम्ही स्वत:चा शोध घेण्याबाबत त्यांचा आग्रह असतो.' तुम्ही कोण आहात हे तुम्ही शोधण्यासाठी त्यांचा आग्रह असतो.

ज्या क्षणी तुझी स्वत:ची तुला ओळख पटेल, त्याच वेळी तुला आयुष्याचा उद्देशपण कळून येईल. त्यासाठी काहीच प्रयत्न करावे लागणार नाहीत... तुझं स्वत:चं अद्वितीय व्यक्तिवैशिष्ट्य तुला कळून येणं म्हणजेच ओघानंच जीवनातला आपला खरा उद्देश काय आहे याचं सूक्ष्म ज्ञान होणं! म्हणून स्वत:ला पारखल्याशिवाय 'उद्देश' समजून घेणं तुला शक्य होणार नाही. कारण तो उद्देश गौण आहे, पण 'स्वत:ची ओळख' ही महत्त्वाची आहे. म्हणूनच मी स्वत: असं कधीच म्हणणार नाही की, आयुष्यात तुमचा काय उद्देश आहे ते शोधा म्हणून! मी असं म्हणेन, स्वत:ला ओळख आणि स्वत:चा रहा! तुझ्या अवघ्या जीवनाचं

तत्त्वज्ञान म्हणजे हीच दोन वाक्यं आहेत. प्रत्येक गोष्टीचा मेळ आपोआप जमत असतो.

तू म्हणतेस... की 'या प्रश्नामुळे आता वाटतं, मी तुमच्या कम्यूनमधे फार दिवस राहणार नाही.' याचं फारसं महत्त्व नाही. महत्त्वाची गोष्ट एवढीच की, मी तुमच्या समवेत होते. मी जे काम करते त्यानं काय फरक पडेल. तू परत परत मनाचा गोंधळ करतेयस. तू जे काम करतेस तो काही तुझ्या आयुष्याचा उद्देश नाहीये... तू काहीही करू शकतेस... त्यात माझ्या दृष्टीनं काहीही फरक पडत नाही. तू चांभाराचं काम करू शकतेस, सुतारकाम करू शकतेस, नर्तिका बनू शकतेस, संगीतकार बनू शकतेस. काहीही करू शकतेस! त्यानं काहीही फरक पडत नाही. जे काम तुला सुख देईल, शांती देईल, सावधपणा देईल, ज्यामुळे आयुष्याला कृतार्थता येईल... असं कोणतंही काम तू करू शकतेस.

काम कोणतं का असेना, त्याचं महत्त्व नाही. पण त्या कामामुळे तुझ्यामधे काहीतरी परिवर्तन होतंय हा मुद्दा महत्त्वाचा! तुझं अस्तित्व त्या कामामुळे जर प्रकाशित होत असेल, खोलवर साफल्याची भावना येत असेल, त्याच्यामुळे तुझ्यामधे अधिक प्रेमळपणा, आनंदीपणा येत असेल, तर 'कोणत्या प्रकारचं काम करतेस' हा प्रश्नच मुळी अगदी क्षुल्लक आहे. जे काही करतेस ते पूर्णत्वानं कर, त्या करण्यामधे कौशल्य वापर, बुद्धी वापर. त्यामुळे तुझं व्यक्तिमत्त्व हे खरंखुरं, प्रत्यक्ष तुझ्यातल्या कर्तृत्वासह प्रकट होईल. तुझ्या प्रारब्धाच्या जवळ जवळ तू जातेयस हे तुला कळून येईल.

एक अकरा वर्षांची ल्यूसी नावाची मुलगी एका खेडेगावातल्या रस्त्यावरून दोरीला बांधलेल्या गाईला घेऊन चालली होती. तिला एक पाद्री भेटला आणि म्हणाला, 'काय ग? ही गाय घेऊन कुठे चाललीयस?'

ल्यूसी म्हणाली, 'ही माझ्या वडिलांची गाय आहे... मी तिला बैलाकडे घेऊन चाललेय.'

पाद्री म्हणाला, 'किती मूर्खपणा! हे काम तुझे वडील करू शकत नाहीत काय?'

'नाही!' मुलगी म्हणाली, 'बैलच असायला हवा.'

म्हणूनच प्रत्येकाला प्रत्येकाचा एक उद्देश असतो. पण स्वत:ची ओळख पटल्याशिवाय तो उद्देश सापडणं शक्यच नाही. ज्या क्षणी तुम्हाला स्वत:चा शोध लागतो, त्याच वेळी, त्या क्षणी तुमचा जीवनातला उद्देशपण तुम्हाला सापडतो. तेव्हा आयुष्यातलं प्रयोजन काय हे महत्त्वाचं नाही. तुम्हाला स्वत:ला शोध लागणं महत्त्वाचं... आणि त्यासाठी चिंतन, ध्यानधारणा हाच एकमेव मार्ग आहे.

□□□

सत्र : नऊ

जीवन हे धर्मापुरतं मर्यादित नाही. तसंच ते विज्ञानापुरतंही मर्यादित नाही. धर्माची निर्मिती ही पुरातन मानवानं केलेली आहे. आणि विज्ञानाची निर्मिती नवमानवानं केली आहे. पण जीवन हे या पुरातन आणि नवमानवापेक्षाही विशाल आहे. आणि ते विशालच राहणार आहे.

जितकं जितकं तुम्हाला ज्ञात होईल, तितकं त्यात 'अज्ञात असंही' बरंच राहील

प्रिय ओशो

रॉबर्ट ब्लाय हे माणसाच्या तीन अवस्थांबद्दल बोलतात. सरपटणारे प्राणी, सस्तन प्राणी आणि सध्याचा नवमानव! बुद्धी असलेला माणूस! त्यांपैकी सरपटणाऱ्या प्राण्यांची बुद्धी ही अत्यंत थंड आणि निष्ठुरतेकडे जाणारी असते. सस्तन प्राणी हे सुखा-समाधानात जीवन जगण्याच्या वृत्तीचे असतात. त्यामधे ओघानंच कुटुंब, मित्रपरिवार, नातेसंबंध, घर, समाज, धर्म या गोष्टींचा समावेश असतो! आता तिसरा प्रकार... नवमानव. नवीन मेंदू असलेला... शास्त्रज्ञांच्या म्हणण्याप्रमाणे हा मेंदू अतिशय पातळ पण तरीही गुंतागुंतीचं घट्ट जाळं असलेला आहे. त्याचा पेशीयुक्त पातळ थर बाकीच्या मेंदूला आच्छादलेला आहे. हा थर कोणत्या कारणासाठी आहे ते अजून कळलेलं नाहीये. पण ब्लाय म्हणतात, अलौकिक अशा गूढ बुद्धिमत्तेशी त्याचा संबंध असावा... आत्ता वर्णन केलेल्या जीवमात्राच्या तीनही अवस्था एकाच वेळी अस्तित्वात आहेत. पण प्रत्येकाच्या स्वत:च्या शक्तीनुसार त्यांच्यातलं नष्ट होणं किंवा कमी होणं तसंच विस्तार पावणं हे घडत असतं. प्रत्येक अवस्था ही मिळालेल्या शक्तीवर घट्ट पकड बसविण्याच्या प्रयत्नात असते. पहिल्या दोन अवस्था तर तसं करतातच. जेव्हा त्यांच्या जगण्याला धोका निर्माण होतो तेव्हा! प्रिय ओशो, तुमच्या आमच्याबरोबर चालू असलेल्या आध्यात्मिक कार्यामधे या नवमानवाबाबत आपल्या या आध्यात्मिक समूहाबद्दल काहीतरी बोलावं असं वाटतं.

प्रेम ऑस्कर, नवीन मानव, नवीन मानवतेसंदर्भात जे माझं कार्य आहे त्याच्याशी या शास्त्रज्ञांनी मेंदूबाबत केलेल्या, मनाबाबत केलेल्या संशोधनाचा काहीही संबंध नाही. कारण मेंदू हा शरीराचाच एक भाग आहे. तो शरीराबरोबर जन्माला येतो, तसाच शरीराबरोबर मृत्यूही पावतो. पण माझ्या कामाची दिशा ती नाही. माणसाच्या जन्मापूर्वी जे अस्तित्वात आहे आणि मृत्यूनंतरही जे राहणार आहे अशा गोष्टींबाबतचं गूढ उकलण्याचं माझं जे काम आहे ते तुम्हालाही प्रेरणा देणारं ठरावं असं वाटतं. तुमच्या शाश्वततेसाठी माझा संबंध! त्यामुळे शास्त्रज्ञांच्या संशोधनात आणि माझ्या कामात प्रचंड फरक आहे.

या सर्वांपलीकडे काही आहे हे शास्त्रज्ञांनी अजून मान्य केलेलं नाही. त्यांचं संपूर्ण संशोधन, संपूर्ण काम हे फक्त भौतिक गोष्टींच्या, जड वस्तूंच्या मर्यादित बांधलेलं आहे. आत्म्याचं अस्तित्व ते मानत नाहीत. तुमच्या अस्तित्वात आध्यात्मिक, तसंच धार्मिक, अशा काही

गोष्टी मुळापासून आहेत या म्हणण्याला ते कबूल होत नाहीत. विज्ञानाची हीच तर मोठी भयंकर गोष्ट आहे. या त्यांच्या समजुतीमुळे तुमच्यातला उच्चतेचा मूलस्रोतच नष्ट केला जातो. तुमच्या अस्तित्वाचं मूलभूत रहस्यच नष्ट केलं जातं.

रॉबर्ट ब्लाय जे म्हणतात ते सगळं ऐहिक आहे. भौतिक जगाबद्दलचं आहे. माणसाचा मेंदू हा सरपटणाऱ्या अवस्थेपासून ते सस्तन अवस्थेपर्यंत कसा कसा विकसित होत गेला याचं ते फक्त पृथक्करण आहे. आणि आता ते म्हणतात की, आता नवीन मानवाचा मेंदूवर एक तिसरा थर असा विकसित होतोय की, जो केवळ माणसातल्या अलौकिकतेला, गूढ अशा रहस्याला, असाधारणतेला पूरक आहे. तो नैसर्गिकरित्याच अलौकिक आहे! म्हणजेच, याचाच अर्थ, मनाच्या पलीकडे, बुद्धिपलीकडे असं काहीतरी आहे, जे गूढ आहे... या म्हणण्याला पुष्टीच झाली... नाही का? मेंदूला कोणताही अलौकिक किंवा असाधारण गुण असलेला असा थर नाहीये!

तीन भागांमधे मेंदूची विभागणी आहे हे सत्य आहे. त्यांतला पहिला भाग हा केवळ जगण्याशी संबंधित आहे. तुम्ही त्याला कोणतही नाव देऊ शकता... सरपटणारे प्राणी... सरपटणाऱ्या प्राण्यांचा मेंदू!... हा अगदी मूलभूत मेंदू म्हणता येईल. कारण जगणं महत्त्वाचं! जिवंत असल्याशिवाय दुसरं काही घडणं शक्यच नाही. दुसरा भाग सस्तन जीवांचा... त्याविषयी विचार करताना मला जीझसच्या शब्दांची आठवण होते... जीझसनं म्हटलंय... 'माणूस फक्त भाकरीवर जगू शकत नाही.' भाकरीची गरज तर असतेच, पण केवळ फक्त त्यावरच माणसाचं भागत नाही. त्यांना संगीत, कला, धर्म, संस्कृती, तत्त्वज्ञान आदी गोष्टींचीही तितकीच गरज असते. 'माणूस' म्हणून उच्चस्तरावरचा विकास होण्यासाठी! पण फक्त जगत राहणाऱ्या जीवमात्रांपेक्षा माणसाच्या गरजा मोठ्या असतात. ब्लाय म्हणतात त्याप्रमाणे मेंदूचा तिसरा स्तर अद्याप सुधारणेच्या प्रक्रियेतच आहे. त्यामधे अलौकिक, किंवा गूढ असं, सगळ्याच्या पार असलेलं असं काही नाही. आत्ता त्यामधे फक्त अज्ञात गोष्टींचा शोध घेण्याचीच फक्त मर्यादा आहे, या भौतिक जगाच्या पलीकडचं, अनुभवातीत असं काही नाही. फक्त अज्ञानाचा शोध घेण्याचे प्रयत्न!

अज्ञात अशा गोष्टी आणि सगळ्याच्या पार असलेल्या, ऐहिकाच्या पार असलेल्या, बुद्धीच्या आकलनापलीकडल्या गोष्टींमधला फरक आपण लक्षात घ्यायला पाहिजे. तो म्हणजे; अनुभवातीत गूढ गोष्टी, असाधारण गोष्टी या नेहमीच अज्ञात असतात. त्यांची माहिती नसते. तुम्ही कितीही प्रयत्न केला तरी, त्यांचं ठिकाण सापडत नाही. पण त्या प्रचीतीला येऊ शकतात. तुम्ही अनुभव घेऊ शकता, हे अलौकिकत्व तुम्ही नृत्यामधून, गाण्यामधून, प्राशन करण्यामधून अनुभवू शकता. पण तुमच्या मनाचा एक भाग किंवा तुमच्या ज्ञानाचा एक भाग म्हणून तुम्ही ते बनवू शकत नाही. पण तरीही अज्ञात अशा गोष्टींचं प्रमाण हे खरोखर अपरंपार आहे. अगणित

गोष्टी अजूनही अज्ञात आहेत. हा जो तिसरा नवीन स्तर मेंदूचा तयार होऊ पाहतोय तो या अज्ञाताचं कोडं उकलायचा प्रयत्न करतोय. सृष्टीचं कोडं उकलून सगळ्या अज्ञात गोष्टींचं ज्ञान मिळवणं हा विज्ञानाचा प्रयत्न आहे. कोणतीही गोष्ट अज्ञातात राहता कामा नये हा विज्ञानाचा अट्टाहास आहे. आणि सृष्टीची विभागणी फक्त दोन भागांत असल्याचं विज्ञान मान्य करतं. ते दोन भाग म्हणजे ज्ञात आणि अज्ञात भाग!

विज्ञानाची जसजशी प्रगती होते तसतसं 'ज्ञात' गोष्टींचं प्रमाण वाढायला लागतं. आणि 'अज्ञात' असलेल्या गोष्टींचं प्रमाण कमी कमी होत जातं. परंतु अज्ञान, माहीत नसलेल्या, बुद्धीच्या पलीकडच्या गोष्टी या अमर्याद आहेत. त्या कमी कमी होत जातील, पण मला नाही वाटत की विज्ञान ठामपणे म्हणू शकेल की, 'आम्ही आता अज्ञात असं काही ठेवलंच नाहीये... सगळ्या गोष्टींचं ज्ञान मिळालंय... आमचं संशोधन पूर्ण झालंय... आता आम्ही दुकान बंद करू शकतो!'

पण अगदी वादासाठी असं मान्य करायचं झालं की, सगळ्या अज्ञात गोष्टींचा शोध पूर्ण झालाय... सगळ्या गोष्टी ज्ञात झालेल्या आहेत... तरीही... एक तिसरं परिमाण असं आहे ते म्हणजे माझं कार्यक्षेत्र! आध्यात्मिक काम... जे हे तिसरं परिमाण आहे त्याला विज्ञानाची मान्यता नसते. हे तिसरं परिमाण विज्ञान कधीच मान्य करत नाही. हे कार्य आहे प्रत्येक युगातल्या बुद्धांचं, योग्यांचं, गूढवाद्यांचं! ज्यांना खरोखरच प्रकृतीचा सुगंध जाणवलाय त्यांचं! या तिसऱ्या प्रकारातली माणसं ही 'अज्ञात प्रदेशाचे' साक्षीदार म्हणावे लागतील... यालाच शब्द आहे योगी, गूढवादी! एखादा तारा जसा विज्ञानाला आव्हान देत खुणावत असतो तसे!

विज्ञान हे सतत सृष्टीतली कोडी उलगडत राहतं आणि हे योगी ते उलगडणं उधळून लावत असतात. आणि सृष्टीतलं अद्‌भूत रहस्य ते परत परत झाकून टाकतात. सृष्टीच्या अमर्याद अशा वैभवशाली सुंदरतेत, विस्मयकारक विशालतेत, अपरंपार अशा वैभवशाली दिमाखात सृष्टीतलं गूढ रहस्य लपलं जातं. योगी मंडळींचं काम हे शास्त्रज्ञांच्या कामापेक्षा निराळं आहे. ते मेंदूविषयी किंवा मनाच्या संदर्भातलं काम नसून या दोन्हीच्या पलीकडे असलेल्या जगाचं रहस्य उकलण्याचं ते काम आहे.

ध्यानधारणा-चिंतन हा एकच मार्ग आहे मनाच्या पलीकडे जाण्याचा! अज्ञात प्रदेशात प्रवेश करण्याचा. 'या विश्वात अज्ञात असं काही आहे' असं विज्ञानाला अजिबात मान्य नसल्यामुळे मनुष्याच्या दृष्टीनं फारच नुकसानकारक आहे. कारण विश्वात अजून अज्ञात असं काही आहे जे बुद्धीच्या आकलनापलीकडचं आहे, असं जोपर्यंत तुम्ही मान्य करत नाही, तोपर्यंत ध्यान धारणा-चिंतन या गोष्टींना काहीच अर्थ नाही. बुद्धीच्या आवाक्यात न बसणारं, असं काही अज्ञात जे आहे, जे मेंदूच्या तिसऱ्या थराच्या संदर्भात आहे... त्याचा अर्थ लावणं म्हणजेच चिंतन, मनन, ध्यानधारणा!

पण अगदी सुरुवातीपासूनच या अज्ञात भागाला तुम्ही नाकारत असाल तर मात्र ध्यानधारणेचा मार्ग तुम्ही कधीच मान्य करू शकणार नाही.

आणि हाच तर विज्ञानाचा आंधळेपणा! किंवा दुसऱ्या भाषेत म्हणायचं झालं तर वैज्ञानिक अंधश्रद्धा! आत्तापर्यंत धर्मभोळ्या अंधश्रद्धेमुळे माणसाला फार फार भोगावं लागलेलं आहे आणि आता, वैज्ञानिक अंधश्रद्धेमुळेही त्याला भोगावं लागतंय... आणि या धार्मिक अंधश्रद्धेपासून, वैज्ञानिक अंधश्रद्धेपासून, राजकीय अंधश्रद्धेपासून मनुष्याला मुक्त करणं हेच माझं काम. त्याचं नाव काहीही असो, अंधश्रद्धा ती अंधश्रद्धाच!

खरं पाहता ध्यानधारणेला विरोध करण्यासारखं विज्ञानाजवळ कोणतंही कारण नाही, कोणताही पुरावा नाही किंवा कोणतंही प्रमाण नाही. पण तरीही ते सतत विरोध करतातच. त्यांचा विरोध हा पूर्णपणे अशास्त्रीय असा आहे. अगदी हास्यास्पद आहे... शास्त्रज्ञांना इतकी सुद्धा साधी गोष्ट लक्षात येत नाही की ध्यानधारणेला, चिंतनाला विरोध करणं किंवा काही गोष्टी माणसाला अज्ञात आहेत हे मान्य करणं म्हणजेच स्वत:लाच विरोध करणं आहे. ते म्हणतात, 'मी रोबोट आहे. जाणीव असलेलं असं काहीही माझ्यात नाही! मी एक उत्पादित वस्तू आहे.' ज्या क्षणी मनुष्य फक्त तीच तीच उत्पादित वस्तू बनून जाईल, तर मग नरभक्षक प्राणी किंवा राक्षस बनण्यात कोणतं नुकसान?

कारण संधी मिळेल तसं एकमेकांना खायचं हे सुद्धा या 'वस्तुरूपी' माणसात घडू शकेल.

माणूस स्वत:मधल्या उणिवा कधीही पहात नसतो. हे फार जुनंपुराणं मत झालं! पण हे मत फक्त माणसांनाच लागू नाही, तर माणसांनी निर्माण केलेल्या सर्वच गोष्टींना लागू आहे. उदाहरणार्थ धर्माच्या बाबतीत. कोणतेही धर्म स्वत:च्या दोषांकडे उघड्या डोळ्यांनी पाहू शकत नाहीत. जैन, बुद्ध, ज्यू इ.– अनेक धर्म फक्त दुसऱ्या मधले दोष दाखवू शकतात. स्वत:मधले नाही.

प्रत्येक धर्म हा दुसऱ्याच्या धर्मातले अगदी बारीक सुद्धा दोष दाखवू शकतो, पण स्वत:च्या धर्मातल्या मोठाल्या उणिवा ते पाहू शकत नाहीत. आपल्या स्वत:च्या दोषांपासून आपण सुटका करून घ्यायला बघत असतो.

या चुकीच्या धारणेमुळेच सगळे धर्म 'मनुष्यत्वा'च्या पातळीवर पराभूत झालेले आहेत. ते या पातळीवर काहीच करू शकले नाहीत. त्यांच्यात खरं पाहता प्रचंड सामर्थ्य असूनही केवळ अंधश्रद्धेपायी त्या सामर्थ्याचा ते उपयोग करू शकले नाहीत. ते सामर्थ्य त्यांनी वाया घालवलं. आपल्यातल्या अंधश्रद्धांना अजिबात धक्का लागू नये या प्रयत्नात त्यांच्याच कर्तृत्वशून्यता निर्माण झाली. फक्त बचावाची भूमिका सांभाळली गेली... हीच गोष्ट आता विज्ञानाच्या बाबतीत घडत आहे. अगदी तीच कथा! त्यांच्यामुळे रचनेतले दोष कोणी दाखवायला सुरुवात

केली की विज्ञानाचा भ्याडपणा सुरू होतो.

नवीन मनुष्य हा या दोन्ही गोष्टींपासून मुक्त असणार आहे. जुने-पुराणे धर्म आणि जुनी-पुराणी शास्त्रं! या दोन्हीपासून तो मोकळा असेल. आंधळ्या श्रद्धेनं आयुष्य जगण्याच्या दृष्टिकोनापासून तो मुक्त असेल. कोणत्याही पूर्वग्रह कलुषितपणापासून तो मोकळा असणार आहे. तो केव्हाही, कधीही कोणत्याही ज्ञानासाठी, माहितीसाठी उपलब्ध असेल.

धर्माचं विज्ञानाला सांगणं असतं, 'हे काही असं शक्य नाही... कारण ते बायबलमधे लिहिलेलं नाही.' पाश्चात्त्य जगात बायबलचा पगडा इतका आहे की बायबलमधे न लिहिलेलं घडणं कसं काय शक्य आहे? कारण धर्मग्रंथांपलीकडचा विचार करायची धार्मिक माणसांची तयारीच नाहीये. म्हणजे माणूस परत परत त्याच चक्रात!

या धार्मिक माणसांमुळे विज्ञानाला आत्तापर्यंत बऱ्याच अडचणींना तोंड द्यावं लागलेलं आहे. फक्त या शतकात थोडं थोडं विज्ञान त्यातून बाहेर पडतंय्. धर्माच्या या तुरुंगातून हळूहळू विज्ञानाची सुटका होतेय... पण एकीकडे शास्त्रज्ञ हे या धार्मिक तुरुंगातून बाहेर पडतात आणि दुसरीकडे स्वत:साठी तुरुंग निर्माण करतात. कारण एखादी गोष्ट त्यांच्या मूळ शास्त्रीय संशोधनाच्या विरोधी असेल किंवा त्यांच्या पायाभूत निष्कर्षाच्या विरोधी असेल तर खरं कारण यामागे कोणतं असेल याचा अजिबात विचार न करता शास्त्रज्ञ ती गोष्ट लगेच खोडून काढतात. कोणतीही पूर्ण चौकशी न करता त्याला विरोध करायला सुरुवात करतात. कारण शोधण्यासाठीची एकही संधी न देता ते विरोध करतात. हाच तो आडमुठेपणा, हाच तो ताठरपणा... धर्मापासून घेतलेला हाच तो पूर्वग्रहदूषित दृष्टिकोन!

रॉबर्ट ब्लाय हे वैज्ञानिक सिद्धांत लिहिणारे फक्त लेखक आहेत. पण विज्ञान म्हणजे सगळं काही नाही, याची त्यांना कल्पना नाही. आयुष्यात विज्ञानापेक्षा अजून बरंच काही आहे.

वैश्विक भावनेनं विशाल आणि मोकळ्या दृष्टीसह पारदर्शकतेसह आणि सहज उलगडता येण्यासारखं व्यक्तिमत्व राखून माणसानं तसं बनण्याची माझी इच्छा आहे. मग ते त्याच्या अनुकूल अशा विश्वासाच्या चौकटीत असो वा नसो. कदाचित ही पारदर्शकता त्याची विश्वासाची चौकट ढासळूनपण टाकेल. पण ते सत्याला धरून असेल तर नवमानव हा सत्याची कास धरणाराच असेल. इथे फक्त दोनच शक्यता दिसतात. एकतर तुम्ही सत्याची कास धरा नाहीतर सत्याला तुम्ही पाठीमागे सारा. आत्तापर्यंत तसंच घडत आलेलं आहे. धर्मांनी आत्तापर्यंत त्यांच्या 'मनाप्रमाणे' सत्याला दूर ढकलण्याचे प्रयत्न केलेले आहेत. त्यांच्याच आदर्शानुसार, त्यांच्याच पूर्वग्रहानुसार 'सत्याची' चौकट आखली गेली. आता विज्ञानसुद्धा तोच मूर्खपणा करतंय. विज्ञानानुसारच सर्व काही व्हावं हा अट्टहास आता आहेच!

पण आयुष्य हे धर्माच्या मर्यादेतही बसण्यासारखं नाही, तसंच विज्ञानाच्याही! जुन्या-पुराण्या माणसांनी धर्माची निर्मिती केली, आणि आधुनिक माणसानं विज्ञानाची निर्मिती केली. पण या दोन्हीपेक्षाही जीवन फार फार विशाल आहे. आणि भविष्यातही ते विशालच राहणार आहे. आणि आपण स्वत: कायम चुकत राहणारे आहोत हे मान्य करणं म्हणजेच नम्रपणा!

सत्याच्या अनुषंगानं हा नवमानव पूर्णपणे विनयशील असणार आहे. कोणत्याही पूर्वग्रहावर आधारित, किंवा धार्मिक कल्पनेवर आधारित तसंच वैज्ञानिक मतांवर आधारित त्याच्या निष्ठा कधीही अवलंबून असणार नाहीत.

जे सत्य आहे, यालाच त्याच्या निष्ठा, विशाल मनानं वाहिलेल्या राहणार आहेत. आत्तापर्यंत ज्याचा विचार केला, त्याच्याही पलीकडे काहीतरी सत्य आहे याची 'ज्या वेळी' त्याला जाणीव होईल, तेव्हा सर्व प्रकारचे पूर्वग्रह, अंधविश्वास, आत्तापर्यंत मनाशी धरलेली गृहितं, या सगळ्यांचा सहजपणे तो त्याग करेल. आणि अज्ञाताच्या प्रदेशात पाऊल टाकायला तो तयार होईल.

... अज्ञात असं जे काही आहे तो काही मनाचा एक भाग नाही. अज्ञात असं जे असतं ते तुमच्या अस्तित्वात असतं, तुमच्या जाणिवांमधे असतं, तुमच्या जीवनातल्या काही लपलेल्या जागांसाठी असतं.

जीवनाचा हा रस प्राशन करण्यासाठी ध्यानधारणेशिवाय पर्याय नाही. वसंतऋतूचा उल्हास हा तुमच्यामधेच आहे. तो मेंदूत नाही, मनामधे नाही, शरीरामधे नाही! तो कुठेतरी अतीव खोलवर असा, या विश्वाच्या पलीकडे, काळाच्याही पलीकडे आहे. या सगळ्या अंधश्रद्धांचा नाश करण्याचा मार्ग एकच! तो म्हणजे ध्यानधारणा. शिवाय ध्यानधारणेमुळे एक मोकळ्या विचारांचा माणूस निर्माण होतो.

प्रेम ऑस्कर, हा नवीन माणूस स्वत:च्या जगण्यासाठी विज्ञानाचा उपयोग करणार आहे. यापेक्षा वेगळा कुठला विज्ञानाचा उद्देश नाही. जास्त चांगलं अन्न, चांगलं तंत्रज्ञान, चांगली सामग्री आणि उत्तम औषधोपचार या गोष्टींची प्राप्ती त्यापासून होऊ शकते. आणि हा नवमानव यांचा उपयोग फक्त स्वत:च्या जगण्यासाठीच करेल!

सस्तन प्राण्यांची मनोधारणा ही सांस्कृतिक गोष्टींकडे जास्त आकर्षित असते. कला, चित्रकला, संगीत, नृत्य, नाटक यांपैकी कोणत्याही प्रकारानं तुमचं आयुष्य समृद्ध आणि सुशोभित होत असतं.

आणि हा नवीन मानव मात्र मेंदूच्या तिसऱ्या स्तराचा उपयोग करणारा असणार आहे, सत्याचे न दिसणारे पदर उलगडणं आणि सत्याच्या अज्ञात अशा जागा शोधणं हे या तिसऱ्या स्तराचं काम असेल.

माणसाच्या विचारप्रक्रियेचे, मनाचे हे झाले तीन भाग! पण नवीन माणूस एक चौथा भागसुद्धा उपयोगात आणणार आहे. तो चौथा भाग चिंतनाचा. ध्यानधारणेचा!

बुद्धीच्या पलीकडे असलेल्या गोष्टीत मिसळून जाऊन प्रकृतीच्या या विलक्षण चमत्काराकडे एक साक्षीदार म्हणून, शुद्ध निरीक्षक म्हणून पाहणं. हे तो ध्यानधारणेमुळे करू शकेल. कधीही न उलगडू शकणारं प्रकृतीचं गूढ तो पाहू शकेल. एवढंच काय? जसजसे तुम्ही खोल खोल जात राहाल तसतसं हे गूढ जास्त वाढत जाणारं आहे. दुसऱ्या शब्दात सांगायचं झालं तर जितकं जास्त ज्ञान मिळेल तितकी त्यातली गूढता वाढेल. तितकं अज्ञानाचं प्रमाण वाढेल. ज्या दिवशी सर्व काही समजलंय असं वाटेल, त्या दिवशी खरं पाहता काहीच समजलं नसेल!

□

प्रिय ओशो

कुठल्यातरी भीतीखाली मी जिवंत गाडला जातोय अशी भावना सध्या मला त्रास देतेय. आणि ही भीती लपवण्यासाठी एक गोष्ट मी सातत्यानं सध्या करतोय. ती म्हणजे कुणीतरी विशेष असं बनण्याची माझी प्रचंड धडपड चाललेली आहे. 'यापुढे खरं काय घडणार' हे जोपर्यंत मला कळत नाही, तोपर्यंत मी स्वत:पासून दूर दूर पळतोय. एका कृत्रिम मुखवट्याआड लपण्याची अजून मला का गरज वाटतेय? हा मुखवटा मला यातना आणि रितेपणाच देणार आहे हे मला चांगलं माहितेय. किंवा या माझ्या मुखवटा धारण करण्यामुळे मी प्रेमाचाही अनुभव घेऊ शकत नाही किंवा देऊ शकत नाही, हे सुद्धा मी जाणून आहे. एवढंच काय, तुमच्या पायाशी मी जेव्हा बसलेला असतो, आजूबाजूचे सगळे लोक मला प्रेम देण्यासाठी, मदत करण्यासाठी उत्सुक असतात, तरीही मी स्वत:ला लपवतच राहतो. प्रिय ओशो... कृपा करून माझ्यावरचं हे कृत्रिम आवरण दूर करा आणि मला उघडा करा... फाडून टाका आणि मला वेगळा करा.

देव व्दाभा, तुला वाटणारी भीती जी जवळजवळ प्रत्येक माणसात मुळापासूनच असते. आणि ती भीती वाटणं स्वाभाविक आहे. कारण रोज कुणा ना कुणाच्या मृत्यूच्या बातम्या आपण ऐकत असतो आणि आपल्याला जाणवत राहतं की, याच रांगेत आपणही आहोत म्हणून!

एखादा कुणी मेला की त्या रांगेबरोबर आपण पुढे पुढे सरकत राहतो... मृत्यूच्या आणखीन जवळ! लवकरच आपणही त्या खिडकीपाशी जाणार असतो. या जडजगतामधून बाहेर पडण्याचं तिकीट त्या खिडकीतून घेणार असतो.

एका कवीनं म्हटलंय ते खरंय. तो म्हणतो, 'कुणासाठी घंटेचे टोल पडलेत हे विचारण्यासाठी दुसऱ्या कोणाला पाठवू नका... कारण ते टोल कदाचित तुझ्यासाठीही असतील.' ख्रिश्चनांच्यात एक जुनी प्रथा आहे... की, जेव्हा एखादा मरतो तेव्हा आजूबाजूच्या लोकांना सूचना देण्यासाठी चर्चमधल्या घंटेचे टोल वाजवतात... जिथे कुठे असाल, बागेमधे, शेतामधे तिथून या... असं सांगण्याचा उद्देश असतो. त्यामागे भावना अशी असते की कोणी एक गेलेला आहे तेव्हा त्याला शेवटचा निरोप देण्यासाठी सर्वांनी जमावं! पण कवीनं मात्र अगदी बरोबर विधान केलेलं आहे. कवी म्हणतो, कुणाच्या मृत्यूचे टोल वाजतायत हे विचारूच नका... कारण ते तुझ्यासाठीच असणार आहेत. जेव्हा एखाद्याचा मृत्यू होतो तेव्हा तुम्हालाही आठवण दिली

जाते की नाही! तुम्हीही मर्त्य आहात. कधीतरी तुमच्यावरसुद्धा ही वेळ येणार आहे.

माणसाच्या मनातली ही अगदी मुळापासूनची भीती आहे. बाकी गोष्टींचं वाटणारं भय हे या मृत्यूच्या भीतीतून आलेलं असतं. कोणत्याही गोष्टीपासून वाटणाऱ्या भीतीचा खोलवर विचार केला तर जाणवतं की... याच्या मुळाशी मृत्यूची भीती आहे म्हणून!

तू म्हणतोस... 'मी या भीतीखाली जिवंत गाडला जातोय.' पण खरं सांगू? प्रत्येक माणूसच या अवस्थेतून जात असतो. पण तू सुदैवी आहेस. कारण तुला त्याची जाणीव होते आहे आणि तुझ्यापाशी ही जाणीव असल्यामुळेच तू यातून बाहेर पडण्याची बरीच शक्यता आहे. तुला जाणीवच नसती तर यातून बाहेर पडणं शक्यच नव्हतं.

तू म्हणतोस... या भयातून बाहेर पडण्यासाठी मी 'कुणीतरी विशेष माणूस' म्हणून बनण्याचा हिरीरीनं प्रयत्न करतो. मीच माझ्यापासून दूर दूर पळतो. तुला असं खरंच वाटतं का? की विशेष असलेली माणसं ही काहीतरी वेगळं वागतात म्हणून! अध्यक्ष, पंतप्रधान, राजे, राण्या ही सगळी 'मोठ्ठी' माणसं वेगळ्या नावेत असतात असं तुला वाटतं का? तू जर आसपास पाहिलंस तर कळेल की सगळ्यांचा प्रवास हा एकाच नावेतून चाललेला असतो. त्यातला प्रत्येक माणूस हा कोणीतरी 'विशेष' बनण्याच्या प्रयत्नात जीवन जगत असतो. यामागे आशा इतकीच असते की आपण 'विशेष माणूस' झालो, तर आयुष्य आपल्याला वेगळ्या तऱ्हेनं जगायला मिळेल. सामान्य माणसापेक्षा आपल्याला वेगळी वागणूक मिळेल. अर्थातच एखाद्या चांभाराला मिळणारी वागणुक काही राष्ट्राध्यक्षाला दिली जाणार नाही, हे निश्चित.

पण तरीसुद्धा हा चुकीचाच विचार आहे. जीवन हे कधीच कुणामधे फरक करत नाही... राष्ट्राध्यक्ष असो किंवा भंगी असो, पंतप्रधान असो किंवा चांभार असो... आयुष्याच्या दृष्टीनं विचार करता यात काही फरक पडत नाही. मृत्यू हा सर्वांचे दरवाजे सारख्याच दृष्टीनं ठोठावत असतो. म्हणूनच माझ्या म्हणण्याप्रमाणे मृत्यू हा जगातला एकमेव कम्युनिस्ट म्हणता येईल.

तुम्ही श्रीमंत असा किंवा भिकारी असा, शिक्षित असा वा अशिक्षित असा, तो कुणाचीच फिकीर करत नाही. तुम्ही असं नाही म्हणू शकत की, 'थांब बाबा! मी एवढा शिकलेला माणूस आहे. एखाद्या अशिक्षिताकडे जातोस तसा माझ्याकडे येऊ नकोस. थोडा थांब!' किंवा मी पोलीस कमिशनर आहे... तू असा वागू शकतच नाहीस. मला तू आगावू सूचना दे... मग मी बघेन... आणि हे पहा... मी घालून दिलेल्या नियमानुसार तुला वागावं लागेल..."

तर तुम्ही कोणीही असा... पोलीस कमिशनर असा किंवा रस्त्यावरचं बेवारशी कुत्रं, त्यानं काही फरक पडत नाही. मृत्यू हा येणारच, आणि प्रत्येकाला सारखेपणानं

त्याला सामोरं जावं लागणार.

पण आपल्या विचारांचा उद्देश असा की आपण कुणी विशेष असलो तर जसं काही प्रकृती त्याप्रमाणे वेगळा व्यवहार करणार. जास्त दयेनं, प्रेमळपणानं आपल्या पदरात झुकतं माप टाकणार. हे म्हणजे असं म्हणण्यासारखं आहे... 'अमुक अमुक माणूस नोबेल प्राईज घेतलेला आहे ना... ठिकाय... त्याचं आयुष्य जरा वाढवू या. हा मोठा चित्रकार आहे ना... तर मग अगदी इतरांसारखा त्याला मृत्यू नको द्यायला...'

प्रत्येकाच्या मनात ही एक सुप्त आशा असते... नकळत मनामधे असलेली आशा असते. नाहीतर प्रत्येकाची 'विशेष' बनण्याची धडपड कशाला असती? हा म्हणजे शुद्ध मूर्खपणा आणि असंमजसपणा आहे. जरासं मागे वळून पाहिलं तर लक्षात येईल की ज्यांच्या हातात प्रचंड सत्ता होती अशा हजारो राजे-राण्यांच्या बाबतीत काय घडलं? मृत्यूपुढे सगळे पूर्णत: शक्तिहीन असतात, सत्ताहीन असतात.

जैन धर्मग्रंथात एक सुंदर कथा आहे. भारतामधे अशी एक पुराणकथा आहे की, ज्या वेळी एखादा राजा जगज्जेता बनतो तेव्हा तो एका विशेष नावानं ओळखला जातो. तो चक्रवर्ती म्हणून ओळखला जातो. याचा शब्दश: अर्थ असा की, त्याच्या रथाची चाकं ही जगात कुठेही जाऊ शकतात. कुणीच त्याला अडवू शकत नाही. तो सर्वसत्ताधीश समजला जातो.

अशाच एका चक्रवर्ती राजाची ही कथा आहे. पुराणकथेमधे सांगितल्याप्रमाणे तो राजा चक्रवर्ती असल्यामुळे स्वर्गात त्याला विशिष्ट वागणूक मिळणार असते. कथेमधे असल्याप्रमाणे स्वर्गामधे एक सोन्याचा पर्वत आहे. हा 'सुमेरू' नावानं ओळखला जाणारा सोन्याचा पर्वत इतका विशाल आहे, महाप्रचंड आहे की, त्यापुढे हिमालय म्हणजे एक छोटं खेळणंच! तर, या पर्वताची कथा अशी की, फक्त 'चक्रवर्ती' म्हणून असलेल्या राजांनाच या सोन्याच्या पर्वतावर आपलं नाव चिन्हांकित करण्याचे विशेष अधिकार दिले गेले होते.

म्हणून हा चक्रवर्ती राजा जेव्हा मृत्यू पावला, तेव्हा आनंदानं विलक्षण उत्तेजित झाला... कारण त्या सोन्याच्या पर्वतावर आपल्या नावाची खूण ठेवण्याचे विशेष अधिकार फक्त त्यालाच होते. इतर कोणत्याही माणसांना नव्हते. पण त्यानं विचार केला की, तिथं जाऊन स्वत:चं नाव नोंदल्यानंतर ते एकट्यानं पाहण्यात काय मजा? म्हणून त्यानं ठरवलं की, सगळ्या दरबारातले मान्यवर, त्याच्या सगळ्या राण्या, मित्रपरिवार या सर्वांनी आत्महत्या करायची आणि त्याच्या संपूर्ण घराण्यात कोणीही केलं नसेल असं, सोन्याच्या पर्वतावर त्यानं नाव नोंदण्याचं काम पहायला तिथं जायचं आणि त्या अमूल्य क्षणाचं साक्षीदार व्हायचं. कारण एकट्यानं हा मौल्यवान क्षण कसा काय अनुभवायचा?

हा राजा पक्का दिखावा करणारा असणार.

अर्थातच त्याच्या आज्ञेप्रमाणे त्याच्या दरबारातल्या सगळ्या अधिकाऱ्यांनी, त्याच्या राण्यांनी, मित्रांनी त्याच्या मृत्यूनंतर लगेचच आत्महत्या केल्या आणि सगळे जण एकदम वरती स्वर्गाच्या दारात येऊन उभे राहिले. दारावरच्या रखवालदारानं सगळ्यांना आत जाण्यासाठी मनाई केली आणि म्हणाला, 'पहिल्यांदा फक्त चक्रवर्ती राजाच एकटा आत जाईल आणि आपलं नाव त्या सोन्याच्या पर्वतावर लिहील.'

सर्व मंडळी म्हणू लागली, 'एका छोट्या कारणासाठी आम्ही आपले जीव गमावले आहेत. आमच्या समोर आमच्या राजानं आपलं नाव त्या पर्वतावर लिहावं अशी आमची इच्छा आहे. त्याच्या राण्या इथे आहेत, दरबारातले सारे मुत्सद्दी, मंत्री इथं जमलेत. केवळ आमच्या राजाला सोन्याच्या पर्वतावर नाव रेखण्याचा मिळत असलेला सन्मान पाहण्यासाठी आम्ही आमच्या जीवाचा त्याग केलाय. तुम्ही आम्हाला अडवू शकत नाही!'

पण रखवालदार काही ऐकेना. तो म्हणाला, 'क्षमा करा. पण शेकडो वर्षं मी या पदावर काम करतोय. त्यापूर्वी माझे पिताजी, आणि त्यापूर्वी माझे आजोबा हेच काम करत होते. काळाच्या सुरुवातीपासून आमचे पूर्वज इथं काम करतायत. मोठ्या माणसांकडून मी असं ऐकलंय की कोणत्याही चक्रवर्ती राजाला इतर मंडळींच्या देखत त्या पर्वताकडे पाठवू नकोस. कारण तसं केलं तर फार भयंकर रीतीनं त्या राजाला पश्चात्तापाला सामोरं जावं लागेल.' सगळेच चक्रवर्ती राजे असा तुझ्यासारखा आग्रह धरतात. आणि आपली सगळी पलटण घेऊन येतात. असा आग्रह धरणारा तू काही पहिला नाहीस... मी तुला फक्त आठवण करून देतो... कारण हे सर्वजण तुझ्याबरोबर त्या पर्वताकडे गेले तर तुला पश्चात्ताप होईल... तुझ्याजवळ वेळ आहे विचार करायला. तेव्हा परत एकदा विचार कर... या मंडळींना आत सोडण्यासाठी मला काही अडचण नाही. तू नवीन आहेस. आतमधे कोणत्या अनुभवाला सामोरं जावं लागणार आहे हे तुला माहीत नाही. अनेक चक्रवर्ती आत्तापर्यंत आलेत आणि गेलेत. पण नंतर त्यांनी मला धन्यवाद दिलेत... ते त्या वेळी म्हणालेत... 'सर्वांना आत न सोडता तू मला एकट्याला आत जायची परवानगी दिलीस... याबद्दल खरोखरच तुला धन्यवाद.'

आताचा चक्रवर्ती राज विचारात पडला... 'काय करावं? हा रखवालदार तर प्रामाणिक दिसतोय. खरं बोलताना दिसतोय. आतमधे खरं काय घडणार आहे हे मला तरी कुठे माहितेय? खरं म्हणजे माझ्याबरोबरची ही सारी मंडळी आत गेली तर फारसा फरक पडणार नाही. पण माहीत नाही काय घडेल ते! तेव्हा या रखवालदाराचं म्हणणं ऐकलंच पाहिजे.'

त्यानं निर्णय घेतला आणि सगळ्यांना दाराजवळ थांबवलं आणि स्वत: एकटाच आत गेला. स्वत:चं नाव कोरण्यासाठी रखवालदाराकडून हत्यार घेतलं

आणि तो चालू लागला. पर्वताजवळ गेल्यानंतर पाहिलं तर विश्वास बसेना. वा! केवढं हे सौंदर्य! सगळीकडे सोनंच सोनं. पर्वत इतका उंच होता की हिमालय त्यापुढे खेळणंच! नाव लिहिण्यासाठी तो पर्वताजवळ पोचला आणि आश्चर्यचकित झाला. कारण स्वत:चं नाव लिहायला एक इंचही जागा त्याला मिळेना... सगळा पर्वत नावांनी भरून गेला होता. कारण आपण इथं असतो ते अमर असतो. आणि आत्तापर्यंत लक्षावधी चक्रवर्ती राजे मृत्यू पावले आहेत. तो विचारात पडला... 'मी तर विशेष माणूस... पण या एवढ्या मोठ्या पर्वतावर एवढीशीसुद्धा जागा मिळू नये!' सर्व बाजूनं तो फिरत राहिला. पण जागा मिळेना... तेवढ्यात आणखीन एक माणूस त्याला दिसला, तो होता पर्वताची देखभाल करणारा माणूस! तो माणूस या चक्रवर्तीला म्हणाला, 'तू कितीही वेळ खर्च केलास तरी तुला कुठलीही रिकामी जागा सापडणार नाही. सगळ्या जागा भरून गेल्या आहेत...'

चक्रवर्ती राजानं विचारलं, 'मग मी कुठे लिहू?'

तो माणूस उत्तरला, 'शेकडो वर्षं मी इथं काम करतोय. माझे वडील, माझे पूर्वज, सगळेजण इथे काम करत होते. त्यांच्याकडूनही मी हेच ऐकलंय की कोणताही चक्रवर्ती राजा इथं आला की त्याला नाव लिहायला जागा मिळत नाही. तेव्हा एकच मार्ग सांगितला जातो तो म्हणजे... एखादं कोणतं तरी नाव पुसून टाकायचं आणि आपलं स्वत:चं नाव तिथं लिहायचं! बस्स! आणि आपण कुणीतरी 'विशेष' आहोत हे विसरून जायचं! हे विश्व तर विशाल आहे. म्हणून तर दारावरच्या रखवालदारानं तुझ्याबरोबरच्या पलटणीला आत येण्यासाठी मज्जाव केला. नाहीतर त्या सर्वांसमोर तुझा सगळा ताठा गळून पडला असता... अजूनही एखाद्याचं नाव तू पुसू शकतोस... मी करतो तुला मदत...'

या संभाषणानंतर चक्रवर्ती राजाचा सगळा आनंद क्षणात मावळला. सगळा उत्साह मावळला. तो त्या देखभाल करणाऱ्या माणसाला म्हणाला, 'म्हणजे असंच ना? की उद्या कोणीतरी इथे येणार आणि माझं नाव पुसून स्वत:चं लिहिणार!'

तो माणूस उत्तरला, 'अर्थातच! कारण दुसरा मार्गच नाही. कारण दुसरी जागा शिल्लकच नाहीये. आणि असा दुसरा पर्वत तयार करणंही शक्य नाही. कारण सगळंच्या सगळं सोनं याच पर्वतासाठी वापरलं गेलंय. तेव्हा एखादं नाव पुसून टाक आणि लिही तुझं नावं तिथं! आणि परत दाराजवळ जाऊन तुझ्या मंडळींजवळ सरळ सरळ फुशारकी मार. कुणालासुद्धा खरं काय ते कळणार नाही. कारण मीसुद्धा कोणाला खरं काय ते सांगणार नाही... आणि म्हणूनच दारावरचा रखवालदार तुझ्या मंडळींसमोर काही स्पष्ट सांगत नव्हता... समजलं? जा... सर्वांना जाऊन सांग की सगळा पर्वत रिकामा होता म्हणून! जा... जा... मी नाही कोणाला काही सांगणार!'

... पण राजा सचोटीनं वागणारा होता. सत्यप्रिय होता. तो म्हणाला, 'हे असं

मी कधीच करणार नाही. मी कुणाचंही नाव पुसणार नाही आणि माझं नाव तिथं लिहिणार नाही... हा तर मूर्खपणाच आहे!'

तो तिथून निघाला आणि दरवाज्याजवळ आला. दरवाज्याजवळ रखवालदाराला म्हणाला, 'तू फार चांगलं काम केलंस. म्हणून तुला मी धन्यवाद देतो. आणि 'तुला' हे धन्यवाद मी का देतोय हे माझ्या मंडळींना सांगतो. आता सगळ्या जगात ही बातमी मी सांगणार आहे. कारण अनेक मंडळींनी आत्तापर्यंत आत्महत्या केल्या आहेत. त्यांना परत जन्म मिळालाच पाहिजे. ते स्वर्गात राहता कामा नयेत...'

सगळ्या जगात मी असा संदेश पाठवीन की, जग जिंकण्याची आकांक्षा धरून विनाकारण आयुष्य वाया घालवू नका. सोन्याच्या पर्वतावर नाव नोंदण्यासाठी जग जिंकण्याची मनीषा ठेवू नका. कारण पर्वतावर जागाच नाही. आधी एखाद्याचं नाव पुसायचं आणि नंतर स्वतःचं नाव तिथं लिहायचं हा मूर्खपणाचा मामला इथं करावा लागतो. उद्या तुमचंही नाव पुसलं जाऊ शकतं. हे सगळं कृत्य निंदनीय आहे. मला तर हे सारं पाहून धक्काच बसलाय. पण एवढं मात्र खरं की एका फार मोठ्या सत्याची जाणीव मला झाली... ती म्हणजे इथे कोणीही 'विशेष' असत नाही. कारण तुम्ही 'विशेष' असा किंवा त्यापेक्षा सर्वसाधारण असा, प्रकृतीच्या दृष्टीनं सगळे सारखेच!

तुम्हाला वाटत असलेल्या भीतीमुळे तुम्ही विशेष बनण्याची धडपड करता. पण परिस्थितीमधे काहीच फरक पडत नाही. सगळी शक्ती 'विशेष' बनण्यात खर्च करण्यापेक्षा ती स्वतःचा शोध लावण्यात खर्च कर. तू 'तुझा' बन. कारण 'विशेष' बनण्याच्या प्रयत्नात तू स्वतःपासून जास्त जास्त दूर पळतोयस.

पण या सर्व गोष्टींची तुला जाणीव आहे हे फार चांगलं! तुझ्या आत्म्याला मृत्यू नाही, तो अमर आहे या सत्यापासूनपण तू दूर पळतोयस.

जेव्हा तुझ्या आत्म्याच्या अमरत्वाची ओळख तुला पटेल तेव्हा मृत्यूची भीती कुठल्याकुठे पळून जाईल. हवेमधे त्याची वाफ होऊन जाईल. पण 'कुणीतरी विशेष' बनण्याचा हट्ट सोडून दिलास तरच!

एकदा धार्मिक प्रवचनांच्या संदर्भात तास चालला होता... शिक्षकांनी वर्गात विचारलं, 'मेल्यानंतर स्वर्गामधे जायची कुणाची इच्छा आहे?' सगळ्यांनी हात वर केले... फक्त हिमीनं केले नाहीत. शिक्षकांनी त्याला कारण विचारलं, त्यानं उत्तर दिलं 'माझे वडील नेहमी म्हणतात... धंदा गेला नरकात! आणि मला तर धंदा जिथे असेल तिथेच जायला आवडेल... स्वर्गात जाऊन मी काय करू...'

तुमची भीती किंवा स्वतःबद्दलच्या चुकीच्या समजुतीचं वेड कुठल्यातरी गोष्टीमुळे कमी होईल या आशेनं तुम्ही स्वतःपासून दूर पळाल... पण होईल काय? तर जसं जसं दूर जाल तसतशी आणखीन भीती, आणखीन मनाचं वेड वाढणं, मृत्यूची आणखीन प्रचंड भीती वाटणं हेच होणार! यापेक्षा तुम्ही स्वतःमधे प्रवेश करून

तुमचं खरंखुरं अस्तित्व शोधणं हे सर्वांत उत्तम आहे...

हे तर साधं तत्त्वं आहे... साधं गणित आहे.

आजूबाजूला इतरत्र शोध घेण्यापूर्वी स्वत:मधे डोकावून पहा... कारण जग विशाल आहे. तिथं शोध घेताना हरवून जाल. तेव्हा, पहिल्यांदा स्वत:मधे पहा. ज्याचा शोध तू घेतोयूस ते कदाचित तुला तिथेच- तुझ्यामधेच सापडेल. जगातल्या सगळ्या आत्मज्ञान झालेल्या माणसांनी खात्रीपूर्वक याची हमी दिलीय की, ते तिथेच आहे म्हणून! कोणताही त्याला अपवाद नाही. आणि कोणत्याही अपवादाशिवाय असलेलं हेच एक शास्त्रीय सत्य आहे. जितका मागे मागे जाऊ शकशील तितकं ते तिथंच स्थिर असलेलं आढळेल.

ज्या साक्षात्कारी व्यक्तींना स्वत:चा शोध लागलेला आहे, त्या सर्वांनीच हे कंठरवानं सांगितलेलं तुला दिसेल की, आम्ही अमर्त्य आहोत, आम्हाला मृत्यू नाही. जीवनाला शेवट नाही...

तेव्हा... काय करशील?... तर 'आत'मधे प्रवेश कर.

तुझ्या 'शाश्वततेची' एखादी झुळूक जरी तुला जाणवली तरी, एखाद्या दु:स्वप्नातून जागं झाल्यासारखं वाटेल. सगळं भय नष्ट होईल. त्या भयाऐवजी शुद्ध सात्विक आनंद तिथं असल्याची प्रचीती येईल. जसा काही शाश्वत सुखाच्या सुगंधित फुलांचा अखंड वर्षावच!

□

प्रिय ओशो

काही काही वेळा माझ्यातली शक्ती जास्त प्रमाणात काम करायला लागते. त्या क्षणी मी विचार करते की, मी उत्साहानं ओसंडून वाहून जाईन... ही शक्ती वेगवेगळ्या प्रकारातून माझ्यामधे काम करते... जसं एका क्षणी मी अत्यानंदात अगदी रोमांचकारी अनुभव घेते, तसंच अगदी उन्मादवायू झाल्यासारखी अवस्था होते. पण दुसऱ्याच क्षणी संपूर्ण अपंगत्व आल्यासारखी भावना होते. क्षणोक्षणी बदलत असणाऱ्या या नाटकाचं मला व्यसन लागल्यासारखं झालंय. जेवणाच्या वेळेपर्यंत तर या अशा भावनांच्या उद्रेकानं जवळजवळ थंड पडायची पाळी येते. तेव्हा ही वेड्यासारखी असणारी शक्ती कोणत्या मार्गानं मी वापरू की ज्या योगे ती माझा आनंद घेण्याऐवजी मी तिच्यापासून आनंद घेऊ शकेन?

प्रेमदीपा, एकदा एक माणूस विमानातून फेरी मारत होता. दुर्दैवानं तो विमानातून पडला... पण सुदैवानं त्यानं पॅरॅशूट घातलेलं होतं. दुर्दैवानं, पॅरॅशूट नीट बांधलं गेलं नसल्यानं ते उघडू शकलं नाही. सुदैवानं, खालच्या शेतात एक गवताची गंजी होती. पण दुर्दैवानं, त्या गंजीतल्या अणकुचीदार गवताच्या काड्या सरळ बाहेर आलेल्या होत्या. सुदैवानं, तो त्या काड्यांपासून वाचला, आणि दुर्दैवानं, त्यानं ती गवताची गंजीही चुकवली!

तर असं असतं जीवन. तेव्हा फार काही काळजी करण्याचं कारण नाही. तेव्हा जो काही उत्साह तुझ्यात असेल त्याचा आनंद उपभोगून घे. कधी तो अनुभव सुदैवी असेल, कधी दुर्दैवी असेल. जो काही असेल तो स्वीकारण्याची तयारी ठेव. प्रत्येक अनुभव हा सुदैवीच असावा असं वाटत असेल, तर मात्र हे फारच होईल. तुम्ही फारच अपेक्षा ठेवता असं होईल. या रोज बदलत्या जगात हे कधीच शक्य नाही

प्रत्येक गोष्टीला चढउतार असतो. जेव्हा तुम्ही चढावरच्या मार्गावर असता, तेव्हा आनंदानं जगा. जेव्हा उताराचे दिवस असतात तेव्हा विश्रांती घ्या आणि वाट पहा. तसं केलंत तरच तुम्ही परत जोमानं चढावर जाऊ शकाल. म्हणून उतारावरचे दिवस हे विश्रांतीचे दिवस असायला पाहिजेत आणि चढावरचे दिवस हे आनंदानं नाचायचे दिवस असले पाहिजेत.

आणि हे तर नैसर्गिक आहे. नाहीतर आयुष्याला तोचतोचपणा येईल. हे सुखान्त-शोकान्त नाटक... एका क्षणी दु:खदायक, एका क्षणी आनंददायक... तर माणसाचं जीवन या अशा नाट्यपूर्ण घटनांमुळेच मधुर आणि मसालेदार बनत असतं. तेव्हा प्रेमदीपा, मला तरी यामधे काही अडचण वाटत नाही.

तू म्हणतेस... या शक्तीमुळे काही क्षणी मी प्रचंड उत्साहात असते. असं वाटतं, कदाचित या प्रक्रियेमधे मी ओसंडून वाहून जाईन.

हे पहा... तू फक्त विचार करतेस... पण मी अशीही माणसं पाहिली आहेत की, जी ओसंडून वाहून जातात. ती परत मूळ स्वरूपात येऊ शकतात... खरं पाहता हे ओसंडून वाहून जाणं म्हणजे दुर्दैव... पण परत मूळ पदावर येणं हे सुदैव म्हणावं लागेल. आणि तरीसुद्धा तू फक्त विचारच करतेस. अजूनही तुला वाटतं, आपण फारच अडचणीत आहोत.

'ही शक्ती वेगवेगळ्या मार्गानं कार्यरत होते!' ... फारच छान. 'एका क्षणी खूप उत्तेजित आणि उन्मादी अनुभव येतो आणि दुसऱ्या क्षणी मनाला पूर्णपणे अपंगत्व आल्याची भावना निर्माण होते!... उत्तम!'

हे सारखं बदलत असणारं नाटक म्हणजे माझं जवळजवळ व्यसन झालंय. या कारणामुळे, प्रचंड थकव्यानं जेवणाच्या वेळेपर्यंत मी जवळजवळ थंड पडायची वेळ येते. 'ही अशी वेडगळ शक्ती मी कोणत्या पद्धतीनं वापरू की ज्यामुळे ती माझा ताबा घेण्याऐवजी मी तिच्यातून आनंद घेऊ शकेन?' – या तुझ्या सगळ्या प्रश्नांबाबत मी एवढंच सांगेन की प्रत्येक वेळी फक्त.. 'फारच छान' असं म्हण... असं म्हणण्यानं ती तुझा ताबा घेण्याऐवजी तूच तिच्यातून आनंद घेऊ शकशील. हे एक साधं-सुधं रहस्य आहे... फक्त 'फारच छान' असं म्हणायचं. इतर मंडळी हे सारं ऐकतायत् याचीही चिंता करायची नाही. कारण तुझ्या अंतरंगात काय चाललंय याची त्यांना कदाचित कल्पना येणार नाही.

परंतु इथला हा समूह... ध्यानधारणेच्या मार्गावरचे सहाध्यायी ही सगळी वेडी लोकं आहेत. त्यामुळे त्यांना चांगलं माहितेय की इथं कोणत्या ना कोणत्या प्रकारची वेडी मंडळी असतातच. या स्त्रीच्या अंतरंगात निश्चितच कोणतीतरी मोठी उलथापालथ घडत असणार... त्यामुळे ती आपला आनंद फार काळ साठवू शकत नाहीये. आणि म्हणून ती अशी ओरडतेय 'फारच छान'... या गोष्टीची जाणीव इतरांना असणारच.

आणि तू डोलायला लागशील. बाकीची मंडळी तुझं डोलणं पाहून विचार करतील... अरेच्च्या यात काहीतरी निश्चित अर्थ आहे! आपणच मग मागे का राहायचं? तुला दिसतं, इतर सगळेच डोलायला लागलेले असतात... आणि ओरडत राहतात... ग्रेट! इतर कोणाची फिकीर करायचं कारणच नाही. इथं प्रत्येक

माणूस प्रत्येकाला ओळखतो. सगळेजण एका वेगळ्या तऱ्हेच्या वेडात आनंद घेतायृत. त्यामुळे तुला कोणीच नावं ठेवणार नाही. जर तसं झालं तर मात्र सांग! मी तरी इथं कशासाठी आहे?

ठीक आहे, मनीषा?

होय, ओशो.

□□□

सत्र : दहा

गतायुष्यातल्या स्मृती या कायम राहतात हे अनेक वेळा सिद्ध झालेलं आहे. त्या स्मृती म्हणजे पुन्हा अवतार घेण्याविषयी किंवा पुनर्जन्माचं तत्त्व म्हणून बनतं! ही काही फक्त धार्मिक भावना नाही, तर ती एक शास्त्रीय वास्तविकता आहे.

देजायू : भूतकाळाचा एक छोटासा तुकडा!

प्रेम अन्ना, प्रश्न खूप साधा आहे आणि स्वाभाविक आहे. पण उत्तर देणं अवघड आहे... मी कोण आहे? हा प्रश्न हजारो वर्षं विचारला जातोय आणि स्वत:चा शोध घेण्यासाठी हजारो लोकांना त्याचा उपयोग होतोय. पण अजूनही उत्तर सापडलेलं नाही. कारण एखाद्याचं अस्तित्व ही फार गूढ गोष्ट आहे. तू प्रश्न विचारू शकतेस. ती गूढता अनुभवू शकतेस, पण तरीही उत्तर मिळणं शक्य नसतं. कारण उत्तर मिळणं म्हणजेच गूढता नष्ट होणं!

गूढता उकलण्याचा एक मार्ग म्हणजे उत्तर शोधणं. तुम्ही माझं अस्तित्व अनुभवू शकता. माझ्या आनंदात सहभागी होऊ शकता... माझ्या गाण्याबरोबर तुम्ही तृप्त होऊ शकता... आनंदानं नाचू शकता! पण या सर्व गोष्टींमुळे गूढता आणखीन वाढायला लागते. ही काही उत्तरं नव्हेत. पण जेव्हा तुम्ही स्वत:ला ओळखाल त्या वेळीच तुम्हाला उत्तर समजेल. स्वत:ची ओळख होणं हे शक्य आहे. पण ते शब्दात मांडणं कठीण आहे.

या काही निसर्गातल्या दृश्य गोष्टी नाहीत की ज्यांची पद्धतशीर उत्तरं देता येतात. या तुमच्या अंतरात्म्यातल्या गोष्टी आहेत. त्या गूढच आहेत आणि त्या तशाच रहाणार. एवढंच काय, जितकं जितकं तुम्ही स्वत:च्या आत आत खोलवर डोकावायला जाल तितकं आश्चर्य वाढेल, पण माहिती काहीच मिळणार नाही. तिथलं रहस्य उलगडणार नाही. तिथल्या प्रगाढ शांतीमुळे, जादूमय अनुभवानं, तिथल्या

प्रिय ओशो

तुम्ही कोण आहात? जेव्हा मी स्वत:ला ओळखते तेव्हाच मला उत्तर तिथं सापडतं. अजूनपर्यंत जे काही मला लाभलंय ते खूपच आहे. तुमच्या पायाशी बसणं हा माझ्या आयुष्यातला आत्यंतिक सुखाचा भाग आहे. एकाएकी मला जाणवतं की, प्रकृती माझे फारच लाड करतेय. या सर्वांची ओळख पटणं हा खरोखर किती खोलवरचा, अगदी मनाच्या गाभ्यातला आनंद आहे? तुमच्या बागेमधे मी नाचते. खरं पाहता हा माझा 'प्रश्न' नाहीच! तर हे माझं हृदयाचं गाणं आहे. खरंच प्रिय स्वामी, तुम्ही कोण आहात? आश्चर्यानं माझे डोळे वाहतायत.

भव्यतेमुळे मोहात पडून तुम्हाला स्तब्धता येईल. कधीही कल्पनेत नसलेलं सौंदर्य तिथं पाहायला मिळेल... पण... पण या सर्वांचं वर्णन करायला तुम्ही शब्द गोळा करू शकणार नाहीत. ते शक्यच होणार नाही.

'प्रश्न' तर महत्त्वाचाच आहे. कारण तो म्हणजे दुसरं-तिसरं काही नसून हा फक्त 'शोध' आहे. प्रश्न हा नेहमी तुम्हाला 'तुमच्या' 'स्व' जवळ जास्त जास्त नेण्याचा प्रयत्न करतो, या आशेनं की तिथं तुम्हाला उत्तर भेटेल... तुमचं अस्तित्व सापडेल... तुमची ओळख तिथं होईल... पण तुम्हाला उत्तर मिळत नाही. एवढंच काय, पण या प्रश्नाला मुळातच उत्तर नाही याचा मात्र तुम्हाला शोध लागतो.

या शतकातला एक मोठा आत्मसाक्षात्कारी 'पुरुष' रमण महर्षी... यांच्याजवळ काय होतं?... तर फक्त चिंतन! ध्यानधारणा होती. ते अशिक्षित होते. वयाच्या सतराव्या वर्षी त्यांनी घर सोडलं होतं. त्यांची आई किंवा वडील कोणीतरी त्यांच्यापैकी मृत्यू पावलं. त्यांना त्याचा इतका धक्का बसला की सगळं जग अर्थशून्य वाटायला लागलं. अंत्यसंस्काराला जाण्याऐवजी घरातून ते निघून गेले आणि पर्वतावर जाऊन बसले. मृत्यू असा कधीतरी तुम्हाला जागं करतो... ते सावध झाले. 'मृत्यू येण्यापूर्वी माझी मला ओळख पटलीच पाहिजे... माझा मला शोध लागलाच पाहिजे.' या विचारांनी त्यांना पछाडून टाकलं. खरं म्हणजे त्या वेळी ते एक अशिक्षित मुलगा होते. त्यांना धर्मग्रंथ माहीत नव्हते, ध्यानधारणेची प्रक्रिया माहीत नव्हती. ते टेकडीवर बसले आणि निष्पाप मनानं त्यांनी स्वत:ला एकच प्रश्न केला... मी कोण आहे? आणि याचं उत्तर त्यांना मृत्यू येण्यापूर्वीच हवं होतं... स्वत:चा शोध पूर्ण झाल्याशिवाय मृत्यू येता कामा नये हा अट्टहास होता. 'मी कोण आहे?'... हा प्रश्न मुळी त्यांच्या आयुष्याचा एकमेव उद्देश बनला. अंतिम ध्येय बनलं.

सुरुवाती सुरुवातीला मनामधे फक्त प्रश्नच होता. हळूहळू रक्तामधे, हाडांमधे, अस्थींमधे, शरीराच्या तंतू-तंतूमधे तीक्ष्णपणे तो भिनायला लागला. आणि एक क्षण असा आला की, त्या क्षणी मूळ प्रश्न नाहीसा झाला. त्यांचं संपूर्ण अस्तित्व मुळी 'तहानलेलं' झालं... एक 'तहान'... एक 'शोध' म्हणून तो प्रश्न शिल्लक राहिला. एवढंच काय, पण शब्दांच्या पलीकडे, भाषेच्या पलीकडे त्या प्रश्नाचं स्वरूप गेलं आणि 'मी कोण आहे?' हे विचारणं शिल्लकच राहिलं नाही. त्यांचं संपूर्ण अस्तित्वच मुळी एक प्रश्न बनलं... एका बुद्धीचा भाग म्हणून तो राहिला नाहीच. अवघ्या विश्वाचा तो अनुभव बनला...

आणि एक दिवस असा उगवला... प्रश्नाचे ढग विरून गेले आणि स्व-स्वरूपाचं अंतिम वैभवशाली दर्शन त्यांना घडलं. जगामधे अमाप लोकप्रियता त्यांना मिळाली. जगभरातून असंख्य लोक येऊन त्यांच्या विचारांचा अनुभव घेऊ लागले. ते काही उत्तम वक्ते असे नव्हते. किंवा तसं शैक्षणिक ज्ञानही त्यांच्याजवळ

नव्हतं. ते फक्त एकच गोष्ट सांगायचे, 'फक्त शांतपणे माझ्या जवळ बसा आणि प्रश्न करा, मी कोण आहे... विचारत रहा, विचारत रहा!... आपोआपच असा क्षण येईल की, त्यातले शब्द अदृश्य होतील आणि प्रश्नच फक्त शिल्लक राहील. फक्त जिज्ञासा... जाणून घेण्याची प्रचंड जिज्ञासाच शिल्लक राहील. अर्थातच ही जिज्ञासा जेव्हा आंत्यतिक खोलवर प्रवेश करते, तेव्हा तुम्ही फक्त एवढंच सांगू शकता की, ही तहान तुमच्या शरीरातल्या अगदी नसानसांची तहान बनलेली आहे. उघडच विस्फोट हा ठरलेलाच असणार आहे.

प्रश्न संपतो पण उत्तरही सापडू शकत नाही. कारण प्रश्न संपतात तेव्हाच तुम्ही स्वत:च उत्तर बनलेले असता. सुरवातीला तुम्ही प्रश्न बनला होतात. आता तुम्ही स्वत:च उत्तर बनला आहात. पण तोंडी उत्तरही सापडलेलं नाही... तुम्ही सध्या तात्त्विक निष्कर्षापर्यंतही येऊ शकत नाहीत की मी अमुक अ आहे किंवा ब आहे किंवा क आहे... असं तुम्ही ठामपणे मांडू शकत नाही. खरं म्हणजे तू कोण आहेस हे तू जाणतोस, पण तुझी ही माहिती भाषेमधे मांडायला असमर्थ आहेस. तू कृतज्ञतेपोटी नाचायला लागशील, गायला लागशील, अतीव सुखाच्या शोधानं तू आनंदाचा लाभ घेऊ शकशील.

इतर मंडळी जेव्हा अंधारात चाचपडत राहतील तेव्हा तुझं आकाश मात्र निरभ्र असणार आहे आणि मुक्तपणे तू मोकळ्या वातावरणात विहार करणार आहेस. हे सारं म्हणजे तुझ्या अस्तित्वाची परीक्षा घेणं आहे. तुझ्या अस्तित्वाकडे पाहणं आहे, ऐकणं आहे, तुझ्या अस्तित्वाचा सुगंध घेणं आहे. पण हे सगळं शब्दात व्यक्त करणं शक्य नाही.

प्रेम... तू म्हणतोस... 'तुम्ही कोण आहात?' माझा शोध मला लागतो तिथे कुठेतरी मला उत्तर सापडतं. प्रेम अन्ना... नाही, तिथे कुठेही उत्तर नसतं. तुला जेव्हा स्व-स्वरूपाची ओळख पटेल तेव्हा मूळ प्रश्नाबाबत तुलाही हसू येईल. तू तिथं जरूर असशील, तुझी सगळी तन्मयता तिथं असेल. पण उत्तर नक्कीच असणार नाही.

ही प्रश्नोत्तराची गोष्ट नाहीच. कुठलंही उत्तर तुला समाधान देऊ शकणार नाही. धार्मिक ग्रंथ, तत्त्वज्ञानाचे ग्रंथ, वेदांताचे ग्रंथ तू वाचू शकशील, पद्धतशीरपणे मांडली गेलेली उत्तरं वाचू शकशील, पण यांपैकी कोणत्याच गोष्टीनं तुझं समाधान होणार नाही... फक्त 'पाणी' या शब्दानं जशी तहान भागू शकत नाही तसंच! एकवेळ शास्त्रशुद्ध विचारांनी तुम्ही 'पाणी' या शब्दाला पर्यायी शब्द वापरू शकाल, H_2O हा शब्द वापरू शकाल, पण हे शब्दातले बदल तुमची तहान भागवण्यासाठी उपयोगी पडणार नाहीत. कारण तुम्हाला तहान खऱ्या पाण्याची असते. आणि जेव्हा का तुमची तहान पूर्णपणे भागते तेव्हा त्या संपूर्ण समाधानाचा अनुभव तुम्ही शब्दात नाही मांडू शकत... तुम्ही एवढंच म्हणू शकता... की,

'आता कुठलीच तहान राहिलेली नाही!'

आणि हाच अनुभव असतो स्वस्वरूपाचा शोध लागल्यानंतरचा! तुम्ही एवढंच म्हणू शकता की, आता कुठलाही प्रश्न उरला नाही. सगळे प्रश्न संपून गेलेत. आता फक्त मीच आहे... माझ्यातला अंत:प्रकाश, माझं ब्रह्मस्वरूप, आश्चर्य, या सगळ्याचा अनुभव कुणाशीही वाटून घेण्यासारखा नाही. म्हणूनच पूर्वेकडच्या देशात असं ठामपणे सांगितलं जातं की, ज्या माणसांना स्वस्वरूपाचं ज्ञान झालेलं आहे, अशा माणसांच्या सान्निध्यात आपलं जीवन व्यतीत करावं. स्वस्वरूपाची ओळख पटलेली व्यक्ती तुमच्याशी कदाचित संवाद नाही साधू शकणार, पण तिचं अस्तित्वच मुळी, तिचं फक्त जवळ असणंच तुमच्यामधे बदल घडवून आणणारं असतं. जर आत्यंतिक प्रेमाने, मोकळ्या हृदयानं तुम्ही त्या व्यक्तीच्या जवळ गेलात, तर कदाचित तुम्हालाही या गोष्टीचा संसर्ग लागेल. ती व्यक्ती उत्तर देऊ शकणार नाही, पण उत्तर मिळवण्यासाठी मदत जरूर करू शकेल.

या संसर्गानं तुम्हाला रोगाची बाधा होणार नाही, तर तुमचं आरोग्य उत्तम राखण्यासाठी मदतच होईल. या अशा व्यक्तीपासून 'तुम्हीसुद्धा तुमच्या आत्मज्ञानानं उजळून जाण्यासाठी' मदतच होऊ शकेल. अशा माणसाचा शिष्य होण्यातलं हेच तर कौशल्य आहे. म्हणून... दृष्टी विशाल ठेवा आणि तयार रहा... योग्य क्षणाची वाट पहा... तो योग्य क्षण कुठला आहे किंवा कोणापासून मिळणार आहे याची तुम्हाला माहिती नाही, पण योग्य क्षण हा येतोच...

तुम्ही पूर्णपणे अहंकारविरहित असे प्रगाढ शांतीनं भारलेले असता, तेव्हाच गुरू-शिष्यामधलं अंतर संपुष्टात येतं. दोघांच्या आंतरज्योती मिळून एक ज्योत होते. ते एकत्रितपणे हातात हात घालून नाचायला लागतात, एकमेकांच्या डोळ्यात पाहतात, आयुष्याचा मूळ गाभा एकच, रहस्य एकच, ऋतू एकच, चिरंतन वसंत ऋतू एकच, निसर्गातली पानं-फुलं एकच असं होऊन जातं. यालाच सत्संग म्हणता येईल. आत्म्याची ओळख पटलेल्या मंडळींचा समूह म्हणता येईल... तुम्हाला इथं तुमची स्वत:ची ओळख होऊ शकते, तुम्ही त्याचा अनुभव घेऊ शकता... तुमच्या बरोबरच्या समविचारी व्यक्तीबरोबर की, जी व्यक्ती आधीच तिथं पोचलेली आहे, अशा व्यक्तीबरोबर तुम्ही हा अनुभव घेऊ शकता.

अतिशय सत्यनिष्ठ असा तुमचा या मार्गातला गुरू... आपण स्वत: कधीही श्रेष्ठ असल्याचा दावा करीत नसतो, तो फक्त एवढंच म्हणतो... मी फक्त तुमच्या थोडासा पुढे आहे. अगदी थोड्या काळाचं अंतर!... आणि गुरूंच्या अशा म्हणण्यामुळे शिष्यांनाही कधीही न्यूनगंड येऊ शकत नाही... तुम्ही थोडी उशिरा सुरुवात केलीय तेव्हा तेवढा थोडा वेळ पोचायला लागेलच. पण या शाश्वत जगात उशिरा असं काही नसतं. तुम्ही केव्हा पोचता याला महत्त्व नसतं. तुम्ही योग्य मार्गावर आहात का, याला महत्त्व असतं. आणि म्हणूनच तुमच्या या योग्य मार्गावरच्या प्रवासामुळेच

शेवटी तुम्ही आत्मज्ञानी होणं घडत असतं. प्रकाशित होणं घडत असतं...

असा आत्मज्ञानी माणूस जेव्हा तुम्ही पाहता तेव्हा लक्षात येतं की, या माणसानं आपल्याला आपल्या भविष्याचा पुरावा दिलेला आहे. तुम्हाला गरज असलेल्या सर्व गोष्टी त्यानं सिद्ध करून दाखवलेल्या असतात... आणि यामुळेच विश्वास निर्माण होत असतो.

एक लक्षात ठेव... विश्वास, श्रद्धा, किंवा भरवसा आणि निष्ठा तसंच दृढ विश्वास या तीन गोष्टी मी नेहमी वेगवेगळ्या समजतो. विश्वास म्हणजे निष्ठा नव्हे... (belief-trust) तुमच्या मनातल्या सगळ्या शंका-कुशंका दाबून टाकणं म्हणजे विश्वास. (faith) श्रद्धा म्हणजे तुमच्या सगळ्या विश्वासाच्या गोष्टी पद्धतशीरपणे एकत्रित येणं. अतिशय पद्धतशीरपणे, तर्कशुद्धपणे, आपल्या मनातल्या सगळ्या विश्वासाच्या बाबी एकत्रित येऊन बनते ती श्रद्धा! तुमची धार्मिक मतं! पण निष्ठा (trust) ही गोष्ट अगदी विरुद्ध आहे... यामधे मनातल्या शंका-कुशंका दाबून टाकल्या जात नाहीत तर कुठल्याच शंका निर्माण न होता आपोआप तुमच्यात जी प्रकट होते ती निष्ठा! शंका-कुशंका दाबून टाकण्याचा प्रश्नच इथं उद्भवत नाही. तुम्ही अशाच माणसाच्या फक्त सान्निध्यात यायला हवं की, म्हणजे मग लक्षात येतं की, तुमच्या हृदयाची तार ही त्याच्याच तालावर छेडली जातेय. एकाच वेळी खोलवर छेडली जातेय! हा अगदी अंत:करणातला अनुभव आहे. तुला माहितेय सत्यस्थिती यापेक्षा वेगळी असत नाही. जरी अजून अंतिम लक्ष्यापर्यंत तू पोचला नसलास, तरी तू योग्य मार्गावर आहेस. तुझे हात अशा व्यक्तीच्या हातात आहेत की, त्या हातातून तुझ्यावर प्रेमाचा वर्षाव होतोय, त्या हातातून तुला आधाराची ऊब मिळतेय.

हेच हात... मनातल्या प्रश्नावरून उत्तरविरहित अशा अनुभवापर्यंत योग्य अशी उडी मारण्याचं धाडस तुझ्यात निर्माण करतात... तुझा प्रश्न हा उत्तर मिळवण्यासाठी विचारला गेलेला असतो. पण तिथं खरं पाहता उत्तर नसतं. प्रत्यक्ष अनुभव हेच उत्तर! तूच स्वत: उत्तर आहेस. तुझ्या जाणिवांमधला बदलच फक्त ही तहान भागवू शकतो.

एका रविवारी सकाळच्या वेळी एक निग्रो तरुणी चर्चमधे क्षमा मागायला आली... आपल्या पापाचं प्रायश्चित्त तिला घ्यायचं होतं.

चर्चमधे जमलेल्या सगळ्या लोकांसमोर ती उभी राहिली आणि म्हणाली, 'गेल्या आठवड्यात एका तरुण सैनिकाबरोबर मी झोपले होते... त्याबद्दल मी देवाची क्षमा मागायला आलेय.'

'हलील्यूज...' सर्व मंडळींनी प्रार्थनेचे हे शब्द उच्चारले. नंतर ती म्हणाली, 'दोन दिवसांपूर्वी मी एका खलाशाबरोबर झोपले... देवाची क्षमा मागण्यासाठी मी आलेय.'

हलील्यूज... परत मंडळी ओरडली.

नंतर ती म्हणाली, 'पण आज मात्र मी खरंच प्रायश्चित्त घेण्यासाठी आलेय. आजची रात्र मी परमेश्वराबरोबर (लॉर्ड) घालवणार आहे... ईश्वराच्या सान्निध्यात राहणार आहे.'

... सर्व मंडळी काही म्हणण्यापूर्वीच एक दारू प्यायलेला माणूस ओरडला... अगदी बरोबर... सगळ्याच लॉर्ड्सबरोबर तू मजा कर...

म्हणजेच तो दारू प्यायलेला माणूस त्याच्या दृष्टीनंच विचार करणार! नाही का?... त्या तरुण स्त्रीच्या म्हणण्याचा अर्थ असा होता की, आजची रात्र ती देवाबरोबर घालवणार आहे... इतर कोणाबरोबर नाही... देवच फक्त माझ्या बरोबर असणार आहे. पण दारू प्यायलेला माणूस नशेमधे असल्यामुळे 'लॉर्ड' हा शब्द ती देवाला उद्देशून म्हणतेय हे त्याच्या लक्षात येत नव्हतं. त्याला वाटलं, लॉर्ड... म्हणजे इंग्लंडमधे अनेक लँड लॉर्ड असतात, त्यांपैकी एक असावा.

शब्दांतून संवाद साधण्यामधे काय म्हटलं जातंय हे समजणं जरुरीचं नसतं. तुम्ही तुमच्या समजुतीप्रमाणे, तुमच्या मनाच्या धाटणीप्रमाणे, तुमच्या जाणिवेप्रमाणे अर्थ काढायला मोकळे असता. कारण या सगळ्या मनाच्या अवस्थांपलीकडे असलेली सत्य गोष्ट व्यक्त करताच येत नाही. ते सत्य जेव्हा शब्दात उतरवलं जातं तेव्हा ते विकृत होऊन जातं... आणि अनुभव नसलेल्या माणसाकडून ते ऐकलं जातं तेव्हाही ते विकृतच होऊन जातं.

अनुभवी माणूस, यातला ज्ञानी माणूस निश्चितपणे समजून असतो की सत्य हे असं विकृत करणं हा गुन्हा आहे. सुरवातीला ते आपण विकृत करणं आणि नंतर ते बेहोशीतल्या माणसांकडून विकृत होणं... हे गुन्हेच आहेत. ही बेहोशी, कुणाला संपत्तीची, कुणाला सत्तेची, तर कुणाला ज्ञानाची असते. पण या सगळ्या गोष्टी बेहोशी यायला कारणीभूत ठरतात हे निश्चित... आणि या बेहोशीत तुम्ही जे ऐकता ते तुम्हाला सांगितलेलंच नसतं... न सांगितल्या गेलेल्या गोष्टी तुमच्याकडून ऐकल्या जातात. पण तुम्ही जेव्हा पूर्णपणे सावधचित्त असता, शांतीपूर्ण मनोवस्थेत असता आणि समजून घेण्यासाठी समर्थ असता तेव्हा ते व्यक्त करण्यासाठी एकाही शब्दाची गरज भासत नाही.

एकदा भारतात दोन योगी माणसांची दोन दिवस बैठक चालली होती. त्या दोघांचं बोलणं कानावर पडावं म्हणून दोघांच्याही शिष्यांच्या मनात प्रचंड उत्सुकता, आणि उत्कट इच्छा होती. आत्मज्ञान झालेली ही दोन माणसं कसा काय संवाद साधतात याविषयी शिष्यांच्या मनामधे खूपच जिज्ञासा होती. त्यांतला एक महान योगी होता मुसलमानी सूफी संत फरीद आणि दुसरा होता संत कबीर... भारतातला प्रसिद्ध संत!

भेटल्यानंतर त्या दोघांनी पहिल्या प्रथम एकमेकांना आलिंगन दिलं, एकमेकांकडे

पाहून मन:पूर्वक हसले, आनंदाने रडले, तन्मय झाले, अश्रूभरल्या डोळ्यांनी मूकपणानं ते संवाद करत राहिले. पण दोन पूर्ण दिवस ते एकमेकांशी एकही शब्द बोलले नाहीत. एकमेकांच्या जाण्याचा दिवस उगवला... शिष्य तर अचंब्यात पडले होते. कारण दोन दिवस कसोशीनं वाट पाहून सुद्धा दोघांचा एकही शब्द कानावर पडला नव्हता. ते शांतच होते. संतुलित होते. जाताना कबीर गावाच्या वेशीपर्यंत फरीदना पोचवायला आले. परत दोघांनी एकमेकांना आलिंगन दिलं, परत हसले, रडले, पण ते रडणं प्रचंड अत्यानंदातलं होतं. ते गेल्यानंतर शिष्यांचा स्फोट झाला. जवळजवळ रागावूनच शिष्यांनी कबीरांना विचारलं, 'तुम्ही रोज आमच्याशी बोलत असता... म्हणजे तुम्ही काही अबोल स्वभावाचे नाहीत. मग हे दोन दिवस तुम्ही इतके शांत का राहिलात?' तिकडे फरीदाच्या शिष्यांनी हाच प्रश्न विचारला. 'हा कसला वेडेपणा? आलिंगन देणं, हसणं, रडणं, पण... एकही शब्द न बोलणं! हे काय आहे? आणि आम्ही मात्र सगळे वेड्या आशेनं, अपेक्षेनं वाट पाहत होतो की, असं काहीतरी तुमच्या दोघांच्या बोलण्यातून बाहेर पडेल की, ज्याचा आम्हाला मोलाचा उपयोग होईल!'

या दोघांनी दिलेली उत्तरंही सारखीच होती. कबीर म्हणाले, 'तुम्हाला नाही समजणार! ज्या क्षणी मी त्यांना पाहिलं त्याच क्षणी माझ्या अगदी हृदयातून हुंकार बाहेर आला, 'अरे वा... मी जिथं पोचलोय तिथं हे तर केव्हांच पोचलेत' तेव्हा बोलण्यासारखं आता काही नाहीच... त्यांना सगळंच माहितेय. आम्ही एकमेकांच्या ज्ञानप्रकाशात मनमुराद आनंद लुटू शकतो... आणि तेच आम्ही केलं.'

फरीदसुद्धा आपल्या शिष्यांना हेच म्हणाले, 'या प्रसंगी एखादा शब्दसुद्धा उच्चारणं म्हणजे अज्ञानी असल्याचा पुरावा देण्यासारखं होतं... कबीरांना पाहता क्षणी मनात हाच विचार आला... अरेच्चा... मी समजत होतो की मीच फक्त इथपर्यंत पोचलोय... पण हा माणूस तर केव्हाच पोचलेला दिसतोय... खरंच! किती सुंदर, तेजस्वी आणि विलक्षण!... खरोखर चमत्कारच! म्हणूनच हसत हसत, क्वचित अश्रू ढाळत, कधी त्यांना आलिंगन देत मी हा आनंद त्यांच्याबरोबर मनसोक्त मिळवला... शब्दांची गरजच नव्हती.'

आता यामधे तीन शक्यता असतात, एक म्हणजे जो खरा ज्ञानी असतो तो अज्ञानी माणसाबरोबर बोलू शकतो. दुसरी... जो अज्ञानी असतो तो सुद्धा ज्ञानी माणसाबरोबर बोलू शकतो. आणि तिसरी शक्यता... दोन्हीपैकी कुणीच ज्ञानी नसेल, ते तर बोलतच राहतात अगदी अंतापर्यंत सुद्धा!... पण चौथी शक्यता अशी असते की, बोलणं अस्तित्वात दिसत नाही... कारण दोघंही ज्ञानी असले तर निश:ब्द शांततेत ते वावरतात. शांत राहणं हेच त्यांचं बोलणं असतं.

हं! तर तू विचारतोयस की 'मी कोण आहे?' पण मला वाटतं, हा प्रश्न फक्त शब्दात मांडून मनात ठेवण्यापेक्षा तो तुझ्या रक्तातल्या कणाकणात भिनला पाहिजे.

कारण तुझं मन हे अंधश्रद्धाळू आहे... म्हणून तुझ्या मनातला प्रश्न हा तुझ्या हाडीमासी रुतला गेला पाहिजे, तुझ्या हृदयाला धडका देत राहिला पाहिजे, कोणतंही काम करताना सुद्धा तुझ्यामधे तो वाहत राहिला पाहिजे... जागेपणी... झोपेमधे... कुठेही हा प्रश्न सावलीसारखा तुझ्यामागे सतत चालत असला पाहिजे.

आणि तुझ्या बाबतीत ते घडेलच... मी तुला खात्री देतो... एक दिवस अचानक असा येईल की, तू पूर्णपणे सावध असशील, सगळं रहस्य समजलेल्या अवस्थेत, काहीच उलगडल्यासारखं राहिलं नसेल अशा अवस्थेत पोचशील.

तुझं रहस्य हे प्रत्येकाचंच रहस्य आहे, अवघ्या विश्वाचं रहस्य आहे.

☐

सध्या काही वेळा, काही परिस्थितीबाबत मला असं वाटून जातं की, हे क्षण, ही परिस्थिती कधीतरी पूर्वी माझ्या बाबतीत घडून गेलीय. इतर लोकही असा अनुभव सांगतात... की, ज्याला 'देजायू!' म्हणतात. मला आश्चर्य वाटतं की, काय असावा हा अनुभव? आणि त्याचा ध्यानधारणेशी काय संबंध असावा? या गोष्टीचा उलगडा होण्यासाठी तुम्ही काही मदत कराल?

आनंद सोमन, 'देजायू' नावाचा हा अनुभव हा पूर्णपणे सत्य आहे. कारण हा काही तुझा पहिला जन्म नाही. अनेक जन्म, अनेक मृत्यू तुझ्या बाबतीत घडले आहेत. आणि साहजिकच अशा हजारो जन्मांमधे, प्रत्येक वेळी त्याच ठिकाणी, त्याच माणसांमधे, त्याच वातावरणात तुमचा जन्म होत असेल हे केवळ अशक्य आहे. त्यामुळे त्या जागा, ती ठिकाणं पूर्वी कधीतरी पाहिल्याची भावना होणं सहज शक्य आहे. तुला होत असलेली जाणीव ही पूर्णपणे निश्चित खरी आहे. त्यात काही शंकाच नाही. तू, हे सर्व काही कल्पनेनं नक्कीच सांगत नाहीयेस. तू पूर्वी कधीतरी असा माणूस पाहिला असशील, किंवा ती परिस्थिती पूर्वी कधीतरी पाहिल्यासारखी वाटत असेल. अगदी छोटे छोटे बारकावेसुद्धा तुला जाणवत असतील.

खरं पाहता ही भावना फार विचित्र आहे. एखादा माणूस बावरूनच जातो. पण भारताबाहेरचे सर्व धर्म या बाबतीत अपूर्ण आहेत असं सिद्धच झालंय. कारण 'देजायू'चं स्पष्टीकरणं ते देऊच शकत नाहीत. पुनर्जन्माबाबत तुम्हाला काहीच कल्पना नसेल तर 'देजायू' या शब्दाचं स्पष्टीकरण देणं अवघड आहे. एखाद्या गावात तुम्ही जाता आणि एका क्षणी एकदम तुम्हाला वाटायला लागतं की, तुम्ही इथं पूर्वी कधीतरी येऊन गेला आहात म्हणून! तुम्हाला आठवायला लागत की, इथून उजवीकडे गेलं की नदी लागते आणि डावीकडे गेलं तर

रेल्वेस्टेशन लागतं. आणि त्याप्रमाणे तुम्ही शोध घेतल्यानंतर त्या गोष्टी तशाच असल्याचं सिद्ध होतं. तुम्हाला तिथल्या झाडांची ओळख पटते, नदीची ओळख पटते... जसं काय हे सारं तुम्ही पूर्वी एखाद्या चित्रपटात किंवा एखाद्या स्वप्नात पाहिलंय.

पण एखाद्या स्वप्नात किंवा चित्रपटात ते पाहिलेलं नसतं तर ते पूर्वीच्या जन्मात घडून गेलेलं असतं. खरं पाहता तुमच्या पूर्वायुष्यातल्या सगळ्या स्मृती तुमच्याजवळ असतात. पण प्रकृतीनं आपल्यावर दया दाखवलेली असते आणि प्रत्येक जन्मापुरतं एकेक प्रकरण तिनं बंद केलेलं असतं. ज्या क्षणी तुम्हाला मृत्यू येतो त्या क्षणी त्या जीवनातल्या स्मृती तिथंच बंद केल्या जातात. आधीच मनुष्याला वेडं करण्यासारखं बरंच काही एकाच आयुष्यात पुरेसं असतं. त्यातून अनेक जन्मांतल्या स्मृती जर जिवंत राहिल्या तर सभोवार एकही माणूस शहाणा आढळणार नाही, हे निश्चित!

कारण एखादी स्त्री या आयुष्यात तुमची पत्नी असेल, पण गेल्या जन्मात ती तुमची आईसुद्धा असेल. किंवा तुमची मुलगी असेल. एखादी या आयुष्यातली तुमची प्रेमिका गतायुष्यात तुमचा खून केलेली एखादी खुनीही असू शकते... परत परत त्याच पिंजऱ्यात तुम्ही अडकलेले असता. फक्त निराळ्या स्वरूपात. आणि जर का तुमच्या सगळ्या जन्मातल्या आठवणी तुम्हाला आठवत असतील, तर या जन्मात सगळ्या गोष्टी गुंतागुंतीच्याच होणार.

आणि असं घडलेलं आहे. कटनी या गावात ही घटना घडलेली आहे. मी तिथंच होतो. एक नऊ वर्षांची बालिका त्यांनी दाखवली... ही मुलगी अगदी ठामपणे गेले काही महिने सांगत होती की, तिला गेल्या जन्मातल्या काही गोष्टी आठवतायत म्हणून! जबलपूरला असलेल्या एका विशिष्ट कुटुंबाविषयी ती सांगत होती. त्या वेळी मीही तिथंच विद्यापीठात शिक्षक म्हणून काम करत होतो. ते काही फार लांबचं ठिकाण नव्हतं. कटनी ते जबलपूर, फार तर शंभर मैलांचं अंतर! आणि योगायोगानं पाठक कुटुंबपण माझ्या माहितीचं होतं. त्यांचं एक वर्कशॉप आणि पेट्रोलपंप होता. ते वर्कशॉप आणि पेट्रोलपंप माझ्या घरापासून केवळ चार गल्ल्या सोडूनच होते. आणि जवळजवळ रोजच माझ्या कारमधे पेट्रोल भरण्यासाठी किंवा टायरमधे हवा भरण्यासाठी मी तिथं जात असे. त्यामुळे माझ्या खूपच परिचयाचे होते ते लोक!

मी त्या मुलीच्या आईवडिलांना विचारलं, 'ही मुलगी जबलपूरला कधी गेलीय का?'

ते म्हणाले, 'कधीच नाही गेली! पण तिला या सगळ्या गोष्टींचं विस्मरण व्हावं अशी आमची इच्छा आहे. कारण या गोष्टीमुळे तिचा अभ्यास व्यवस्थित होत नाहीये, शिवाय आमचं रोजचं जीवनसुद्धा अडचणीचं बनलंय... कारण जबलपूरला जाऊन जुन्या कुटुंबाची भेट घ्यायचा तिनं हट्टच धरलाय. ते लोक कोण आहेत हे

पण आम्हाला माहीत नाही. तेव्हा आम्ही त्यांच्याकडे जाऊन त्यांच्यावर या नात्याची बळजबरी करायची हे बरोबर नाही वाटत! 'ही मुलगी तुमच्या कुटुंबातली आहे हे सांगणं' म्हणजे बळजबरीच, नाही का?'

मी म्हणालो, 'हे पहा, मी त्या कुटुंबाला चांगलं ओळखतो. ती जे वर्णन करतेय ते अगदी बरोबर आहे. तिनं वर्णन केल्याप्रमाणेच त्यांचा धंदापण आहे. ती सांगते त्याप्रमाणे तिथं तीन भाऊ आहेतच. ही मुलगी म्हणते की या भावांची मी मोठी बहीण होते म्हणून! आणि विधवा होते असं ती सांगते तेही बरोबर आहे. कारण खरोखरच त्या तिघांना एक मोठी विधवा बहीण होती आणि ती आठ-नऊ वर्षांपूर्वीच वारली आहे. आणि तुमची मुलगी नऊ वर्षांची आहे. तेव्हा हे सगळं बरोबर आहे.'

मी तिला तिच्या भावांची नावं विचारली. आणि आश्चर्य म्हणजे तिनं तात्काळ ती नावं सांगितली.

मी त्या कुटुंबाला विचारलं, 'तुम्ही माझ्याबरोबर चला. माझ्याबरोबर काही दिवस रहा... मी पाठक मंडळींशी बोलेन आणि त्यांना घेऊन येईन... आणखी दहा-बारा मंडळी सुद्धा बोलावू... बघूया ती पाठक मंडळींना ओळखते का ते?' मी पाठक कुटुंबाशी बोललो. त्यांनी तर प्रचंड उत्सुकता दाखवली आणि तिला भेटण्यासाठी ते खूपच उतावीळ झाले. थोडेसे घाबरले पण होते. पण त्यांनी भेट घ्यायची खूपच तयारी दर्शवली. त्यांनी आपले काही नोकरचाकर, काही मित्रमंडळी, अशी जवळजवळ पंचवीस माणसं जमा केली आणि माझ्या घरी आले. ते आल्याक्षणी ती मुलगी धावत एका भावाजवळ गेली, त्याचा हात हातात घेतला आणि म्हणाली, 'तू मला विसरलास का?'... आजूबाजूला पाहत तीनही भावांजवळ ती गेली... त्यांना घट्ट धरून तिनं विचारलं, 'किती विचित्र आहे हे? तुम्ही मला ओळखलंच नाहीत! मी तुमची बहीण आहे. मोठी बहीण... तेरा वर्षांची असताना मी विधवा झाले. आपली आई गेली होती. त्यामुळे मीच तुमची आई झाले होते... मी तुम्हाला वाढवलं आणि तुम्ही मला विसरलात...'

मी त्यांना विचारलं, 'काय हो? ही सांगतेय ते खरं आहे का? तुमची आई खरंच गेलीय का?'

ते तिघंही उत्तरले, 'आम्हाला तर आई आठवतच नाही आणि आमच्या बहिणीनं आम्हाला लहानाचं मोठं केलंय हे खरं आहे. ती आम्हाला आईप्रमाणेच होती. केवळ आमच्यासाठी तिनं परत लग्न केलं नाही. नाहीतर आमचं पालनपोषण कुणी केलं असतं? तिनं खरोखरच स्वत:चं आयुष्य आमच्यासाठी खर्च केलं...'

त्यांनी त्या लहान मुलीचे पाय धरले आणि म्हणाले, 'हिला घरी घेऊन जायची आमची इच्छा आहे.' असं म्हटल्यानंतर मात्र खरा प्रश्न उभा राहिला... ती मुलगी विभागली जाणार होती... कारण एका जुन्या कुटुंबामधे खूप खोलवर, अनेक

वर्षांचा जीव गुंतला होता, तर दुसऱ्या कुटुंबात सध्या ती राहत होती. तिथं जन्म झाला होता. पण दुसऱ्या कुटुंबातली ओढ ही फक्त नऊ वर्षांची होती. ती फारशी सखोल नव्हती. तीव्र नव्हती.

मी त्यांना सुचवलं की, त्या मुलीनं सहा-सहा महिने दोन्ही कुटुंबांत वास्तव्य करावं. पण तरीही नंतर मी म्हणालो, 'असं केल्यानं तिचं संपूर्ण शिक्षण अडचणीत येईल, नंतर तिचं लग्न होणार! लग्न झाल्यानंतर एकूण तीन कुटुंबांशी तिला संबंध ठेवावे लागतील... या सगळ्या विचित्र परिस्थितीतून ती वेडीच होईल...'

अखेरीला मी त्यांना मध्यम मार्ग सांगितला...

मोहिनी निद्रेच्या (Hypnotic) काही प्रयोगांनी तिचा भूतकाळ, गतकाळाच्या आठवणी बुजवून टाकणं श्रेयस्कर आहे. कारण अशा गोष्टी अपघातानं घडत असतात. खूप क्वचित असं घडतं. निसर्गाच्या एखाद्या लहरीमुळे एखादी छोटीशी भेग उघडी राहिलेली असते आणि त्यातून गतजन्मातल्या काही आठवणी... वर्तमानाच्या आयुष्यात मनामधे गर्दी करतात... तिला एकूण नऊ मोहिनी निद्रेच्या बैठका द्याव्या लागल्या. आणि वारंवार तिच्या मनावर ठसवावं लागलं की... भूतकाळ विसरून जा... गतकाळातलं सर्व काही विसरून जा.

... शेवटी हिप्नोटिक प्रयोगानंतर ती गतकाळातलं सर्व काही विसरली. आणि आईवडिलांना विचारू लागली, 'आपण इथं कशासाठी आलो आहोत?... आपण आपल्या घरी जाऊ या.' आईवडिलांनी विचारलं, 'मग पाठक बंधूंचं काय?' तिनं उलट प्रश्न केला...'कोण पाठक बंधू?'...

मी पुन्हा साऱ्या पाठक कुटुंबाशी तिची भेट घडवली. त्यांचं वर्कशॉप, त्यांचं घर... सर्व काही दाखवलं पण, यांपैकी ती काहीच ओळखू शकली नाही...

देजायू... हा गतकाळाचा एक छोटासा तुकडा! एखादे वेळेस तो तुमच्या वर्तमानात प्रवेश करतो हे मात्र खरं आहे! गतजन्मातल्या स्मृती जिवंत असतात हे अनेक वेळा सिद्ध झालंय. गत जन्माविषयीचं तत्त्वं हे फक्त धार्मिक मत नाहीये, तर ती एक वैज्ञानिक सत्य गोष्ट आहे. खरोखरच मोकळ्या मनानं विज्ञानानं यावर प्रकाश टाकला तर...

पण अडचण अशी आहे की, आत्तापर्यंत विज्ञानातली सगळी प्रगती ही पश्चिमेकडच्या देशात झाली आहे. त्या देशात एकच जन्म मानला जातो. पण आता सध्या जग फार लहान होत चाललंय. तेव्हा कधी ना कधी तरी विज्ञानाला या विलक्षण गोष्टीची नोंद घ्यावीच लागेल. कारण माणसाच्या विकासाच्या दृष्टीनं ती गरजेची आहे. ध्यानधारणेच्या दृष्टीनं, तसंच जाणिवांमधे होणाऱ्या बदलासाठीही ती गरजेची आहे. कारण ज्या अर्थी मागच्या जन्मातली स्मरणं तुमची जिंवत आहेत त्या अर्थी मृत्यूनंतर सुद्धा काहीतरी असणार आहे. गेल्या जन्मातल्या आठवणी हे सुद्धा सिद्ध करतात की, मृत्यूनंतर तुमचं अस्तित्व इथेच असतं. फक्त दुसऱ्या

साच्यामधे! दुसऱ्या स्वरूपात! वेगळ्या नावामधे!

तसंच वैज्ञानिकदृष्ट्या ही गोष्ट जर सिद्ध झाली, तर मला खात्री आहे की, विज्ञान त्या मार्गानंच संशोधनाचं काम करेल आणि ख्रिश्चनांची, ज्यूंची आणि इस्लामींची एका जन्माची कल्पना मोडीत काढेल. कारण खरोखरच ती कल्पना मूर्खपणाची आहे. कारण सृष्टीमधे कोणत्याच गोष्टीचा मृत्यू होत नसतो. त्या चालूच असतात. फक्त त्या गोष्टीचा साचा बदलत असतो. आयुष्याच्या दृष्टीनं विचार करता का बदलू नये?

पुनर्जन्माच्या या चक्रातून परत परत त्याच त्या कंटाळवाण्या आणि वीट येणाऱ्या जीवनातून तुम्ही काहीही न शिकता पुन्हा पुन्हा त्याच गोष्टी करत राहता. सत्तेमागे धावणं, पैशामागे धावणं! हे का घडतं? तर याचाच अर्थ असा की, प्रत्येक जीवनातले अनुभव मृत्यूबरोबर पुसले जातात आणि तुम्ही परत अबक पासून सुरुवात करता.

विज्ञानानं जर या गोष्टींना उत्तेजन दिलं, तर मात्र या पुनरावृत्तीमधे अडचण नक्कीच येईल...तर, आत्तापर्यंत झाला हा खेळ आता पुरे झाला... आता बदल करण्याची वेळ येऊन ठेपलीय... तुमच्या जाणिवा आणखीन उच्चस्तरावर नेण्याची वेळ आली आहे... परत परत त्याच त्या जन्मातून फिरण्याच्या विषचक्रातून पार होण्याची वेळ आलेली आहे...

हिंदीमधे या जीवनाला, अवघ्या जगासाठी 'संसार' हा शब्द योजलेला आहे. 'संसार' याचा अर्थ सतत फिरणारी चाकं... सतत चालत राहणारं जीवनाचं चक्र! यामधे कोणत्याही प्रकारची सुसूत्रता राखणं किती कठीण आहे?... ज्या लोकांनी या जगाला 'संसार' म्हणून म्हटलंय त्यामागे एक विशिष्ट अर्थ आहे. त्यांच्या म्हणण्याचा अर्थ एवढाच आहे की, अगदी यांत्रिक पद्धतीनं, यांत्रिक चक्राप्रमाणं तुम्ही जीवन घालवू नका... ते जेव्हा म्हणतात, 'संसाराचा त्याग करा' तेव्हा त्यामागे अशी समजूत नसते की, जगाचा त्याग करा म्हणून! त्यांचं म्हणणं इतकंच असतं की, सतत चक्रासारखं त्याच त्या गतीनं जीवनात फिरत राहणं जे आहे, त्याचा त्याग करा!

पण, या त्यांच्या म्हणण्याचा सतत चुकीचा अर्थ लावला गेला... आणि लोकांनी 'जगाचा त्याग' करून पर्वतांवर जाऊन, गुहेत जाऊन, मठ, आश्रमांमधे जाऊन वास्तव्य करायला सुरुवात केली. कदाचित त्यांच्या गतजन्मातही तेच पर्वत, त्याच गुहा, तीच बाजाराची जागा, तेच मठ... हे सर्व काही असणारच... 'जगत् संसाराचा' हाही एक भागच!... तुम्ही संसारात राहत असा, बायकोबरोबर राहत असा, अथवा त्याचा त्याग करीत असा... हे संसाररथाच्या चाकांचे काही भागच आहेत. या जगतसंसाराचा त्याग ही एक अद्भूत गोष्ट आहे. आत्तापर्यंत तुम्ही जे वागत आलात ते सर्व एकाच बेहोशीत किंवा बेसावध म्हणू या वाटलं

तर... तर अशा अवस्थेत वागला आहात... पण आता मात्र मन परिपक्व करण्याची वेळ आली आहे. आता जे काही कर्म कराल ते अत्यंत जाणीवपूर्वक करायला हवं. आत्तापर्यंत जगलात ते अजाण राहून जगलात, बेसावधपणे जगलात. आता मात्र सावधतेनं जगायला पाहिजे.

पुनर्जन्माचं हे चक्र केवळ या बेसावधपणामुळे चालू राहतं. ज्या क्षणी तुम्ही सावध व्हाल त्या क्षणी हा प्रश्नच उरणार नाही. आत्तापर्यंत अनेक कर्तृत्ववान क्षण तुमच्या आयुष्यात आलेले आहेत. पण उपयोग काय? मृत्यू येतो आणि पुसून टाकतो ते सगळे आनंदाचे क्षण! हे म्हणजे वाळूतले किल्ले बांधणं म्हणायला पाहिजे! वाऱ्याबरोबर पुसून जाणारे... तुम्ही परत परत त्या खुणा रेखता आणि पुन्हा पुन्हा तसंच घडतं. पुन्हा पुन्हा ते किल्ले बांधता... पण...

पूर्वेकडच्या लाखो माणसांचे हे अनुभव विज्ञानानं दुर्लक्षित करता कामा नये. कारण विज्ञानाच्या दृष्टीनं ही आत्यंतिक महत्त्वाची गोष्ट आहे. खरंच ही काही धार्मिक अंधश्रद्धा नाहीये. आयुष्यातल्या, आपण बेसावध असलेल्या अनेक गोष्टींपैकी या काही गूढ गोष्टी निश्चित आहेत.

विज्ञानानं या गोष्टीमधे जर संशोधनाचं पाऊल टाकलं तर तुम्हांला कळेल की, आपल्या दृष्टिकोनात नक्कीच बदल होतोय. आपली दिशा नक्कीच बदलतेय म्हणून! आणि तुमची दिशा नक्कीच बदलेल!... या चक्रातून बाहेर पडण्यासाठी तुम्ही नक्कीच मार्ग शोधाल. या पुनर्जन्माच्या चक्राचे तुम्ही गुलाम बनलेले आहात. जगातली साक्षात्कारी माणसं, तसंच खरं सत्य आणि मोक्ष या वाटेनं जाणारी माणसंच या चक्रातून बाहेर पडण्याची उत्कट इच्छा बाळगून असतात.

यापुढे कोणत्याच साच्यांत, कोणत्याही शरीरात आपण शिल्लक राहणार नाही याची जाणीव जेव्हा तुम्हाला होईल, तेव्हा या शरीरविरहित पण अवघ्या विश्वात भरून राहिलेल्या तुमच्या अस्तित्वाचं ते अदभूत ठिकाण किती मोक्षदायी आहे... मुक्त आहे हे तुम्हाला कळेल.

याच अनुभवाला पूर्वेकडे 'मोक्ष' म्हणून संबोधलं जातं. ज्याचा अर्थ संपूर्ण मुक्ती!... शरीरापासून मुक्त, मनापासून मुक्त, भोवती असलेल्या सांसारिक बेड्यांपासून मुक्त, विशिष्ट साच्यांपासून मुक्त! उरते ती फक्त मनाची शुद्ध जाणीव! फक्त तिचं अस्तित्व. तरीही पूर्णपणे स्व-तंत्र... स्वत्व असलेलं, एका अदृश्य गाभ्यातली 'मी' असल्याची जाणीव असलेलं, अगदी प्रथमच तुला माझ्यातल्या खऱ्या 'मी'चा अर्क लाभलेलं हे अस्तित्व!

आनंद सोमन, 'देजायू' हा अनुभव पूर्ण सत्य आहे, पण सृष्टीतल्या अवाढव्य भव्यतेतला तो गतकाळाचा एक फक्त तुकडा आहे... पुनर्जन्माचा एक झरोका!

एकदा एका परलोकविद्येच्या संदर्भातल्या बैठकीला... हिमीची आई त्याला घेऊन गेली (प्लँचेट)... मध्यस्थानं हिमीला विचारलं... तुला कोणाशी बोलायचंय?

हिमी उत्तरला ... होय... माझ्या आजोबांशी मला बोलायचंय. तो मध्यस्थ तात्काळ समाधिवस्थेत गेला आणि तेवढ्यात भूताचा वाटावा असा एक आवाज त्या अंधाऱ्या खोलीत कानावर पडला... 'हॅलो... हिमी... तुझा आजोबा बोलतोय... तुला माझ्याशी काय बोलायचंय?'

हिमीनं प्रश्न केला, 'तुम्ही स्वर्गात काय करताय? तुम्ही अजून मेला नाहीत का?'

त्या छोट्या मुलानं खरं तेच विचारलं... इथं तर सगळे समजतायृत की तुम्ही मेलात म्हणून... आणि तुम्ही तर अजून मेलाच नाहीत. काय करताय तिथं?...

खरंच तसं पाहता कुणीच मरत नसतं. 'मृत्यू' हा माणसानं निर्माण केलेला मोठा आभास आहे. तो खरं म्हणजे अस्तित्वात नसतो. फक्त आहे असं वाटतो!

एकदा पॅडीनं लाल दिव्याला न जुमानता एकामागोमाग एक वाहनांना टक्कर दिली. दुसऱ्या वाहनाचा ड्रायव्हर होता एक प्रिस्ट... तो पॅडीला म्हणाला, 'तू तर मला जवळजवळ ठारच केलंस!'

पॅडीनं उत्तर दिलं, 'क्षमा करा'... आणि खिशातून एक बाटली काढून तो प्रिस्टला म्हणाला, 'एखादा यातला घोट घ्या, बरं वाटेल...'

प्रिस्टनं आनंदानं त्यातल्या व्हिस्कीचे काही घोट घेतले आणि परत ओरडायला सुरवात केली... 'तू काय केलंस ते समजतंय का तुला?'

परत पॅडी क्षमायाचनेनं म्हणाला... क्षमा करा फादर... तुम्ही आणखीन काही यातले घोट घ्या... जास्त बरं वाटेल. प्रिस्टनं परत थोडी प्यायली आणि पॅडीला तो म्हणाला, तू का नाही पीत थोडी?

पॅडी उत्तरला, 'थँक यू फादर... पण मी पीत नाही... मी आता फक्त इथं शांतपणे पोलिसाची वाट पहात थांबणार.'

सावध माणूस आणि बेसावध माणूस यातला हाच तो फरक! पॅडी आता फारच सुयोग्य स्थितीत होता... कारण आता पोलीस येऊन प्रिस्टलाच धरणार होता... दारू पिऊन गाडी चालवल्याबद्दल!

एकतर तुम्ही भानावर राहून जगा नाहीतर डोळ्यावर कातडं ओढून बेहोशीत जगा. पूर्णपणे भानावर राहून जगत राहिल्यानं तुम्हाला तुमच्यात बदल घडवण्याला वाव मिळेल. आयुष्याला वेगळाच सुगंध प्राप्त होईल. वेगळं ध्येय गाठण्यासाठी तुम्ही कर्म कराल,... या सगळ्या गोष्टी एकत्र करा... आणि बघा तुमची एकच दिशा राहते का नाही ते... ती दिशा म्हणजे 'बेसावध किंवा अजाण अवस्थेत कार्य करणं, बेसावधपणातील बंधनात जखडून घेणं... या सर्वातून बाहेर पडून पूर्ण जाणिवेत राहून या बंधनांच्या साखळ्या कशा तोडता येतील?... ही ती दिशा. जीवनातल्या या बेसावधपणे जगण्याच्या सवयीचा त्याग करून सावध मनानं, जागृत जाणिवांनी जगण्यासाठी ध्यानधारणाच उपयोगी पडेल. ध्यानधारणा म्हणजे

दुसरं-तिसरं काही नसून बेसावध जाणिवा ओलांडून जागृत आणि सावध अशा जाणिवेत प्रवेश करण्यासाठी मनाची विशिष्ट भूमी तयार करण्याचं ते एक शास्त्र आहे. आणि ही तर फार मोठी उडी आहे.

गौतमबुद्ध हा सुद्धा मृत नाहीये. जिझस, झरतृष्ट तसंच लाओत्सु आणि नानक यांच्यापैकी कुणीच मृत नाही. कोणत्याही विशिष्ट साच्यात न राहता ते आहेतच! अत्यंत जागृत जाणिवेनं त्यांनी आपलं आयुष्य घालवलं. अशा ठिकाणी ते आहेत की तिथं कोणताही विशिष्ट आकार नाही, साचा नाही. विशिष्ट आकृती नसल्यानं तिथं रोग नाहीत, मृत्यू नाही किंवा वृद्धत्व नाही. विशिष्ट आकृतीशिवाय, आकाराशिवाय, साचेबद्धतेशिवाय पूर्ण जाणीव असणं म्हणजेच सदैव ताजेपणा, तारुण्य, मुक्तपणा असणं! अवघं विश्वच स्वत:साठी असणं! हे साम्राज्य फारच मोठं आहे.

गौतमबुद्धाला एकदा विचारलं गेलं... तुम्ही म्हणता की जर पूर्ण जाणीव असलेला, भानावर असलेला, जागृत असलेला असा जर मी झालो, तर परत कधीही विशिष्ट शरीरात जन्म घेणार नाही, तर सारं विश्वच माझं साम्राज्य बनेल. मग इतर असंख्य जागृत माणसांचं काय... आत्मप्रकाशित लोकांचं काय?... जे त्या मार्गावर आहेत त्यांचं काय? प्रत्येकजण एकटाच या अखिल विश्वाचा सम्राट कसा काय होणार?

प्रश्न तर पूर्णपणे तर्कशुद्ध वाटतो. पण तो तसा नाही. म्हणूनच गौतमबुद्ध हसला... तसा तर तो फारच दुर्मिळ हसायचा! संपूर्ण जीवनात फार फार तर तीन चार वेळेला तो हसला असेल इतकंच!... तो हसून म्हणलाा... तुमचं तर्कशास्त्र मी समजू शकतो. पण एक गोष्ट सांगतो, एक उदाहरण देतो... हा काही प्रतिवाद नाही... एखाद्या अंधाऱ्या घरात तुम्ही एक मेणबत्ती पेटवता, आणि सगळं घर उजळून निघतं. तुम्ही दोन मेणबत्त्याही पेटवू शकता... पण तुम्हाला असं म्हणायचंय का की, दोघींचा प्रकाश हा एकमेकींशी छेद देत राहतो ते! दुसऱ्या मेणबत्तीमुळेही घर उजळलेलं असतंच... तिच्या प्रकाशाचाही उपयोग झालेला असतोच. याच तऱ्हेनं तुम्ही एकामागून एक कितीही मेणबत्त्या पेटवू शकता. पण त्यांच्या स्वत:च्या प्रकाशानं त्या स्वत:चं स्वतंत्र अस्तित्व टिकवून धरतात. पण या सगळ्या मेणबत्त्यांपासून पसरणाऱ्या प्रकाशाचा विचार करता त्या सगळ्या मेणबत्त्या खोलीवर मालकी दाखवू शकतात. तिथे वेगवेगळे भाग नाहीतच. हा एवढा भाग माझा, हा एवढा भाग तुझा हे नाहीच. शिवाय प्रकाश म्हणजे एखादी वस्तू नाही, तेव्हा हजारो मेणबत्त्यांचा स्वत:चा प्रकाश असला तरी संपूर्ण घर त्या कोणत्याही संघर्षाशिवाय सर्वांच्या प्रकाशानं भरून टाकू शकतात.

गौतमबुद्धाचं हे म्हणणं अगदी बरोबर आहे. इथं प्रतिवादाचा प्रश्नच नाही. पण त्यांनी सांगितलेलं उदाहरण मात्र समर्पक आहे. कारण बरोबर असंच घडत असतं. एकदा का तुम्ही विशिष्ट साच्यातून बाहेर पडता तेव्हाच अवघ्या विश्वात भरून

जाता. लाखो ज्ञानी माणसांच्या, जागृत माणसांच्या आत्मप्रकाशानं हे विश्व भरून जात असतं. त्यांच्या आत्म्याचा गाभा त्यांच्याच प्रकाशानं उजळून निघू शकेल. पण त्या प्रकाशाच्या विस्ताराला मात्र कोणतीही मर्यादा नाही. दोन ज्योतींमधे संघर्ष नसतो. कारण त्या वस्तू नाहीत. तेच अवकाश, पण अनेक प्रकाशीत व्यक्ती ते व्यापून टाकू शकतात. कोणत्याही संघर्षाशिवाय, ते व्यापून टाकणं होत असतं... आणि सावधानता, जागृतता हा एक प्रकाशच आहे...

ठीक आहे नं, मनीषा...

होय, ओशो.

□□□

सत्र : अकरा

आजची सुंदर स्त्री कदाचित उद्या आंधळी बनेल, आजचा एखादा सुंदर आणि तगडा माणूस उद्या कदाचित- पांगळा होऊ शकेल, कदाचित त्याला अपघात होऊ शकेल- अज्ञात अशा या भविष्यकाळाचापण तू प्रेमानं स्वीकार करशील का? का हे प्रेम फक्त या वर्तमानातल्या क्षणांपुरतंच आहे? याच माणसांबद्दल आहे?- तारुण्य हे खरोखरच क्षणभंगुर आहे.

ध्यानधारणा करणारा, चिंतनशील माणूसच फक्त तुमचा प्रेमिक बनू शकतो!

प्रिय ओशो

तुम्ही असं म्हटलेलं मी ऐकलंय... की, मित्र हा कधीही तुमच्यात बदल घडवू शकत नाही. पण शत्रू मात्र घडवू शकतो. आणखीन दुसऱ्या वेळी तुम्ही असं म्हणालात की, प्रेम हे दोघांनाही बदलवू शकतं. प्रेम आणि शत्रुत्व या दोन्हीबद्दल तुम्ही सांगू शकाल? या दोन्ही गोष्टी एकमेकींशी कशा काय संबंधित आहेत? काही काही वेळा 'प्रेमिक' हे शत्रूसारखे का वागतात?

आनंद नादम्, तुझ्या प्रश्नाचा विचार करता माझ्या असं लक्षात आलंय की, माझ्या विधानांमधला विरोधाभास तू सातत्यानं शोधतोयस. कदाचित तुला हे कळतही नसेल. तुझं मन आधीच दुसऱ्या कुठल्यातरी गोष्टीनं व्यापलेलं असल्यानं यामधे कोणताही विरोधाभास नाहीये हे तू पाहूच शकत नाहीस. तुला जे पहायचं असतं त्याबद्दलच तू फक्त विचार करतोस.

मनाचा हा एक प्रकारचा गोंधळच असतो. त्याला जे पहायची इच्छा असते त्याप्रमाणे ते विचारांची योजना करत असतं. त्यात काही स्वारस्य आहे का नाही हा मुद्दा महत्त्वाचा नसतो. कल्पना निर्माण करण्याची प्रचंड कुवत मनाची असते. आणि एकदा का मनानं एखाद्या गोष्टीबाबत विचारांचा विशिष्ट आग्रह धरला की, मग त्यात अर्थ असो वा नसो, मनाला ते बरोबर वाटतंय म्हणून ते खरं असं मानलं जातं.

मी तुझ्या प्रश्नाचं उत्तर देण्यापूर्वी हे एकदा स्पष्ट करतो की, केवळ तू माझा शिष्य आहेस म्हणून माझं सगळं म्हणणं तू मान्य केलंच पाहिजेस असं नाही. ध्यानधारणा, चिंतन या गोष्टी सोडून तू दुसऱ्या कोणत्याही बाबतीत शंका काढू शकतोस, किंवा माझ्या म्हणण्याला विरोध करू शकतोस. कारण आपले संबंध हे फक्त ध्यानधारणेपुरतेच आहेत. मी काही एखादं धर्मतत्त्व मांडत नाहीये की, ज्याला तू मान्यता दिलीच पाहिजेस. किंवा एखाद्या धर्माबद्दल सुद्धा प्रचार करत नाही की,

ज्याचा तू सभासद व्हावंस किंवा एखादी संस्था उभी करण्यासाठीही मी काम करत नाही की, ज्या कार्यात तू भाग घ्यावास!

तू माझ्या कोणत्याही मताशी सहमत नाही झालास तरी चालेल. कारण मी अनुयायांच्या शोधार्थ नाहीये. कारण तसं काही भांडवल माझ्यामधे नाहीच. तू तुझं मत मांडायला, माझं मत खोडून काढायला किंवा माझ्या मताविषयी तटस्थ राहायला तू पूर्णपणे स्वतंत्र आहेस. फक्त एकाच गोष्टीसाठी, एकाच समान भूमिकेसाठी तू इथं माझ्याजवळ आहेस... आणि त्या मुद्द्यावर जर तुझं काही विरोधी मत असेल तर मात्र तुला इथं राहण्याची काही गरज नाही आणि तो मुद्दा म्हणजे ध्यानधारणा-चिंतन!

ध्यानधारणा हे काही तत्त्वज्ञान नाही किंवा वेदांत, ब्रह्मज्ञान नाही, तर आपलं अस्तित्व हे शांतीपूर्ण होण्यासाठीची एक पद्धती आहे. 'शांतीपूर्ण अस्तित्व' हे त्याचं साध्य आहे. आता 'ध्यानधारणा' या विषयीच तुला शंका असेल किंवा त्यातलं काही मान्य नसेल किंवा त्यात काहीच नसून कुठलाही शोध घ्यायची गरज नाही असं तुला वाटत असेल तर मात्र पुढे जाण्यात अर्थ नाही. आणि त्याबद्दल तुझी खात्री पटवण्यात मला अजिबात रस नाही. कारण मी काही मिशनरी नाही.

त्या मुद्द्यावर तू कुठेही जायला मोकळा आहेस. तुला आवडेल ते तू कर... त्यामागे माझे आशीर्वादच असतील, प्रेम असेल. 'ध्यानधारणा' हा मुद्दा सोडून इतर बाबतीत माझी काही मतं तुला पटो वा न पटो, तुझ्या बुद्धीला पटो वा न पटो त्याची काळजी करण्याचं कारण नाही.

उदाहरणच द्यायचं झालं तर... काही दिवसांपूर्वी एक प्रश्न मला विचारला गेला होता. पाश्चात्त्य स्त्रियांच्या तुलनेत भारतीय स्त्री ही जास्त आकर्षक दिसते, ती का? मी सांगितलं होतं–

पाश्चात्त्य स्त्रिया या भारतीय स्त्रियांइतक्याच या शतकापूर्वी आकर्षक होत्या. परंतु पाश्चात्त्य जगात सेक्स संदर्भात (लैंगिक विषयामधे) झालेल्या सखोल संशोधनानं अशा नव्या गोष्टी दाखवून दिल्या आहेत की, ज्याबद्दल स्त्रिया आत्तापर्यंत अनभिज्ञ होत्या, किंवा त्यांना तसंच ठेवलं गेलं होतं! त्यातला एक महत्त्वाचा शोध असा होता की, स्त्रीजवळ सेक्समधला अत्युच्च आनंद घेण्याची भावोत्कटता ही अनेक पटींची असते. पुरुषांजवळ फक्त ती एकच असते. हा फरक इतका मोठा आहे की, ज्या वेळी स्त्रीला तो समजून येईल तेव्हा कोणताही माणूस तिला समाधानी करू शकणार नाही.

म्हणूनच कदाचित शतकानुशतकं स्त्रीला ही भावोत्कटता उपभोगायची एकदा सुद्धा परवानगी नव्हती. कारण ते टाळणं सहज शक्य होतं. कारण स्त्रीच्या योनीमार्गात भावोत्कटतेचा बिंदूच नाही. त्याशिवायच ती मुलांना जन्म देते. पुरुष स्त्रीबरोबर समागम करू शकतो, पण तिला त्या परमोच्च अनुभवापासुन दूर ठेवतो.

स्त्रीजवळ एक वेगळाच असा भाग असतो की, ज्याचा पुरुषांशी संबंध नाही आला तरी चालतो. पूर्णपणे वेगळ्या ठिकाणी असलेला योनीमार्गावरचा तो भाग असतो. तेव्हा एखादी डझनभर मुलांची आई असलेली स्त्री सुद्धा या परमोच्च आनंदापासून दूर असते. कारण स्त्रीच्या योनीपाशी भावोत्कट अनुभवाचा विशिष्ट बिंदूच नाही. कारण तो भाग पूर्णपणे बधिर असतो... तिथं संवेदना नसतात. तिथं संवेदना नसण्याची योजना असते कारण मुलांचा जन्म तिथून व्हायचा असतो. तो भाग जर संवेदनक्षम असता तर मूल जन्माला येताना असहनीय वेदनांना स्त्रीला सामोरं जावं लागलं असतं. तसं तर तो भाग संवेदनरहित असूनही प्रसववेदना असतातच.

यासाठीच निसर्गानंच अगदी शास्त्रशुद्ध अशी रचना ठेवलीय की योनीमार्ग संवेदनारहित असेल. अन्यथा स्त्रीला होणाऱ्या प्रसववेदना यापेक्षा अनेक पटींनी वाढल्या असत्या. कारण वेदनांचं परिमाण हे त्या त्या अवयवांच्या संवेदनक्षमतेवरच ठरत असतं.

तुम्हाला आश्चर्य वाटेल पण... आपल्या कवटीच्या आत जिथं मेंदू असतो, तो भाग सुद्धा संवेदनारहित असतो.

हे कळलं केव्हा? तर पहिल्या महायुद्धात एका माणसाच्या डोक्याला गोळी लागली तेव्हा! कुठल्या तरी गाफीलपणामुळे त्याच्या डोक्याच्या आत गेलेली गोळी काढली गेली नव्हती... वरची जखम भरून आली पण गोळी मात्र आतमधे तशीच राहिली. त्याला सुद्धा कधीही जाणवलं नाही की, आपल्या मेंदूत गोळी राहिलीय. फक्त तीव्र डोकेदुखीनं तो वारंवार तक्रारी करायचा. अनेक औषधं झाली. पण उपयोग होईना. शेवटी एका डॉक्टरला वाटलं की, आता डोक्याचा एक्स-रे काढावा! तो काढल्यानंतर सगळेजण चकित झाले. कारण मेंदूमधे त्यांना गोळी दिसली. नंतर मग परत कवटीचा भाग उघडला आणि गोळी बाहेर काढली गेली. त्याबरोबरच तीव्र डोकेदुखीपण गायब झाली. पण त्या माणसाला त्या गोळीच्या कुठल्याच संवेदना होत नव्हत्या हे खरं.

आणि त्यानंतर बऱ्याच संशोधनाअंती हे सिद्ध करण्यात आलं की, ही निसर्गाचीच रचना आहे. कारण मेंदूमधे एकूण सातशे केंद्रं असतात की, जी केंद्रं आपल्या सर्व शरीरातल्या प्रत्येक गोष्टींवर आपलं नियंत्रण ठेवत असतात. आणि कवटीच्या आतला भाग जर का संवेदनक्षम ठेवला गेला असता तर जीवन अशक्यप्राय होऊन बसलं असतं. एखादी क्षुल्लक गोष्ट शरीरात घडली असती तरी तुम्हाला त्याचा त्रास झाला असता. कारण मेंदूमधे प्रचंड गोंधळ उडाल्यामुळे तुम्ही स्वत: संवेदनक्षम झाला असता.

अशा अनेक गोष्टी शरीराच्या आतमधे असतात की, ज्या बाबतीत तुम्ही अनभिज्ञ असता आणि हे अनभिज्ञ असणं हे तुमच्या हिताचंच असतं. तुम्ही अन्न खाता. घशातून ते आत जातं, पण ते पचतं कसं याची प्रक्रिया तुम्हाला माहीत नसते. ते

त्याच्या मूळ गुणांमधे कसं परिणत होतं हे तुम्हाला माहीत नसतं. त्याचं रक्तात रूपांतर कसं होतं तेही तुम्हाला माहीत नसतं... हाडामधे, वाहिन्यांमधे, मेंदूच्या पेटीत कसं रूपांतरित होतं ते माहीत नसतं... शरीराला गरजेच्या अशा हजारो गोष्टीत ते रूपांतरित होत असतं.

या सर्व गोष्टींबद्दल अगदी बारीक-सारीक गोष्टीचं ज्ञान जर तुम्हाला झालं तर आयुष्य कठीण बनेल. सतत कोणत्या ना कोणत्या गोष्टींनी मन व्यापून राहील, अगणित माहिती मेंदूमधे जमा झाल्यानं बाहेरच्या जगात तुम्ही शांतपणानं जगूच शकणार नाही...

काही शतकांपूर्वी 'रक्ताभिसरणाविषयी' माणसाला माहिती नव्हती. पूर्वेकडे-पश्चिमेकडे दोन्हीकडच्या ग्रंथांमधून एवढंच प्रतिपादन केलेलं होतं की माणसाच्या शरीरात रक्त भरलेलं आहे म्हणून. परंतु ते सतत वहात असतं, त्याचं अभिसरण होत असतं हे आत्ताच्या, आधुनिक जगात शोधलं गेलंय. आत्ता माझ्या पावलांमधे असलेलं रक्त हे मी म्हणत असलेलं वाक्य संपेपर्यंत ते सर्व शरीरभर पोचलेलं असतं. मेंदूपर्यंत प्रवास करून ते परत पावलापर्यंत आलेलं असतं. या अशा मोठ्या वेगानं त्याचं अभिसरण होत असतं. या रुधिराभिसरणाकडे आपण सतत लक्षपूर्वक ध्यान देत राहिलो तर वेडेपणाच होईल! नाही का?

बराच वेळ एका स्थितीत बसल्यानंतर तुमच्या पायात मुंग्या येतात, कारण रक्तप्रवाह तिथं थांबलेला असतो. या मुंग्या येण्याच्या प्रकारानं तुम्हाला सावध केलं जातं की रक्तप्रवाहात अडथळा आलाय, तो थांबलाय... आणि तुम्ही ऐकलं नाहीत तर तुमचा पाय निकामी होईल!... एकाएकी तुम्हाला जाणवायला लागतं की, बधिरपणामूळे पायावर आपलं नियंत्रण राहिलेलं नाहीये... कारण ते नियंत्रण त्या अभिसरणामुळे होत असतं! आणि तेच तुमचं नियंत्रण!... फक्त साठ वर्षांपूर्वी, या शतकाच्या सुरुवातीला माणसाला ज्ञात झालं की, रक्त हे शरीरात नुसतं भरलेलं नसून ते प्रवाहित असतं म्हणून!

तसंच हजारो वर्षं माणसाची ही समजूत पक्की होती की, स्त्रीच्या योनीमार्गातच उत्कटतेचा बिंदू आहे म्हणून. ही साऱ्या जगभराची समजूत होती. त्याविषयी संशोधनाची माणसांची उत्सुकता नव्हतीच कारण स्त्रीजवळ आनंद मिळवण्यासाठी त्या भागात दुसरा बिंदू आहे हे स्त्रीला कळल्यानंतर स्त्री अर्थातच पुरुषाची फिकीर करणार नाही हे उघड होतं, त्यामुळे तिची गुलामीची स्थिती कायम राखण्यासाठी फक्त योनीमार्गातच भावोत्कटतेचा बिंदू ती गाठू शकते ही समजूत तिच्या मनात कायम ठेवणं पुरुषांच्या दृष्टीनं सोयीस्कर होतं.

म्हणूनच ज्या वेळी या शतकाच्या सुरुवातीला या दुसऱ्या भागाविषयी शोध लागला, (याला एक विशिष्ट नाव आहे ते म्हणजे 'मदनध्वज') तेव्हा स्त्रीमुक्तीच्या चळवळीला तो फार महत्त्वाचा आधार प्राप्त झाला. पाश्चिमात्त्य देशांमधे स्त्री या

बाबतीत अनभिज्ञ राहिली नाही. लैंगिक सुखासाठी पुरुषावर अवलंबून राहिलंच पाहिजे हे मत निकालात निघालं आणि मुळापासूनची तिची ही गुलामी गरजेची ठरली नाही.

त्या दिवशी मी सांगितलं होतं की, स्त्रीच्या योनीमार्गात असा भावोत्कटता गाठायचा बिंदू नसतो! आनंद नादम आज म्हणतोय की, संशोधकांनी हे मान्य केलंय की, स्त्रीच्या त्या भागात असा बिंदू असतोच. त्याला G पॉईंट म्हणतात. तो संवेदनक्षम असतोच आणि त्याच्याजवळ उत्कटता गाठण्याची कुवत असतेच... हे तर सगळं नवीनच आहे. कारण त्या 'दुसऱ्या' बिंदूचा शोध लागून सिग्मंड फ्राईड सारखा विचारवंत सुद्धा तो 'दुसरा बिंदू' मान्य करतो, पण मूळ सर्वसाधारण समजूतच जास्त उचलून धरतो.

आणि तरीही संशोधकांनी हे सिद्ध केलेलंच आहे की, स्त्रीजवळ लैंगिक सुख अनुभवण्याचे दोन बिंदू असतात. पण त्यांनी हे सुद्धा प्रतिपादन केलंय की, त्यातला योनीमार्गातला बिंदू नैसर्गिकरीत्या संवेदनक्षम नसतो कारण निसर्गानं त्याची योजना मुलांच्या जन्मप्रक्रियेसाठी केलेली असते. तिथं संवेदना असत्या तर प्रसूती होताना अशक्यप्राय वेदनांना सामोर जावं लागलं असतं. हा तर सर्वांत आनंदाचा भाग आहे. पुरुष स्त्रीला प्रेम करून (लैंगिक सुखातून) देऊ शकत नाही इतका परमानंद मुलाच्या जन्मातून मिळू शकतो.

सत्य घटना अशी आहे की, स्त्रीच्या योनीमार्गात भावोत्कट बिंदू गाठण्याची योजना नाही. ती आहे, पण दुसरीकडे! आणि म्हणून आता काहीजण कुठल्यातरी कल्पनेतल्या G पॉईंट बद्दल बोलतायत. हे तर खरोखरच मूर्खपणाचंच बोलणं आहे. कारण ही गोष्ट निसर्गाच्या विरुद्ध आहे. निसर्गानंच प्रसूतीसाठी योनीमार्ग संवेदनारहित ठेवलेला आहे. विशेषत: भावोत्कटतेच्या संदर्भात! पण काही संशोधक मात्र मूळ मुद्दाच अट्टहासानं धरून बसलेले दिसतात. कारण एकच! पुरुषी वृत्ती! तुम्ही पुरुषी वृत्तीच्या वर्चस्वापलीकडे जाऊ शकता हे यांना मान्यच नाही. म्हणून परत परत ते त्याच समजुतीचा आग्रह धरतात की, लैंगिक सुखासाठी स्त्री ही पुरुषांवर अवलंबून असते! अर्थात त्या काल्पनिक G पॉईंट चा विचार करता ते शक्य आहे. आता नादम विचारतोय की, या G पॉईंटबद्दल तुमचं काय मत आहे म्हणून!... पण मी काही कोणी वैज्ञानिक नाही किंवा लैंगिक विषयातला संशोधक नाही. तेव्हा माझा हा प्रांतच नाही.

फक्त माझा तर्क अगदी साधा सोपा आहे, त्या दोन्ही विचारप्रणालींचा विचार केला, तर असं जाणवतं की, स्त्रीजवळ भावोत्कटतेचा बिंदू योनीमार्गात नसून तो दुसरीकडे आहे असं म्हणणारे शास्त्रज्ञ जास्त सच्चे वाटतात. माणसाच्या (पुरुषांच्या) वर्चस्वाच्या दृष्टीनं मत मांडण्यापेक्षा खरं-खुरं वेगळं मत त्यांनी मांडलेलं आहे. आणि मी तर या वर्चस्वाच्या विरुद्धच आहे. मत ते कोणाचंही कोणावरही असो.

स्त्री असो वा पुरुष! ते दोघंही वैशिष्ट्यपूर्ण आहेत आणि स्वतंत्र आहेत. स्वत:च्या आनंदासाठी कुणीच कुणावर अवलंबून नसतं. त्यांना तो आनंद वाटून घेता येत नसेल तर ते दोघंही स्वतंत्र राहू शकतात. कारण स्त्रीशिवाय सुख घेण्याची पुरुषाजवळ सोय आहे. फक्त स्त्री स्वतंत्ररीत्या पुरुषाशिवाय असा आनंद मिळवू शकते हे पुरुष मान्य करत नाही.

मी फक्त तर्काला धरून विधान करतोय... नाहीतर स्त्रीमधे जी-पॉईंट असो किंवा एक्स असो मला त्यात काहीच घेणं-देणं नाही. फक्त शास्त्रज्ञ असून सुद्धा काही माणसांमधला कृतघ्नपणा मला अजिबात मान्य नाही... तू सुद्धा माझी मतं ग्राह्य धरावीस हा माझा मुळीच आग्रह नाही. तू तुझा स्वतंत्र आहेस. फक्त मी माझा विचार सांगितला एवढंच! हे काही कुठलं विशिष्ट तत्त्व नाही...

प्रत्येक वेळच्या प्रसंगात हे लक्षात ठेव की, मी फक्त एक निरीक्षक आहे. एक वस्तुनिष्ठ साक्षीदार. माझा कुठेही विशिष्ट कल नाही, माझा कुठलाही पूर्वग्रह नाही किंवा मनात काहीही मुद्दाम योजलेलं नाही. त्यामुळे मी उत्तेजन देणं वा न देण्याचा प्रश्नच येत नाही. मी कोणत्याही विशिष्ट आदर्शाचा पुरस्कर्ता नाही, तर मी मुक्त विचार करणारा आहे. तेव्हा माझ्या तर्काला जे पटलेलं असतं तेच मी बोलतो. ते बोलणं तुझ्या मनातल्या पूर्वग्रहांच्या विरोधी असेल, किंवा तुझ्या मनातल्या गोष्टीविरोधी असेल, तर तू माझ्याशी सहमत झाला नाहीस तरी चालेल. तुझं मत, तुझा पूर्वग्रह तसाच ठेव. पण लक्षात ठेव की, हे तर्काला धरून नाही. तू बुद्धिमान नसल्याचं ते लक्षण दिसतं...

आणि हीच परिस्थिती तू विचारलेल्या प्रश्नाबाबतीत आहे. तू म्हणतोस की, 'तुम्ही असं म्हटलेलं मी ऐकलंय की, मित्र अथवा मैत्रीण तुमच्या आयुष्यात बदल घडवू शकत नाहीत. पण शत्रू मात्र बदल घडवू शकतो. आणि दुसऱ्या वेळी असं ऐकलंय की 'प्रेम' ही गोष्ट दोघांनाही बदलवू शकते.'

तुला माझ्या दोन विधानांमधला विरोधाभास जाणवला. कारण मी म्हणालो की, 'मित्र हा तुमच्यात बदल घडवू शकत नाही...' नंतर म्हणालो की, 'प्रेम हे दोघांच्यातही बदल घडवू शकते.'

अर्थातच 'मैत्री' हा देखील प्रेमाचाच अनुभव आहे, पण मी कोणत्या संदर्भात ही वाक्यं बोललो हे तू विसरलास. मी म्हणालो होतो की, मित्र तुमच्यात बदल घडवू शकत नाही पण शत्रू घडवू शकतो... याचा संदर्भ असा होता की, तुम्हाला शत्रू- बरोबर संघर्ष करावा लागत असल्यानं शत्रू ज्या पद्धतीनं वागेल त्याच पद्धती तुम्हाला अमलात आणाव्या लागतात... म्हणजे तसा बदल स्वत:त घडवावा लागतो.

समजा अमेरिका रशियाशी युद्ध करतेय, तर अर्थातच दोघांनाही अण्वस्त्रांचा वापर करावाच लागेल. तुम्हाला सातत्यानं शत्रू काय आणि कसा वागतोय याकडे

लक्ष द्यावं लागतं. भारत हा पाकिस्तानवर लक्ष ठेवून असतो. कोणकोणती शस्त्रास्त्रं ते कोणाकडून विकत घेतात? लगेचच भारताला पण कोणाकडून तरी शस्त्रास्त्रं घ्यावी लागतात. तुम्हाला त्यांचीच पद्धत वापरावी लागते, त्यांचेच डावपेच खेळावे लागतात, त्यांचीच भाषा वापरावी लागते.

तुम्हाला ज्ञान असो, माहिती असो वा नसो शत्रू तुम्हाला बदलवत असतो, त्याच्या पायरीपर्यंत तुम्हाला आणत असतो... पण मित्राबरोबर बरोब्बर याच्या उलट घडत असतं. कारण इथं तुम्ही संघर्ष करत नसता. तुम्ही गौतमबुद्धांचे सुद्धा मित्र होऊ शकता, पण तिथं तुम्ही स्वत: गौतमबुद्ध होणं गरजेचं नसतं. पण एखाद्याचे तुम्ही जेव्हा शत्रू बनता तेव्हा तुमच्या लक्षात येईल की, हळूहळू, पायरी-पायरीनं तुम्ही त्याचीच नक्कल बनत असता. आणि तसं तुम्हाला बनणं भागच असतं. कारण टिकाव धरून रहाणं महत्त्वाचं असतं!

आणि त्याच संदर्भात मी म्हणालो होतो की, शत्रूची निवड सुद्धा लक्षपूर्वक करा... अशा माणसाशी शत्रुत्व करा की, जो तुमच्यापेक्षा वरच्या दर्जाचा आहे. म्हणजे तुमचं वैर जरी वाढत राहिलं तरीही तुम्हाला आहे त्यापेक्षा वरचाच दर्जा गाठावा लागेल कारण, तरच तुम्ही 'त्या' शत्रूशी सामना करू शकाल... तेव्हा कनिष्ठ दर्जाचा शत्रू कधीही निवडू नका! कनिष्ट दर्जाच्या माणसाशी शत्रुत्व करूच नका... नाहीतर तुम्हाला पायरी उतरावी लागेल.

पण मैत्रीच्या बाबतीत असं म्हणता येईल की, मित्र कोणताही निवडला तर चालतो. फारसा फरक पडत नाही. पण शत्रू फार महत्त्वाचा आहे. आणि हाच माझा संदर्भ होता. - तुमचा शत्रू हा अतिशय उच्च दर्जाचा असू द्या. त्यामुळेच तुम्हाला त्या दर्जापर्यंत वाटचाल करण्याची संधी प्राप्त होईल. तुमच्यापेक्षा खालच्या दर्जाच्या शत्रूशी शत्रुत्व करू नका कारण तो तुम्हाला त्याच्या पायरीपर्यंत खाली आणू शकतो.

आणि त्यानंतर जे विधान मी केलं होतं की, 'प्रेम' हे दोघांनाही बदलवू शकतं ते वेगळ्या संदर्भात होतं. जेव्हा तुम्ही प्रेम करत असता तेव्हा ती फार दुर्मिळ गोष्ट असते– मात्र मैत्रीबाबत एवढंच म्हणता येईल की, दोन व्यक्तींमधला परिचय!... मैत्रीखातर तुमच्या मित्रासाठी तुम्ही मरायला तयार होता का? मैत्री ही कदाचित दाट परिचयाचं एक स्वरूप असतं, योगायोगानं तुम्ही एकमेकाचे शेजारी झालेले असता किंवा योगायोगानं एका वर्गात शिक्षण घेत असता.

पण मैत्रीला किती सखोलपणा असतो? असतो का? मित्रासाठी तुम्ही किती मर्यादेपर्यंत त्याग करता? किंवा मित्र दु:खामधे असला तर त्यामधे किती प्रमाणात तुम्ही वाटेकरी होता? का, मैत्री ही फक्त तुमच्या सुखाच्या दिवसांपुरतीच असते?

जेव्हा तुम्ही श्रीमंत असता तेव्हा मित्रांचा गराडा तुमच्याभोवती असतो. पण तुम्ही दारिद्र्यात असता, तेव्हा तुमच्या आसपासही कोणी फिरकत नाही.

माझंच उदाहरण सांगतो... मी ज्या घरात अनेक वर्षं राहतोय त्या घरातला मनुष्य माझ्यावर प्रचंड प्रेम करतो. अगदी निरपेक्ष प्रेम करतो. त्याच्या घरातलं माझं वास्तव्य हे त्याला मानमरातब मिळवून देत असतं. कारण जगभरातून अनेक प्रकारची माणसं मला भेटण्यासाठी तिथं येत असतात. त्याची मुलंसुद्धा मोठमोठ्या राजकारणी माणसांशी, साहित्यकांशी, संत-महात्म्यांशी परिचित झाली आहेत. तो स्वत: देशातल्या अनेक प्रसिद्ध माणसांच्या चांगलाच परिचयाचा झालेला आहे.

पण त्याला एक विचित्र सवय आहे. आणि त्या सवयीमुळे एकही मित्र त्यानं जोडलेला नाही. तो शेजाऱ्यांशी सुद्धा एक शब्दही बोलत नाही. त्याचे नोकर-चाकर, बागेचा माळी, इ. कोणाकोणाशीसुद्धा तो बोलत नाही. अगदी सरळ पाहत तो त्यांच्या समोरून जात असतो आणि त्याचा लांब चेहरा पाहून नोकराचाकरांनाही त्याला सकाळी 'नमस्कार' म्हणायचं सुद्धा धाडस होत नाही.

मी त्याला एकदा विचारलं, 'हा काय प्रकार आहे? तू इतका थंड आणि तुसडा का वागतोस? विशेषत: नोकरा-चाकरांशी? जे लोक तुझ्यासाठी वर्षानुवर्षं तुझ्या बागेत, स्वैपाकघरात काम करतात त्यांच्याशी का असा वागतोस?'

तो म्हणाला, 'माझा अनुभव असा आहे की, ज्या क्षणी तुम्ही नोकरा-चाकरांशी मित्रत्वाच्या नात्यानं वागायला लागता, तेव्हा लगेच ते तुमचा फायदा घ्यायला लागतात. मग एखाद्याची आई आजारी पडते आणि त्याला पैशाची गरज निर्माण होते. मग आगाऊ पैसे द्यावे लागतात, कुणाचे वडील मरतात, कुणाचं लग्न जमतं असं अनेक... पण माझ्या बाबतीत म्हणायचं तर, यातलं कोणीही मेलेलं नाही किंवा कोणाचंही लग्न जमलेलं नाही कारण त्याविषयी ते माझ्याशी बोलूच शकत नाहीत. मी तर त्यांच्याकडे पाहत सुद्धा नाही... मी तर माणुसकी म्हणूनही त्यांना माणूस समजत नाही. कारण तसं समजलं तर ते फायदा घ्यायला सुरुवात करतात... मी लहानपणापासून हेच शिकलोय की, मित्र करूच नयेत. कारण तुम्ही जोपर्यंत पैसेवाले असता तोपर्यंत ते टिकून राहतात...'

मी म्हणालो, '... हे तर सारं विचित्रच आहे! याचा अर्थ फारच घाणेरडं आयुष्य तू जगतोयस... मित्र नाहीत म्हणजे अर्थच काय?... मला नाही वाटत तू कधी कोणावर प्रेम करशील म्हणून!...' कारण मी तर त्याला बायकोबरोबरही बोलताना, किंवा बागेमधे दोघं बसलेत असं पाहिलं नाही किंवा बायकोबरोबर बाहेर कुठे जाताना, सिनेमाला, सर्कसला, कौटुंबिक समारंभांना असं मी त्याला पाहिलंच नाही... कारण त्याचं आपलं तेच. बायकोशी मित्रत्व दाखवलं की, लगेच ती तिच्या अपेक्षा मांडत राहणार, गरजा सांगत राहणार, तुमच्या खिशावर लगेच तिची नजर जाणार... आणि तसं तर कोणालाच आवडणार नाही... नाही का?

तुमचे मित्र म्हणजे काय असतं. एवढंच काय एखाद्या व्यक्तीवर प्रेम आहे असं म्हणणं... काय असतं तुमचं प्रेम? फक्त शारीरिक इच्छा किंवा त्यापेक्षा काही?

शरीरापेक्षा आणखीन काही असू शकतं का? दुसऱ्या माणसात काही अलौकिक असू शकतं याचा विचार येतो का तुमच्या मनात?

मी एक गोष्ट ऐकलीय, दोघं प्रेमिक लग्न करायला निघाले. प्रेमामधे आकंठ बुडालेलं ते युगुल होतं. एकमेकांवर त्यांचं प्रचंड प्रेम होतं. मंडळी लग्नापूर्वी नेहमीच प्रचंड प्रेमात असतात. लहान-लहान प्रेम तिथं नसतंच. पण हे 'प्रचंड प्रेम' थोड्या दिवसांपुरतं असतं.

तर ते खूप प्रेमात होते. त्यातल्या स्त्रीनं त्याला विचारलं, उद्या आपलं लग्न होणार आहे... पण एक प्रश्न सतत मनात घोळतोय तो म्हणजे, पुढच्या काळातही तू इतकंच प्रेम माझ्यावर करशील का?

तो पुरुष उत्तरला, अर्थातच... पण तरीही एक गोष्ट मला स्पष्ट करायचीय. ती म्हणजे तू वृद्ध झाल्यानंतर तुझ्या आईसारखी दिसता कामा नये. तसं झालं, तर मात्र तुझ्यावरचं माझं प्रेम कायम राहणार नाही. काही गोष्टी स्पष्ट झाल्याच पाहिजेत. आत्ताच! तू जशी आहेस तशीच तू राहिली पाहिजेस.

पण हे उघडंच आहे की, प्रत्येकाला कधी तरी म्हातारं व्हावंच लागतं. आज सुंदर असलेली स्त्री कदाचित उद्या आंधळी होऊ शकेल, आत्ता एखादा सुंदर आणि तगडा असलेला माणूस कदाचित उद्या लुळा-पांगळा होऊ शकेल, एखादा अपघात होऊ शकेल. अज्ञात असलेल्या भविष्यावर सुद्धा तुमचं प्रेम कायम असेल का? का ते याच क्षणापुरतं, याच माणसापुरतं आहे? तसं तर तारुण्य हे क्षणभंगुर आहे.

या अशा प्रेमाविषयी काही बोलणंच नको. माझ्या दृष्टीनं हे प्रेम नाहीच. मी ज्या प्रेमाविषयी बोललोय ते प्रेम म्हणजे अध्यात्म मार्गातल्या माणसांपैकी दोन आत्म्यांचं प्रेम! त्यात शरीरशास्त्रविषयक किंवा प्राणीशास्त्रविषयक कोणताही संबंध नाही. संबंध आहे, तो फक्त आध्यात्मिक. ते जोपर्यंत आध्यात्मिक आहे, तोपर्यंत त्यात विशिष्ट अर्थ असा नाही. कारण खरोखरच ते अध्यात्म मार्गाच्या समूहातल्या दोन्ही माणसांना बदलवू शकतं. बदल घडवून आणण्याची ही फार मोठी किमया आहे. म्हणूनच मी म्हणतो की, माझ्या विधानांमधे विरोधाभास नाहीये.

सँडी त्याच्या घरातल्या शेकोटीजवळ बसून रडत होता. त्याचा शेजारी त्याला म्हणाला, 'काय रे सँडी काय झालं?'

'काय सांगू?' सँडी म्हणाला... 'डोनाल्ड मॅक फॅरसनची बायको मेली...'

शेजारी म्हणाला, 'मग? त्याचं तुला काय? तुझ्या तर ती नात्यातली नव्हती ना?'

सँडी म्हणाला, 'कसं सांगू...! अरे प्रत्येकाच्या आयुष्यात काहीतरी बदल घडतोय... आणि माझ्या मात्र...!'

हे अशा तऱ्हेचं तुमचं प्रेम आहे. नवरे मंडळी नेहमी आशा ठेवून असतात की, त्यांच्या बायका गेल्यानंतर दुसरी संधी मिळू शकेल...

बायका वाट पाहतात की, नवरे गेल्यानंतर...

अगदी आजच, लतिफा आणि तिचा तथाकथित 'ग्रेट' मित्र ध्यानओम या दोघांना सतत मी टोचत होतो. तिच्या जर्मन मेंदूत काहीतरी चमकलं. शिवाय ध्यानओम... जो स्वत:ला सर्वसाधारण कठीण बी न समजता चक्क नारळ समजत होता. त्याच्याही डोक्यात काहीतरी शिरलं. कारण मी जे सांगत होते, ते या दोघांव्यतिरिक्त सर्वांना समजलं. संपूर्ण या लाओत्सुहाऊसमधे प्रत्येकाला काळजी आहे की, काय करावं? केवळ एकत्र राहिल्यामुळे प्रत्येकजण वेगळ्याच दु:खात आहे. ते जेव्हा एकमेकांपासून दूर राहतात, तेव्हा आनंदी असतात; ताजेतवाने दिसतात. पण एकमेकासमोर आले की, संपलंच. सगळं संपलं! आणि तरीही ते एकाच खोलीत राहतात.

एका आशेनं मी सतत या सगळ्यांना टोकतो आहे की, त्यामुळे कधीतरी त्यांच्यात सुधारणा घडेल, काही समजूतदारपणा वाढीस लागेल... एकत्र राहून तुम्ही आनंदी होत नाही ना... मग वेगळं होण्यामधे तरी परस्परांवरचं प्रेम दाखवा ना? एकमेकांचे उपकार स्मरा ना!

तुम्ही दोघंही दु:खात आहात... एकच कुणीतरी नाही! दोघंही आनंदात नाही. पण तरीही एकमेकांना चिकटून राहताय... शेवटी काय झालं, तर दोघांनीही कबूल केलं की, आम्ही एकमेकांबरोबर असताना कधीच आनंदात नव्हतो... एकमेकांपासून दूर असताना मात्र जास्त आनंदात असतो. म्हणूनच आता मात्र एकमेकांपासून वेगळं व्हायची वेळ आलेली आहे.

फार मोठं समजूतदारपणाचं हे वागणं आहे. हे सारं इतक्या लवकर होईल असं मला वाटलं नव्हतं. कारण एक जर्मन आणि दुसरा... एक कठीण वस्तू! तेव्हा काहीच आशेला जागा नव्हती.

आता मी काय म्हणतो ते तुमच्या लक्षात येऊ शकेल... त्यांनी एकमेकांपासून वेगळं व्हायचं ठरवलं आणि लगेचच तात्काळ एक क्षणही वाया न घालवता तो बाजारात पळाला आणि एक अत्यंत किमती साडी आणली आणि शून्योला दिली. अजूनही तो पूर्णपणे लतिफापासून वेगळा झालेला नाही, तरीही त्यानं लगेच दुसरा मार्ग तयार करायला सुरुवात केलीय. मूर्खपणाला खरोखरच सीमा नाही... त्या अलग होण्यातला आनंद किमान एक-दोन दिवस तरी त्यानं भोगायला हवा होता.

पण एखादा माणूस दु:खाला सराईत झालेला असतो. त्यानं नक्कीच मनाशी गणित केलं असणार की, जर्मन आणि इंग्लीश या दोघीजणी शत्रुराष्ट्र म्हणूनच आहेत. त्यामुळे जर्मन मुलीपासून अलग होऊन इंग्रज स्त्रीच्या प्रेमात अडकणं हे चांगलंच आहे. कारण जर्मन स्त्रीपासून त्यानं फारच दु:ख भोगलं होतं. आता इंग्रज स्त्रीपासून थोडीफार आशेला जागा असायला हरकत नव्हती, पण त्याला माहीत नव्हतं की, शून्योला– त्या इंग्रज स्त्रीला आधीच एक प्रेमिक आहे म्हणून! तो गरीब

माणूस माझ्या बागेची काळजी घेत होता... आणि हा स्वत:ला 'नारळ' म्हणवणारा माणूस तिच्यासाठी साडी घेत होता. जर का त्या पूर्वीच्या प्रियकरानं हे पाहिलं, त्याला हे 'साडीप्रकरण' कळलं, तर मात्र ध्यानओमची खैर नाही. कारण हा तिचा पहिला प्रियकर खूप भयंकर माणूस आहे. ध्यानओम आता मात्र खरोखरच मोठ्याच संकटात सापडलाय.

पण ही शून्यो, सगळ्या माणसांना हे सांगत बसलीये की, 'ध्यानओम किती छान माणूस आहे! गरीब माणूस. त्या लतिफाच्या प्रकरणात बिचाऱ्याचे किती हाल झालेत! आणि एवढ्या विचित्र मन:स्थितीत त्यानं माझी आठवण ठेवली आणि मला साडी आणली.' आता लतिफाच्या बाबतीत खरं काय घडतंय हे शून्यो पाहू शकत नाही. तिच्या दृष्टीनं 'ध्यानओम' हा एकदम गरीब माणूस ठरला.

आपलं मन हे नेहमीच नवीन नवीन अडचणी निर्माण करण्याकडे धावत असतं. आणि अनुभवातून माणसं कधीच शहाणी होत नाहीत... ध्यानओम सुद्धा शहाणा झाला नाही, काही शिकला नाही. आणि शून्यो! ते सर्वजण शेजारी! तिला तर पूर्णपणे माहीतये की, हा माणूस विचित्र आहे म्हणून! पण या परिस्थितीत, जेव्हा एकीपासून तो अलग होत होता त्या परिस्थितीत केवळ एक साडी भेट दिली म्हणून तो एकदम बिचारा माणूस झाला? त्याच्याबद्दल तिला एकदम दया वाटायला लागली? उलटपक्षी तिनं त्याला असं सांगायला पाहिजे होतं की, 'तुझ्याबरोबर असताना लतिफानं जे सर्व दु:ख भोगलंय त्याची कुठेतरी जाणीव म्हणून ही साडी तू लतिफाला दे'! हीच गोष्ट योग्य ठरली असती.

दुसरी खेळी खेळण्यापूर्वी, दुसऱ्या दु:खात पडण्यापूर्वी, खरं पाहता काही वेळ वाट पाहायला हवी, थोडं थांबायला हवं, थोडी विश्रांती हवी. पण इथं तर एका नावेतून बाहेर पडण्यापूर्वीच तो पाय दुसऱ्या नावेत टाकून हा मोकळा! दु:खाचा एकही क्षण वाया न घालवता!

आमचं 'प्रेम करणं' हे नेहमी स्वत:पासून पळणं असतं. आपण स्वत:बरोबर कधी राहूच शकत नाही. आणि नादम्, तू विचारतोयस माझ्या दृष्टीनं प्रेम म्हणजे खरं काय? पण तुम्हाला जगात आसपास जे दिसतं त्या प्रकारचा अर्थ माझ्या मनात नाही.

'प्रेम' म्हणजे दोन आत्म्याचं मिलन असं मी समजतो. फक्त प्रथम तुम्ही तुमचं हृदय, तुमचं मन ओळखलं पाहिजे. त्यासाठी पहिल्या प्रथम तुम्हाला अगदी खोलवर ध्यानधारणा केली पाहिजे. तुमच्यामधे स्वत:मधे अगदी 'आत' जाऊन गुह्य अशा स्वत:च्या अस्तित्वाचा शोध घेतला पाहिजे. तरच तुम्हाला विपुल प्रमाणात आनंदाची आणि सुखाची प्राप्ती होऊ शकेल.

तुमचं प्रेम करणं हे कोणत्याही चांगल्या गोष्टी कोणाबरोबर वाटून घेणं नव्हे, तर स्वत:पासून दूर पळणं आहे, म्हणूनच तुम्ही 'दुसऱ्या' कोणात तरी गुंतून पडता.

तुमची प्रेमाची व्याख्या ही ध्यानधारणेच्या विरुद्ध आहे. माझी प्रेमाची व्याख्या म्हणजे... ध्यानधारणेचं एक सुंदर फूल म्हणजे प्रेम!... ते म्हणजे ध्यानधारणेचं उमलणं आहे. म्हणून माझ्या दृष्टीनं फक्त ध्यानधारणा करणाराच माणूस हा खरा प्रेमिक होऊ शकतो.

पण तुमचं प्रेम हे भित्रं आणि पळपुटं आहे. तुम्ही एकटे राहू शकत नाही, कारण स्वत:ची तुम्हाला भीती वाटते. ज्या वेळी तुम्हाला कोणीतरी सोडून जातं त्या क्षणी तुम्ही एकटे पडता आणि जवळ असलेल्या दुसऱ्या माणसाकडे धाव घेता.

आता बिचारी शून्यो जवळ होती... मग काय... तो श्रीकृष्णाच्या मंदिरात अथवा जीझसच्या मंदिरात गेला नाही, तर फक्त इथल्या इथंच या लाओत्सुहाऊसमधे तात्काळ त्यानं दुसऱ्याला गाठलं. त्यानं एवढाही विचार केला नाही की, ती पूर्वीच कुणाच्या तरी प्रेमात पडलेली आहे.

खरं पाहता यामधे दुसऱ्यानं लक्ष घालणं हे योग्य नाही. ते सभ्यपणाचं लक्षण नाही. दोन 'प्रेमिकांच्यात' आपण लक्ष घालणं हा दयाळूपणाचा मार्ग नाहीच. तुम्ही दुष्ट आहात, स्वार्थी आहात. जगात असंच सगळीकडे दिसतं.

'प्रेम' हा एकमेव मौल्यवान अनुभव आहे! पण... दुसऱ्यावर प्रेम करण्यापूर्वी स्वत:ला तपासून पहा... नाहीतर कोण कशाला प्रेम करेल? तुला स्वत:विषयी काहीही माहिती नाही. तू पूर्णपणे बेहोशीत आहेस. या बेहोशीत जे काही करशील ते चुकीचंच ठरेल.

एक म्हातारा झालेला बैल, गलितगात्र असा खाली मान घालून गायरानामधे इतर गायींबरोबर उभा होता. एवढ्यात शेतकऱ्यानं एका तरुण बैलाला त्या कुरणात मोकळं सोडलं. त्या क्षणी प्रत्येक गायीच्या मागे लागण्याचं त्याचं काम सुरू झालं. हा म्हातारा बैल आपल्या पायाच्या पुढच्या खुरांनी आपटून आपटून जमीन उकरायला लागला.

शेतकरी त्याला म्हणाला, 'तुला काही गरज नाही असं काही करायची! कारण तू आता काहीच करू शकत नाहीस.'

तो म्हातारा बैल म्हणाला, 'ते ठीक आहे! पण त्या तरुण बैलाला कळायला हवं की, मी काही गाय नाहीये... म्हणून असं करतोय.'

'माणूस' काही यापेक्षा वेगळा नसतो. त्याची 'बेशुद्धी' सुद्धा प्राण्याइतकीच जबरदस्त असते. त्यात काहीही फरक नाही. बेशुद्धीत आपण पण प्राणीच असतो. फक्त सावध असतो. तेव्हाच प्राण्यांच्या जरा वरच्या स्तरावर असतो. जितके आपण सावध होऊ तितके जनावरांच्या पेक्षाही पलीकडे पोहोचू, आणि 'प्रेम' हा अनुभव जनावरांसारख्या वागण्याच्या कितीतरी पलीकडचा आहे. पण 'प्रेम' म्हणजे आपण काय समजतो? तर दुसरं-तिसरं काही नसून फक्त जनावरासारखं आचरण!

हिमी गोल्डबर्ग आणि त्याचा मित्र रॉसन क्लब पार्टीहून उशिरा घरी परतत होते.

हिमी म्हणाला, 'असा घरी जायला उशीर झाला की, मी नेहमी घाबरतो. मग अर्धा मैल आधीच मी गाडीचं इंजिन बंद करतो, आणि अगदी आवाज न करता ती गॅरेजमधे लावून टाकतो. बाहेरच बूट काढतो आणि चोरासारखा घरात शिरतो. जितकं शांतपणे वागता येईल, तितका मी वागतो. पण ज्या क्षणी बिछान्यावर जातो त्या क्षणी बायको ओरडायला सुरुवात करते.'

त्यावर रॉसन म्हणतो, 'फार चुकीची पद्धत तू वापरतोस. मला कधीच अडचण येत नाही. मी सरळ तसाच गॅरेजमधे जातो. दार धाडकन आपटतो. भरपूर आदळआपट करतो. झोपायच्या खोलीत जाऊन बायकोला हळूच थोपटून म्हणतो, ''मग, काय विचार आहे प्रिये?'' त्यावर ती नेहमीच झोपेचं सोंग घेऊन पडते.'

ठीक आहे, मनीषा?

होय, ओशो.

□□□

ओशो – एक परिचय

आपल्यासारख्या भेदाभेद करणाऱ्या माणसांसाठी 'अर्थपूर्ण जाणीव' किंवा 'समजूत' म्हणू या हवं तर, पण तो अर्थबोध करून देण्याचं ओशोंचं मोठं योगदान आहे. ओशोंमध्ये एक गूढवादी तसंच एक वैज्ञानिकही आहे. त्यामुळे एक क्रांतिकारी म्हणता येईल, असं चैतन्य त्यांच्या अस्तित्वात आहे. म्हणूनच जीवनाचा नवीन मार्ग शोधण्याच्या निव्वळ गरजेसाठी 'सजग माणूसकी'ची गरज आहे, हे त्यांनी वारंवार जाणवून दिलंय. तीच त्यांची तीव्र इच्छा आहे.

या सुंदर आणि अलौकिक अशा पृथ्वीतलावर आपण आपल्या रोजच्या जगण्यात गतकाळानुसार सतत भीतीच्या छायेखाली वावरत असतोच.

प्रत्येकानं स्वत: बदलत राहणं, मग आपण सर्वांनी बदलत राहणं हा त्यांचा प्रमुख मुद्दा आहे. 'आपण सर्वांनी' म्हणजेच आपला समाज, आपली संस्कृती, आपल्या श्रद्धा एकूणच आपलं सर्व जग हे बदलणं आलं. त्या सर्व बदलाचं प्रवेशद्वार म्हणजे – ध्यान! मेडिटेशन!

आधुनिक जीवनपद्धतीतली अस्वस्थता जेव्हा हळूहळू शांत होत जाईल, तेव्हा प्रत्यक्ष कृती आपोआपच शांततेनं फक्त ऐकून घेण्याच्या मन:स्थितीत विरघळून जाईल. खऱ्याखुऱ्या 'मेडिटेशन'च्या आरंभाची ही एक गुरुकिल्लीच असणार आहे. या दुसऱ्या पायरीसाठी आधार म्हणून ओशोंनी नीट ऐकून घेण्याच्या प्राचीन कौशल्याचं सूक्ष्म पद्धतशीर भाषणांमध्ये रूपांतर केलं आहे. इथं 'शब्द' म्हणजे संगीत बनतं. ऐकणारा जे काही ऐकतो, त्यातून जागरूकतेची अनुभूती घेतो. या

सगळ्या नाजूक घडामोडींमध्ये शांतता जसजशी वाढू लागते, तसतसं पटकन मनापर्यंत पोहोचेल अशा गोष्टी ऐकण्याची गरज असते. ती गरज एखाद्या जादूप्रमाणे पूर्ण होते. नेहमीप्रमाणे मनाचे इतर अडथळे दूर होतात आणि सुंदर जादूमय घडामोडी घडू लागतात.'

लंडनच्या 'संडे टाइम्स'नं विसाव्या शतकातल्या जग बदलून टाकणाऱ्या एक हजार व्यक्तींमध्ये त्यांची गणना केलेली आहे. टॉम रॉबिन्स या अमेरिकन लेखकानं तर त्यांना 'जिझस ख्राईस्ट' नंतरचं सर्वांत 'खतरनाक' व्यक्तिमत्त्व असं बिरुद त्यांना बहाल केलंय. भारताचं भाग्य बदलवणाऱ्या गांधी, नेहरू आणि बुद्ध यांच्या बरोबरीनं भारतातील 'संडे-मिडडे'नं त्यांचा गौरव केला आहे.

आपल्या कार्याविषयी ते म्हणतात,'नवीन आधुनिक मनुष्याच्या जन्मासाठी मी 'भूमी' तयार करतो आहे.' या नवीन मनुष्याला ते 'झोरबा द बुद्ध' म्हणतात. झोरबा अशा की, ज्यामध्ये पृथ्वीवरची सर्व सुखं उपभोगण्याची क्षमता असेल, तसंच बुद्धांची शांत, सौम्य अशी प्रवृत्ती असेल. ओशोंच्या सर्वांगीण विचारांमध्ये जीवन-दर्शनाचा एक झुळझुळता प्रवाह आहे. त्यामध्ये पूर्वेकडची कालातीत असलेली प्रज्ञा आणि पश्चिमेकडचं विज्ञान, तसंच तंत्रज्ञानाच्या सर्वोच्च शक्यतांचा समावेश आहे.

आंतरिक परिवर्तनाच्या शास्त्रात 'ओशो' म्हणजे क्रांतिकारी उपदेशासाठी उत्तम पर्याय आहेत. तसंच ध्यानाच्या विविध पद्धतीचे प्रसारक आहेत. आत्ताच्या आधुनिक वेगवान जीवनशैलीला अनुसरून या पद्धती त्यांनी निर्माण केल्या आहेत.

सक्रिय ध्यानपद्धती अशापद्धतीनं तयार केलीय की, त्यामध्ये शरीर आणि मन या दोन्हीमध्ये एकत्रितपणे ताणतणावांचा निचरा होऊ शकेल आणि रोजच्या जीवनात सहज स्थिर मनोवृत्ती प्राप्त होऊ शकेल आणि गाढ शांतीचा अनुभव येईल.

ओशो हे कोणत्याच अवकाशात मावणारे नाहीत. माणसाच्या व्यक्तिगत शोधापासून ते समाजातल्या सर्व सामाजिक तसंच राजकीय प्रश्नांवर प्रकाश टाकणारी अशी त्यांची प्रवचनं आहेत. ओशोंनी स्वत:ही पुस्तकं लिहिलेली नाहीत. जागतिक स्तरावर सर्व श्रोत्यांसमोर दिलेल्या प्रवचनांच्या ऑडिओ व्हिडीओच्या वार्तांकनांचं संकलन म्हणजे त्यांची पुस्तकं आहेत. ते म्हणतात ''मी जे काही सांगतो ते केवळ तुमच्यासाठीच नसून भविष्यातल्या पिढींसाठी सांगत असतो.

ओशोंची दोन आत्मकथात्मक पुस्तकं याप्रमाणे.

१) 'ऑटोबायोग्राफी ऑफ ए स्पिरिच्युअली इनकरेक्ट मिस्टीक', सेंट मार्टिस प्रेस, यूएसए.

२) 'ग्लिम्प्सेस ऑफ ए गोल्डन चाइल्डहूड', ओशो मीडिया इंटरनॅशनल, पुणे, भारत.

◆

ओशो इंटरनॅशनल मेडिटेशन रिझॉर्ट

शंभरपेक्षाही जास्त अशा निरनिराळ्या देशांमधून हजारो पर्यटक दरवर्षी या रिसॉर्टला भेट देतात. इथला अनुपम असा परिसर उत्साहानं परिपूर्ण, शांत-निवांत असा असून काहीतरी सर्जनात्मक असं नवीन जीवन जगण्याविषयी प्रेरणा देणारा आहे. संपूर्ण वर्षभर चोवीस तास चालणारे निरनिराळे उपक्रम इथे आहेत. अर्थात काहीही न करता नुसतं शांत बसणं, हाही त्यातलाच एक भाग!

इथल्या सर्व कार्यक्रमांच्या रचनेत ओशोंच्या 'झोरबा द बुद्ध'ची आंतरदृष्टी समाविष्ट आहे. यामध्ये एका नवीन मनुष्याचा नवीन ढंग आहे. जो माणूस रोजचं दैनंदिन जीवन सर्जनात्मक पद्धतीनं जगूनसुद्धा मौन तसंच ध्यानामध्ये मग्न होण्याची क्षमता राखतो.

ठिकाण : मुंबईपासून शंभर मैलावर दक्षिणपूर्वेला असलेल्या संपन्न अशा आधुनिक पुणे शहरात सुट्टी घालवण्याचं एक सुरेख असं स्थान म्हणजे, 'ओशो इंटरनॅशनल मेडिटेशन रिसॉर्ट!'' घनदाट झाडीमध्ये लपलेलं हे रिसॉर्ट सर्वांपेक्षा वेगळं असून अठ्ठावीस एकराच्या बगिचामध्ये पसरलेलं आहे.

इथली कार्यक्रमपद्धती :

ध्यान : दिवसभर चालणाऱ्या ध्यान कार्यक्रमांमध्ये सक्रिय तसंच निष्क्रिय, परंपरागत तसंच क्रांतिकारक, खासकरून 'ओशो डायनॅमिक मेडिटेशन'पद्धतीनुसार, प्रत्येक व्यक्तीनुसार अनेक ध्यानपद्धती उपलब्ध आहेत. या सर्व ध्यानपद्धती जगातल्या सर्वांत भव्य अशा 'ओशो ऑडिटोरियम' ध्यान सभामंडपात पार पाडल्या जातात.

विविधता : इथल्या विविध व्यक्तिगत सेशन्समध्ये, शिबिरात सर्जनशील अशा कलांपासून ते संपूर्ण स्वास्थ्यापर्यंत, तसंच व्यक्तिगत परिवर्तन, व्यक्तिगत संबंध,

जीवनातील अग्रक्रम, कार्यध्यान, गुह्यविज्ञान, खेळ, मनोरंजन या सर्व गोष्टीत अगदी 'झेन पद्धती'चा सुद्धा समावेश आहे. इथल्या (मल्टिव्हर्सिटी) विविध गोष्टींच्या यशाचं रहस्य म्हणजे इथले सर्वप्रकार पूर्णपणे ध्यानाशी जोडलेले आहेत. त्यामुळे इथल्या माणसांमध्ये हा विचार घट्टपणे रुजवला जातो की, 'मनुष्य म्हणजे फक्त शरीराशी निगडीत नसून त्यापलीकडेही खूप आहे.'

बाशो स्पा : हिरव्यागार झाडांच्या सान्निध्यात, मोकळ्या हवेत असलेला भव्य असा, पाण्यात मनसोक्त तरंगण्याचा आनंद देणारा जलतरण तलाव म्हणजे मोठं आकर्षण आहे. वैशिष्ट्यपूर्ण तयार केलेली मोठी झकूझी, सौना, जीम, टेनिसकोर्ट या सर्वांचा समावेश इथे केलेला आहे.

भोजन : निरनिराळ्या पद्धतींनी बनवलं जाणारं इथलं स्वादिष्ट भोजन पूर्णपणे शाकाहारी असून ते पाश्चात्त्य तसंच आशियाई ढंगामध्ये उपलब्ध आहे. मेडिटेशन रिसॉर्टसाठी विशेषत्वानं लागवड केलेल्या सेंद्रिय भाज्याच इथं वापरल्या जातात. ब्रेड आणि केक रिसॉर्टच्या स्वतःच्याच बेकरीत बनवले जातात.

संध्याकाळचे कार्यक्रम : या कार्यक्रमांची यादी तर खूप मोठी आहे. पण सर्वांत पहिल्या स्थानावर आहे नृत्य! इतर कार्यक्रमात चांदण्यारात्रीतलं ध्यान, विविध मनोरंजक कार्यक्रम, संगीताचे कार्यक्रम तसंच रोजच्या जीवनासाठी ध्यान हे सम्मिलित आहे.

याव्यतिरीक्त प्लाझा कॅफेमध्ये मित्र-परिवारा बरोबर गाठीभेटी तसंच रात्रीच्या शांतवेळी या परिकथेसारख्या वाटणाऱ्या वातावरणात भटकण्याचा आनंदही घेऊ शकतो.

सोयी : रोजच्या उपयोगाच्या वस्तू आपण रिसॉर्टच्या दुकानांमधून खरेदी करू शकता. मल्टिमीडिया सभागृहात ओशोंची सर्व 'मीडिया' सामुग्री मिळू शकते. बँक ट्रॅव्हल एजन्सी तसंच सायबरकॅफेची सोयही इथे आहे. खरेदीची आवड असणाऱ्यांना पुण्यामध्ये भरपूर गोष्टी उपलब्ध आहेत. अगदी पारंपरिक भारतीय वस्तुंपासून ते आंतरराष्ट्रीय बँडपर्यंतची सर्व दुकाने आहेत.

राहाण्यासाठी : ओशो गेस्टहाउसमध्ये एखादी छानशी खोली मिळू शकते. खूप दिवस राहायचं असेल, तर 'लिव्हिंग-इन'चं पॅकेज घेऊ शकता. याव्यतिरिक्त आसपास बरीच चांगली हॉटेल्स आणि सर्व्हिस्ड अपार्टमेंट सुद्धा आहेत.

www.OSHO.com/meditationresort
www.OSHO.com/guesthouse
www.OSHO.com/livingin

अधिक माहितीसाठी

सध्या सोशल नेटवर्किंगद्वारा संपूर्ण माहिती मिळू शकते. हे माध्यम फक्त तरुण वर्गच वापरतो असं नाही. काळ बदलतोय तसंच आम्हीही बदलतोय.

* विविध वेबसाइट – www.OSHO.com

* हिंदीसाठी – www.OSHO.com/hindi

* ओशो लायब्ररीमध्ये आपल्या आवडत्या विषयांसाठी
  www.OSHO.com/library
  www.OSHO.com/library-hindi

* संपूर्ण ओशो ध्यानपद्धती आणि संबंधित संगीतासाठी
  www.OSHO.com/Meditation

* ओशोंचं संपूर्ण हिंदी-इंग्रजी साहित्य आणि इ-बुक्ससाठी
  www.OSHO.com/shop
  www.OSHO.com/shop-hindi
  www.OSHO.com/ebooks

* ऑडिओ प्रवचनांसाठी MP3 व इतर
  www.OSHO.com/hindiAudiobooks

* रिझॉर्टला येण्यासाठी माहितीखातर
  www.OSHO.com/MeditationResort

* ओशो इंटरनॅशनल न्यूजलेटरच्या मोफत सदस्यत्वासाठी
  www.OSHO.com/newsletters
  www.OSHO.com/hindinewsletters

* ओशो टॅराकार्ड ऑनलाइन वाचनासाठी
  www.OSHO.com/tarot

* ओशो हिंदी रेडिओसाठी पाहा.
  www.OSHOtalks.info
  radiohindi.OSHO.com

* इथल्या कार्यक्रमांसाठी, उत्सवांसाठी माहिती घेण्यासाठी
  www.facebook.com/OSHO.International

* विविध उपक्रम, कार्यक्रमांसाठी माहिती
  www.facebook.com/OSHO.International.Meditation.Resort

* ओशो व्हिडीओ चॅनल, कुठेही केव्हाही
  www.youtube.com/OSHO.International

* दिवसाची सुरुवात ओशोंच्या संदेशानं
  www.twitter.com/OSHOtimes

* या साइट्सवर रजिस्ट्रेशन तसंच ब्राउज करण्यासाठी थोडा वेळ काढा. ओशोंबद्दल भरपूर माहिती मिळेल.

* या व्यतिरिक्त आणखीनही निरनिराळ्या रोचक पद्धतीनं आपण शोधू शकता ज्यायोगे 'ओशोंना जगभरात' प्राप्त करता येईल.

■

ओशो का हिंदी साहित्य

उपनिषद
सर्वसार उपनिषद
कैवल्य उपनिषद
अध्यात्म उपनिषद
कठोपनिषद
ईशावास्य उपनिषद
निर्वाण उपनिषद
आत्म-पूजा उपनिषद
केनोपनिषद

महावीर
महावीर-वाणी (दो भागों में)
जिन-सूत्र (दो भागों में)
महावीर या महाविनाश
महावीर : मेरी दृष्टि में
ज्यों की त्यों धरि दीन्हीं चदरिया

कृष्ण
गीता-दर्शन
(आठ भागों में अठारह अध्याय)
कृष्ण-स्मृति

बुद्ध
एस धम्मो सनंतनो (बारह भागों में)

अष्टावक्र
अष्टावक्र महागीता (नौ भागों में)

लाओत्से
ताओ उपनिषद (छह भागों में)

च्वांगत्सु
संसार और मार्ग
सत्य असत्य

मीरा
मैंने राम रतन धन पायो
झुक आई बदरिया सावन की

जगजीवन
नाम सुमिर मन बावरे
अरी, मैं तो नाम के रंग छकी

कबीर
सुनो भई साधो
कस्तूरी कुंडल बसै
कहै कबीर दीवाना
मेरा मुझमे कुछ नही
गुंगे केरी सरकारा
क़है कबीर मैं पूरा पाया
होनी होय सो होय

शांडिल्य
अथातो भक्ति जिज्ञासा (दो भागों में)

दादू
सबै सयाने एक मत
पिव पिव लागी प्यास

पलटू
अजह्यचेत गंवार
सपना यह संसार
काहे होत अधीर

दरिया
कानों सुनी सो झूठ सब
अमी झरत बिगसत कंवल

सुंदरदास
हरि बोलौ हरि बोल
ज्योति से ज्योति जले

धरमदास
जस पनिहार धरे सिर गागर
का सोवै दिन रैन

मलूकदास
कन थोरे कांकर घने
रामदुवारे जो मरे

बाउल संत
प्रेम योग
आनंद योग

अन्य रहस्यदर्शी
भक्ति-सूत्र (नारद)
शिव-सूत्र (शिव)
भजगोविन्दम् मूढ़मते (आदिशंकराचार्य)
एक ओंकार सतनाम (नानक)
जगत तरैया भोर की (दयाबाई)
बिन घन परत फुहार (सहजोबाई)
नहीं सांझ नहीं भोर (चरणदास)
संतो, मगन भया मन मेरा (रज्जब)
कहै वाजिद पुकार (वाजिद)
मरौ हे जोगी मरौ (गोरख)
सहज-योग (सरहपा-तिलोपा)
बिरहिनी मंदिर दियना बार (यारी)

प्रेम-रंग-रस ओढ़ चदरिया (दूलन)
दरिया कहै सब्द निरबाना (दरियादास
बिहारवाले)
हंसा तो मोती चुगैं (लाल)
गुरु-परताप साध की संगति (भीखा)
मन ही पूजा मन ही धूप (रैदास)
झरत दसहुं दिस मोती (गुलाल)
अकथ कहानी प्रेम की (फरीद)

झेन, सूफी और उपनिषद की कहानियां
बिन बाती बिन तेल
सहज समाधि भली
दीया तले अंधेरा
मनुष्य होने की कला
सदगुरु समर्पण
उस पथ के पथिक
अंतर्यात्रा के पथ पर

विचार-पत्र
क्रांति-बीज
पथ के प्रदीप

पत्र-संकलन
अंतर्वीणा
प्रेम की झील में अनुग्रह के फूल
ढाई आखर प्रेम का
पद घुंघरू बांध
प्रेम के फूल
प्रेम के स्वर
पाथेय

बोध-कथा
मिट्टी के दीये

ध्यान, साधना

ध्यान विज्ञान
ध्यानयोग : प्रथम और अंतिम मुक्ति
मैं कौन हूं
चित चकमक लागे नाहिं
समाधिके द्वार पर
तृषा गई एक बूंद से
तृषा गई एक बूंद से
जीवन सत्यकी खोज
माटी कहै कुम्हार सूं
माटी कहै कुम्हार सूं
जीवन रस गंगा
अमृत की दिशा
अमृत की दिशा
समाधि के तीन चरण

साधना-शिविर

साधना-पथ
साधना-पथ
अंतर्यात्रा
प्रभूकी पगडंडियां
साक्षी की साधना
साक्षी की साधना
साक्षी का बोध
मैं मृत्यु सिखाता हूं
जिन खोजा तिन पाइयां
समाधि के सप्त द्वार (ब्लावट्स्की)
साधना-सूत्र (मेबिल कॉलिन्स)
ध्यान-सूत्र
जीवन ही है प्रभु
असंभव क्रांति
ध्यान दर्शन
ध्यान के कमल

शून्य की नाव
शून्य के पार
सत्य की खोज
संभावनाओं की आहट
समाधि कमल
जो घर बारे आपना
प्रेम दर्शन
गिरह हमारा सुन्न में
अपने माहिं टटोल
जीवन संगीत
रोम-रोम रस पीजिए

योग

पतंजलि : योग-सूत्र (पांच भागों में)
योग : नये आयाम

तंत्र

संभोग से समाधि की ओर
संभोग से समाधि की ओर
युवक और यौन
क्रांती सूत्र
तंत्र-सूत्र (पांच भागों में)

राष्ट्रीय और सामाजिक समस्याएं

फिर अमरित की बूंद पड़ी
एक एक कदम
देख कबीरा रोया
देख कबीरा रोया
अस्वीकृति में उठा हाथ
भारत के जलते प्रश्न
समाजवाद से सावधान
समाजवाद अर्थात आत्मघात
स्वर्ण पाखी था जो कभी
नये समाज की खोज

नये समाज की खोज
नये भारत का जन्म
भारत का भविष्य

अंतरंग वार्ताएं
संबोधि के क्षण
प्रेम नदी के तीरा
सहज मिले अविनाशी
उपासना के क्षण
अनंत की पुकार

प्रश्नोत्तर
नहिं राम बिन ठांव
प्रेम-पंथ ऐसो कठिन
उत्सव आमार जाति, आनंद आमार गोत्र
मृत्योर्मा अमृतं गमय
प्रीतम छवि नैनन बसी
रहिमन धागा प्रेम का
उड़ियो पंख पसार
सुमिरन मेरा हरि करैं
पिय को खोजन मैं चली
साहेब मिल साहेब भये
जो बोलैं तो हरिकथा
बहुरि न ऐसा दांव
ज्यूं था त्यूं ठहराया
ज्यूं मछली बिन नीर
दीपक बारा नाम का
अनहद में बिसराम
लगन महूरत झूठ सब
सहज आसिकी नाहिं
पीवत रामरस लगी खुमारी
रामनाम जान्यो नहीं
सांच सांच सो सांच
आपुई गई हिराय

बहुतेरे हैं घाट
कोंपलें फिर फूट आईं
क्या सोवै तू बावरी
कहा कहूं उस देस की
पंथ प्रेम को अटपटो
फिर पत्तों की पांजेब बजी
मैं धार्मिकता सिखाता हूं, धर्म नहीं
ओशो उपनिषद
एक नई मनुष्यता का जन्म
भविष्य की आधारशिलाएं

विविध
अमृत-कण
अमृत वाणी
कुछ ज्योतिर्मय क्षण
नये संकेत
चेति सकै तो चेति
हसिबा, खेलिबा, धरिबा ध्यानम्
धर्म साधना के सूत्र
मैं कहता आंखन देखी
जीवन क्रांति के सूत्र
जीवन रहस्य
करुणा और क्रांति
विज्ञान, धर्म और कला
प्रभु मंदिर के द्वार पर
तमसो मा ज्योतिर्गमय
प्रेम है द्वार प्रभु का
अंतर की खोज
अमृत वर्षा
अमृत द्वार
एक नया द्वार
प्रेम गंगा
समुंद समाना बुंद में

सत्य की प्यास	शिक्षा में क्रांति
शून्य समाधि	गहरे पानी पैठ
व्यस्त जीवन में ईश्वर की खोज	ज्योतिष विज्ञान
अज्ञात की ओर	नव संन्यास क्या
धर्म और आनंद	सत्य का अन्वेषण
जीवन-दर्शन	सत्य का दर्शन
जीवन की खोज	घाट भुलाना बाट बिनु
क्या ईश्वर मर गया है	पथ की खोज
क्या मनुष्य एक यंत्र है	जीवन अलोक
नानक दुखिया सब संसार	जीवन की कला
नये मुनष्य का धर्म	जीवन क्रांती की दिशा
धर्म की यात्रा	जीवन गीत
स्वयं की सत्ता	मन का दर्पण
सुख और शांति	आंखों देखी सांच
नारी और क्रांति	आनंद की खोज
सम्यक शिक्षा	स्वर्णिम बचपन

ओशोंच्या साहित्यासंबंधी माहितीसाठी तसेच मागणीकरिता संपर्क :

ओशो मिडिया इंटरनॅशनल

१७ कोरेगाव पार्क, पुणे ४११००१ (महाराष्ट्र-भारत)

फोन नं. +९१ (२०) ६६०१९९८१

Email : distribution@osho.net

ओशोंच्या ऑडियो व्हिडियो प्रवचनांसंबंधी माहितीसाठी तसेच मागणीकरिता संपर्क :

ओशो मल्टिमीडिया ॲन्ड रिझॉर्ट्स प्रा. लि.

१७, कोरेगाव पार्क, पुणे ४११००१ (महाराष्ट्र-भारत)

फोन नं. +९१ (२०) ६६०१९९८१

Email : distribution@osho.net

श्रोत्यांसमोर प्रत्यक्ष दिलेल्या तत्कालीन प्रवचनांचा समावेश असणारी ही ओशोंची पुस्तकं आहेत. ओशोंची सर्व प्रवचनं, पुस्तकरूपात तसंच ऑडिओ रेकॉर्डिंगच्यारूपात उपलब्ध आहेत. ही रेकॉर्डिंग्ज तसंच पुस्तकं यांच्यासाठी www.OSHO.com/library या संकेतस्थळावर संपर्क साधता येईल.

www.ingramcontent.com/pod-product-compliance
Lightning Source LLC
Chambersburg PA
CBHW051526050726
47503CB00014B/1929
9788177666175